நெகிழும் வரையறைகள், விரியும் எல்லைகள்
படைப்புகள், படைப்பாளிகள், போக்குகள்

நெகிழும் வரையறைகள், விரியும் எல்லைகள்
படைப்புகள், படைப்பாளிகள், போக்குகள்

அரவிந்தன் (பி.1964)

இதழாளர், எழுத்தாளர், மொழிபெயர்ப்பாளர்.

இதழியல் துறையில் முப்பதாண்டுக் கால அனுபவம்கொண்டவர். *இந்தியா டுடே, காலச்சுவடு, சென்னை நம்ம சென்னை, நம் தோழி* ஆகிய இதழ்களில் பணியாற்றியுள்ளார். *தி இந்து தமிழ்* நாளிதழின் இணைப்பிதழ்களின் ஆசிரியராகப் பணியாற்றினார்.

இலக்கியம், தத்துவம், பெண்ணுரிமை, அரசியல், மொழி, திரைப்படம், கிரிக்கெட் ஆகியவற்றைக் குறித்த கட்டுரைகளை எழுதிவருகிறார்.

சிறுகதைகள், நாவல், இலக்கிய விமர்சனக் கட்டுரைகள், அரசியல் விமர்சனம், மொழிபெயர்ப்பு, மகாபாரதச் சுருக்கம், திரைப்படம், கிரிக்கெட் குறித்தவையென இதுவரை பதினைந்துக்கும் மேற்பட்ட நூல்கள் வெளியாகியுள்ளன. தற்போது டைம்ஸ் ஆஃப் இந்தியா குழுமத்தின் சமயம் தமிழ் என்னும் இணையதளத்தின் ஆசிரியராகப் பணியாற்றிவருகிறார்.

இதழியல் பயிற்சி வகுப்பு நடத்திய அனுபவமும் இவருக்கு உண்டு. தற்போது லயோலா கல்லூரியில் வருகைதரு விரிவுரையாளராக இதழியல் மாணவர்களுக்குப் பாடம் எடுத்துவருகிறார்.

விருதுகள்

- தமிழ்ப் புத்தக நண்பர்கள் நடத்தும் மாதாந்தர விமர்சனக் கூட்டத்தில் இமையத்தின் படைப்புகள் குறித்து ஆற்றிய உரைக்கு 2016–17ஆம் ஆண்டுக்கான 'ஆண்டின் சிறந்த உரை' விருது.
- பால சரஸ்வதி மொழியாக்க நூலுக்கு 'கனடா இலக்கியத் தோட்டம்' வழங்கும் 'சிறந்த மொழிபெயர்ப்பு நூலுக்கான விருது (2017).'

அரவிந்தன்

நெகிழும் வரையறைகள், விரியும் எல்லைகள்

படைப்புகள், படைப்பாளிகள், போக்குகள்

காலச்சுவடு பதிப்பகம்

அன்பார்ந்த வாசகருக்கு,

வணக்கம்.

காலச்சுவடு நூலை வாங்கியமைக்கு நன்றி.

நூலின் உள்ளடக்கம், உருவாக்கம், அட்டைப்படம் இன்ன பிற அம்சங்கள் பற்றிய உங்கள் கருத்துகளையும் ஆலோசனைகளையும் காலச்சுவடு வரவேற்கிறது. தகவல், எழுத்து, வாக்கியப் பிழைகள் தென்பட்டால் கட்டாயம் தெரிவித்து உதவுங்கள். நூல் தயாரிப்பில் கடும் குறைபாடு இருப்பின் மாற்றுப் பிரதி உங்களுக்குக் கிடைக்கக் காலச்சுவடு ஏற்பாடு செய்யும்.

மின்னஞ்சல்: publisher@kalachuvadu.com

காலச்சுவடு நாகர்கோவில் தலைமையகத்துக்கும் கடிதம் அனுப்பலாம்.

தங்கள்
எஸ்.ஆர். சுந்தரம் (கண்ணன்)
பதிப்பாளர் – நிர்வாக இயக்குநர்

நெகிழும் வரையறைகள், விரியும் எல்லைகள் படைப்புகள், படைப்பாளிகள், போக்குகள் ♦ கட்டுரைகள் ♦ ஆசிரியர்: அரவிந்தன் ♦ © D.I. அரவிந்தன் ♦ காலச்சுவடு முதல் பதிப்பு: டிசம்பர் 2019 ♦ வெளியீடு: காலச்சுவடு பப்ளிகேஷன்ஸ் (பி) லிட்., 669, கே.பி. சாலை, நாகர்கோவில் 629001

காலச்சுவடு வெளியீடு: 925

nekizum varaiyaRaigaL, viriyum ellaikaL padaipukal, padaipalikal, pokkukal ♦ Articles ♦ Aravindan ♦ © D.I. Aravindan ♦ Language: Tamil ♦ Kalachuvadu First Edition: December 2019 ♦ Size: Demy 1 x 8 ♦ Paper: 18.6 kg maplitho ♦ Pages: 192

Published by Kalachuvadu Publications Pvt. Ltd., 669, K.P. Road, Nagercoil 629001, India ♦ Phone: 91-4652-278525 ♦ email: publications @kalachuvadu.com ♦ Wrapper printed at Print Specialities, Chennai 600014 ♦ Printed at Mani Offset, Chennai 600077

ISBN: 978-81-943956-0-7

12/2019/S.No.925, kcp 2477, 18.6 (1) ass

கே.எம். ஆதிமூலம்

பொருளடக்கம்

	முன்னுரை: பயணத்தின் அகச் சலனங்கள்	11
1.	தமிழ் நூல்களின் வரலாறு: படைப்பூக்கம் கொண்ட பதிவு	15
2.	மரபின் வேரும் நவீன அறிவின் கிளைகளும் (கரிச்சான்குஞ்சு சிறுகதைகள்)	21
3.	சுந்தர ராமசாமி: சூழலில் கரைந்த சாரம்	27
4.	லா.ச.ரா. என்னும் அபூர்வ ராகம்	32
5.	இன்றைய புனைவுப் போக்குகள்	38
6.	நெகிழும் வரையறைகள், விரியும் எல்லைகள்	54
7.	நவீனப் பார்வையில் மகாபாரதம்	64
8.	சமகாலத்தின் மீது படரும் வரலாற்றின் அபத்தம் ('நட்ராஜ் மகராஜ்' நாவல் பற்றி)	68
9.	'எங் கதெ' சொல்லும் கதையும் சொல்லாத கதையும்	74
10.	அடையாளத்தை அழித்துக்கொள்ளும் கலைஞன் (இமையத்தின் படைப்புலகம்)	84
11.	சரோஜினிகளின் வரலாற்றுப் பயணம் (அசோகமித்திரனின் 'மணல்' குறுநாவலை முன்வைத்து)	88
12.	படைப்பு என்னும் மானசரோவர்	93
13.	கலை நிகழ்த்தும் மாயம் (வாஸந்தியின் தேர்ந்தெடுக்கப்பட்ட சிறுகதைகள் குறித்து)	99
14.	பாரதி படைப்புகள் பொதுவுடைமையான கதை	105
15.	ஒரு சிறுவன், ஒரு சிற்றூர், ஒரு உலகம் (சுகுமாரனின் 'வெல்லிங்டன்' நாவலைப் பற்றி)	107

16. விழித்திருக்கும் மனசாட்சியின் கதை (அசோகமித்திரனின் 'இந்தியா 1948' நாவல் பற்றி)	115
17. பிரபஞ்ச ராமாயணம்	118
18. அசோகமித்ரன் படைப்புலகம்: சுருக்கமான அறிமுகம்	122
19. கடலுக்கும் மணலுக்கும் நடுவில் சில தரிசனங்கள்! (அசோகமித்திரனின் கலை)	129
20. சு.ரா.வின் புனைவுலகில் பெண்கள்: ஒரு பார்வை வீச்சில்	135
21. இன்னமும் செத்துவிடாத யதார்த்தத்தின் அற்புதம்	141
22. கோவேறு கழுதைகள் –25 தனித்து நிற்கும் சாதனை	148
23. கதவுகளைத் திறக்கும் கதைகள்	156
24. தீவிர இலக்கிய உலகின் அரசியல் அற்ற அரசியல்	159
25. யார் யாரைப் புறக்கணிக்கிறார்கள்?	171
26. வைரமுத்து சொல்ல வேண்டிய பதில்கள்!	175
27. சலபதியின் பன்முக ஆளுமை: வெளிப்பட்ட கூறுகளும் வெளிப்படாத கூறுகளும்	181

முன்னுரை

பயணத்தின் அகச் சலனங்கள்

படைப்பு ஒரு சவால் என்றால் படைப்பைப் பற்றிய அலசல் வேறுவிதமான சவால். இரண்டுமே அணுகுமுறையிலும் வெளிப்பாடுகளிலும் வேறு பட்டாலும் அடிப்படையில் படைப்பூக்கம் மிகுந்த சவால்கள்தாம்.

எழுதத் தொடங்கிய காலத்திலிருந்தே இரண்டிலும் செயல்பட்டுவரும் எனக்கு இரண்டுமே உவகை அளிப்பதாகவே உள்ளன. படைப்புக்கான உந்துதல் உள்ளிருந்துவருவது என்றால் விமர்சனத்துக்கான தூண்டுதல் பல சமயம் வெளியிலிருந்து – குறிப்பிட்ட படைப்பைப் பற்றி எழுத இயலுமா என்னும் கேள்வி வாயிலாக – வருகிறது. எனினும் ஒரு படைப்பைப் பற்றி எழுதுவதற்கான உண்மையான தூண்டுதல் அகத்தில் எழவில்லை என்றால் புறத்திலிருந்து எவ்வளவுதான் நெருக்கடி எழுந்தாலும் எழுத இயல்வதில்லை. அந்த வகையில் இதுவும் படைப்பைப் போலவே மிகுதியும் அகம் சார்ந்த செயல்பாடாகவே எனக்குப் படுகிறது. இதிலுள்ள ஒவ்வொரு கட்டுரையையும் யாரோ ஒருவரின் கோரிக்கையின் அடிப்படையில் எழுதினாலும் உள்ளார்ந்த தூண்டுதல் இல்லாமல் எதுவும் உருவாகவில்லை என்பதே இந்தக் கட்டுரைகளைத் தொகுப்பதற்கான அடிப்படை நியாயமாக எனக்குப் படுகிறது.

இலக்கியம் சார்ந்த என்னுடைய நான்காவது தொகுப்பு இது. இலக்கியம், இலக்கியச் சூழல், இலக்கிய ஆளுமைகள், அபுனைவு நூல்கள் ஆகியவை குறித்த பார்வைகள் அடங்கியது. கடந்த முப்பது ஆண்டுக் கால இலக்கியப் போக்குகள்

குறித்து விரிவாக அணுகும் கட்டுரைகள் இதிலுள்ளன. நவீன இலக்கியத்தின் அரசியல் பற்றிப் பேசும் கட்டுரையும் உள்ளது. தனி நூல்கள், ஆசிரியர்கள் ஆகியவற்றைத் தாண்டி இலக்கிய இயக்கத்தின் சலனங்களை அலசும் கட்டுரைகள் கொண்ட இந்தத் தொகுப்பு அந்த வகையில் என்னுடைய பிற தொகுப்புகளினின்றும் மாறுபட்டது. பல்வேறு எழுத்தாளர்களைப் பற்றிய சுருக்கமான மதிப்பீடுகளும் இடம்பெற்றிருக்கின்றன.

அசோகமித்திரன், சுந்தர ராமசாமி, இமையம், ஆ. இரா. வேங்கடாசலபதி ஆகிய படைப்பாளிகளின் ஆக்கங்களைப் பற்றி ஒன்றுக்கும் மேற்பட்ட கட்டுரைகள் இருக்கின்றன. அந்தப் படைப்பாளிகளின் பல்வேறு பரிமாணங்களைப் பற்றி இவை பேசுகின்றன.

சில கட்டுரைகள் நாளிதழின் அவசரத் தேவைக்காக எழுதியவை என்றாலும் எழுதிய விஷயத்துக்கான நியாயம் கூடிவந்திருப்பதை மீண்டும் வாசிக்கையில் உணர முடிந்தது. லா.ச. ராமாமிர்தம் பற்றிய கட்டுரை அதற்கோர் எடுத்துக்காட்டு.

கரிச்சான்குஞ்சு, தேவிபாரதி, வாஸந்தி, பிரபஞ்சன் ஆகியோரின் படைப்புகள் பற்றிய கட்டுரைகளும், சமகால இலக்கியச் சர்ச்சைகளைக் கையாளும் கட்டுரைகளும் இத்தொகுப்பில் உள்ளன.

இக்கட்டுரைகளில், இதுவரையிலுமான என்னுடைய அலசல் முறைகளினின்றும் மாறுபட்ட முறையில் பிரதிகளை அணுகியிருப்பதாக இப்போது படித்துப்பார்க்கும்போது தோன்றுகிறது. வாசிப்பனுபவமும் பிரதியை நுணுக்கமாக ஊடுருவிப் பார்க்கும் முயற்சியும் தர்க்கமும் இணைந்த அலசல் முறை சற்றே உருமாறி, வாசிப்பினூடே மேற்கொள்ளும் பயணத்தின் அகச் சலனங்களின் வெளிப்பாடாகச் சில கட்டுரைகள் அமைந்திருப்பதை உணர முடிகிறது. அசோகமித்திரனின் மானசரோவர், மணல் ஆகிய நாவல்கள் குறித்த கட்டுரைகள், இமையத்தின் படைப்புலகம், சுகுமாரனின் வெல்லிங்டன், தேவிபாரதியின் நடராஜ் மகராஜ் ஆகியவை பற்றிய கட்டுரைகளையும் இவ்வகையில் சுட்டலாம். சுந்தர ராமசாமியின் கதைகளின் பெண்கள் குறித்த கட்டுரையும் படைப்பினூடே மேற்கொள்ளப்படும் மாறுபட்ட பயணத்தின் அடையாளமாகவே தென்படுகிறது.

வாசகர்களுக்கும் இலக்கியப் பனுவல்களுக்குமிடையேயான உறவில் சிறிதளவேனும் தாக்கம் செலுத்தக்கூடியவை இந்தக் கட்டுரைகள் என நம்புகிறேன். இலக்கியப் போக்குகள், சலனங்கள் குறித்த புரிதல்களைச் சற்றேனும் விரிவுபடுத்திச் சாரமுள்ள விவாதங்களைத் தூண்டலாம் என்னும் நம்பிக்கையும் எனக்கு இருக்கிறது. இந்த நம்பிக்கையே இந்தத் தொகுப்பு வெளியாவதற்கான நியாயம்.

தொகுப்பிலுள்ள கட்டுரைகளை வெளியிட்ட *காலச்சுவடு, இந்து தமிழ் திசை, மின்னம்பலம், புதிய தலைமுறை, அந்திமழை* ஏகிய இதழ்களுக்கும் அவற்றின் ஆசிரியர்களுக்கும் என் மனமார்ந்த நன்றி.

தமிழகத்தின் சிறந்த ஓவியக் கலைஞர்களில் ஒருவரும் நவீன தமிழிலக்கியத்துடன் நெருக்கமான, உயிரோட்டமுள்ள உறவு கொண்டிருந்தவருமான மூத்த கலைஞர் கே.எம். ஆதிமூலத்துக்கு இத்தொகுப்பைக் காணிக்கையாக்குவதில் மிகுந்த மன நிறைவடைகிறேன்.

சென்னை
02-12-2019

அரவிந்தன்

1

தமிழ் நூல்களின் வரலாறு: படைப்பூக்கம் கொண்ட பதிவு

சென்னை தினக் கொண்டாட்டங்களை ஒட்டி, சென்னை நூலகச் சங்கம் நடத்திய கூட்டத்தில் *சென்னையும் நூல்களும்* என்னும் தலைப்பில் பேச வேண்டியிருந்தது. உரையைத் தயார் செய்வதற்காகச் சில நூல்களைத் தேடியபோது ஆ.இரா. வேங்கடா சலபதியின் 'அந்தக் காலத்தில் காப்பி இல்லை' என்னும் நூலில் இடம்பெற்றிருந்த சில கட்டுரைகள் நினைவுக்கு வந்தன. அந்நூலை எடுத்துப் படிக்கையில் அண்மையில் அவர் எழுதிய ஆங்கில நூல் ஒன்றின் தலைப்பும் நினைவுக்கு வந்தது. *The Province of the Book* என்னும் அந்த நூலை உடனடியாக வாங்கிப் படிக்க ஆரம்பித்தேன். எதற்காகப் படிக்க ஆரம்பித்தேன் என்பது மறந்துபோகும் அளவுக்கு விறுவிறுப்பாக இருந்த அந்த நூலில் இருந்த பல தகவல்கள் என்னுடைய உரைக்குப் பயன்பட்டன என்பது வேறு விஷயம். தமிழ் நூல்களின் வரலாற்றை அறிந்துகொள்ள இன்றியமையாத நூல் இது என்பது தான் முக்கியமானது.

இந்திய மொழிகளில் முதன்முதலாய் (1577) அச்சிடப்பட்ட நூல் தமிழ் நூல்தான். இந்தத் தொடக்கம் ஒரு தொடர் இயக்கமாக உருப்பெறு வதற்கு முன் தமிழ் நூலாக்கம் சந்தித்த போராட்டங் களையும் அதன் பயணத்தில் ஏற்பட்ட ஏற்ற இறக்கங்களையும் இந்நூல் ஆதாரபூர்வமாக ஆவணப்படுத்துகிறது. காலனியாதிக்கக் காலத்தைத் தன் எல்லையாக வரையறுத்துக்கொண்டுள்ள இந்நூல் அந்தக் காலகட்டத்தின் சமூக, பண்பாட்டு வரலாற்றின் அபூர்வமான பதிவாகவும் விளங்குகிறது.

இந்நூல் எழுப்பிக்கொள்ளும் சில கேள்விகளைப் பார்க்கும் போதே இதன் முக்கியத்துவத்தைப் புரிந்துகொள்ளலாம்:

'1577ஆம் ஆண்டிலேயே முதல் தமிழ் நூல் அச்சிடப்பட்ட நிலையில் 19ஆம் நூற்றாண்டின் இறுதிவரையிலும் தமிழ் நூல்கள் ஏன் குறிப்பிடத்தக்க எண்ணிக்கையில் புழக்கத்தில் இல்லை? 18ஆம் நூற்றாண்டின் தொடக்கம்வரை தமிழர்கள் யாரும் ஏன் தமிழ் நூலை அச்சிடத் தொடங்கவில்லை? பண்டைய இலக்கியங்களை அச்சில் கொண்டுவந்து பாதுகாக்க வேண்டியது அவசரத் தேவை என்பது ஏன் 19ஆம் நூற்றாண்டில் உணரப்பட்டது? 16ஆம் நூற்றாண்டில் ஏன் இது உணரப்படவில்லை? தரங்கம்பாடியில் அச்சு இயந்திரம் வந்த பிறகு ஓலைச் சுவடியில் எழுதப்பட்ட 'இலக்கண விளக்கம்' என்னும் நூலைப் பத்தொன்பதாம் நூற்றாண்டில் சி.வை. தாமோதரம் பிள்ளை (முழுமையான வெற்றி இன்றி) தேடியலைய வேண்டிய கட்டாயம் ஏற்பட்டது ஏன்?'

இந்தக் கேள்விகளுக்கான பதில்களை உரிய ஆதாரங்களோடும் ஆய்வு முறைமையோடும் செறிவான தர்க்கங்களுடனும் முன்வைக்கிறது இந்நூல். தமிழ் நூல்களின் பிறப்பு, புரவலர்களின் ஆதரவில் நூல் வெளியீடு இருந்த காலகட்டம், புரவலர்களிடமிருந்து மக்களுக்கு மாறிய ஆதரவுத் தளம், நாவலின் வருகையும் அதன் தாக்கமும், நூலாசிரியர்கள், பதிப்பாளர்கள், அச்சிடுவோர் ஆகிய முப்பரிமாண அமைப்பு உருப்பெற்ற விதம், முச்சந்தி இலக்கியம் என்று சொல்லப்படும் வெளியீடுகள், நூல்களின் மீதான அரசின் கண்காணிப்பு, வாசகர்களின் தன்மை, வாசிப்பு முறைகளில் ஏற்பட்ட மாற்றங்கள் ஆகியவற்றை ஒவ்வொன்றாக ஆராய்கிறது. கடந்த 20 ஆண்டுகளில் நூல் வெளியீட்டில் நிகழ்ந்துவரும் பிரமிக்கத்தக்க மாற்றங்களை அவற்றின் தன்மைகளோடும் தகவல்களோடும் ஆவணப்படுத்துகிறது. 20ஆம் நூற்றாண்டின் இறுதியில் டிஜிட்டல் தொழில்நுட்பத்தின் வரவால் நூல் வெளியீடு பிரமிக்கத்தக்க வகையில் அடைந்த மாற்றங்களைக் கண்டு தன் எல்லைகளை விரிவுபடுத்திக்கொண்டதையும் விரிவாக அலசுகிறது.

'த ப்ராவின்ஸ் ஆஃப் த புக்' தரும் சில தகவல்கள் வாசகரிடம் வியப்பு, ஆற்றாமை, கோபம், பிரமிப்பு, பெருமிதம், வெட்கம் முதலான பல உணர்வுகளை ஏற்படுத்த வல்லவை. அவற்றில் சில வருமாறு:

தமிழ் நூல்களின் தலையெழுத்தைப் புரவலர்களின் பிடியிலிருந்து மீட்டு மக்களிடம் கொண்டுசெல்ல சுப்பிரமணிய பாரதியார், ம.வீ. இராமானுஜாசாரியார் போன்ற தனி நபர்கள்

மேற்கொண்ட முயற்சிகளை இந்நூல் விரிவாகப் பதிவுசெய்கிறது. பாரதியாரின் ஆதங்கமும் தமிழ் நூல்களின் பதிப்பு குறித்த அவரது கனவுகளும் சோக காவியத்தின் சித்திரங்களாக உருப்பெறுகின்றன. வியாச பாரதத்தைத் தமிழில் கொண்டுவந்த இராமானுஜாசாரியாரின் பிரமிக்கத்தக்க உழைப்பு ஒரு சாகசக் கதையைப் படிக்கும் அனுபவத்தைத் தருகிறது.

'பாட்டாலே இந்த வையத்தைப் பாலித்திட வேண்டும்' என்று முழங்கிய பாரதி தன் பாடல்களைப் பதிப்பிப்பதற்காக ஜமீன்தார்களிடம் கையேந்தியிருக்கிறான். பணக்காரர்களிடம் இறைஞ்சியிருக்கிறான். பாறை மீது மோதிய மட்குடத்தைப் போல அந்த மன்றாடல்கள் சிதறிய பிறகு மக்களிடம் திரும்புகிறான். தன் நூல்களை வெளியிடுவதற்காக 24 சதவீத வட்டியில் 20000 ரூபாய் கடன் கேட்டுத் தமிழ் மக்களிடம் வேண்டுகோள் விடுக்கிறான். ஒருவர்கூடக் காலணாகூடத் தர முன்வரவில்லை. அவரைக் கண்டுகொள்ளவில்லை. அதே தமிழகத்தில் 80 ஆண்டுகளுக்குப் பிறகு லட்சக்கணக்கான ரூபாய் தமிழ்ப் பதிப்புலகில் முதலீடு செய்யப்படுகிறது.

பதிப்புரிமை காலாவதியான படைப்புகளைச் சற்றே உருமாற்றி வெளியிட்டுப் பணம் ஈட்டுவதில் தமிழ்ப் பதிப்புலகின் ஒரு பிரிவினர் மும்முரமாக இருப்பதை இன்று பார்க்கிறோம். ஆனால் வியாஸ பாரதத்தைத் தமிழில் கொண்டுவர வேண்டும் என்னும் மாபெரும் சவாலை ஏற்று, அதற்காக 20 ஆண்டுகள் உழைத்து, பல்வேறு மாபெரும் தடைகளைத் தாண்டித் தன் கனவை நிறைவேற்றிய இராமானுஜாச்சாரியாரின் உழைப்பைப் பற்றி இன்று யாரும் பேசுவதில்லை. இந்த நூல் இராமானுஜாச்சாரியாரின் அசாத்தியமான சாதனையைத் துடிப்புடன் ஆவணப்படுத்துகிறது.

நூல் வெளியீட்டை மக்களிடம் கொண்டு செல்ல பாரதி மேற்கொண்ட முயற்சிகள் தோல்வி அடைகின்றன. 20ஆண்டுக் காலப் போராட்டத்திற்குப் பிறகு இராமானுஜாச்சாரியார் தன் லட்சியத்தை நிறைவேற்றுகிறார். ஆனால் இவர்கள் இருவராலும் சாத்தியப்படாதது நாவல் என்னும் வடிவினால் சாத்தியமாவதை இந்த நூல் பதிவுசெய்கிறது. நாவல் என்னும் எழுத்து வகையே வெகுஜனத் தளத்தில் வாசிப்புப் பழக்கத்தைப் பரவலாக்கியதுடன் நூல் வெளியீட்டை மக்களிடம் கொண்டுசென்றது. அதாவது புரவலர்களைச் சாராமல் மக்களைச் சார்ந்து நூல்களை வெளியிடுவதற்கான களத்தை நாவலின் வருகை உருவாக்கியது.

நாவல் தமிழுக்கு வந்ததும், அதன் தொடர்ச்சியாக நிகழ்ந்த வெகு ஜன இலக்கியத்தின் பரவலாக்கமும் இந்த மாற்றத்தைக் கற்றறிந்த பிரிவினரால் எதிர்கொள்ளப்பட்ட விதமும் தமிழ்

நூல் வெளியீட்டு வரலாற்றில் ஏற்படுத்திய தாக்கம் மிகவும் வலிமையானது. வரலாற்றின் அதிகம் அறியப்படாத இந்த அத்தியாயம் பற்றிய பதிவு இந்நூலின் முக்கிய அம்சங்களில் ஒன்று. நாவல் என்பது இன்று எழுத்தின் மிக முக்கியமான வடிவமாக ஏற்றுக்கொள்ளப்பட்டுவிட்டது. எல்லா விதமான ரசனைகளுக்கும் ஏற்ற நாவல்கள் தொடர்ந்து எழுதப்பட்டுவருகின்றன. ஆனால் நாவல் என்னும் வடிவம் தமிழுக்கு வந்தபோது தமிழின் நடுத்தர வர்க்கத்தினரும் படித்த பிரிவினரும் அதைக் கண்டு அருவருப்புக் கொள்ளும் நிலையே இருந்தது. விறலி விடு தூது போன்ற நூல்களின் பாலியல் உள்ளடக்கத்திற்கு அரசுத் தரப்பிலிருந்து எதிர்ப்பு எழுந்தபோது, இவை இலக்கியத் தரமானவை என்றும், நன்கு கற்றறிந்த பிரிவினர் மட்டுமே இதைப் படிக்க முடியும் என்றும் மலிவான விலையில் விற்கப்பட்டுப் பாமரர்களால் படிக்கப்படும் நாவல்களைத்தான் தடைசெய்ய வேண்டும் என்றும் வாதிடப்பட்டது. படைப்பில் பாலியல் சார் உள்ளடக்கத்தை விக்டோரியன் யுகத்து ஆங்கிலேயப் பண்பாடு எப்படி அணுகியதோ கிட்டத்தட்ட அதே வகையில்தான் படித்த தமிழ் வர்க்கமும் அணுகியது.

நூற்றாண்டுகளாக ஓலைச்சுவடிகளில் மட்டுமே பதிவுசெய்யப் பட்டும் படிக்கப்பட்டும்வந்த தமிழ் ஆக்கங்கள் அச்சில் வரத் தொடங்கியதும் அச்சு நூல்களுக்கு அதிகாரப் படிமமும் ஏறிக்கொண்டது. உ.வே. சாமிநாதையருக்குத் தன் ஆசிரியர் மீனாட்சி சுந்தரம் பிள்ளையவர்களிடம் இருந்த பக்தி உலகம் அறிந்தது. சாமிநாதையர் இளம் மாணவராக இருந்தபோது ஏதோ ஒரு செய்யுளில் ஆசிரியர் சொன்ன ஒரு திருத்தத்தை அவர் ஏற்கவில்லை. (அச்சிட்ட) நூலில் அப்படி இல்லையே என்று ஆசிரியரிடம் அவர் வாதிடுகிறார். அச்சில் ஏற்பட்டுள்ள பிழையை ஆசிரியர் ஆதாரபூர்வமாகச் சுட்டிக்காட்டிய பிறகே சாமிநாதையர் சமாதானமடைகிறார்.

இப்படிப் பல அரிய தகவல்களைச் சமூக, வரலாற்றுப் பின்புலத்துடனும் கூரிய பார்வையுடனும் முன்வைக்கிறது 'த ப்ராவின்ஸ் ஆஃப் த புக்'. புரவலர்களின் தயவில் இருந்த தமிழ் நூல் வெளியீடு மெல்ல மெல்ல மக்கள் சார்ந்ததாக மாறிய வரலாற்றைத் துல்லியமாக ஆவணப்படுத்தும் பகுதியை நூலின் சிறந்த பகுதியாகச் சொல்லலாம். ஒவ்வொரு கட்டத்தையும் விளக்கியபடி இந்த நூல் முன்னே செல்லச் செல்ல அந்தக் காலகட்டத்துச் சமூக, பண்பாட்டு விவரங்களும் பொருளாதார உறவுகளும் வாசகரின் கண்முன் துலங்குகின்றன.

தனி நபர்கள் எவ்வளவுதான் முக்கியப் பங்காற்றினாலும் அவர்கள் சமூக அசைவியக்கத்தின் அடையாளங்கள்தாம்.

பல்வேறு காரணிகளால் உருமாறிவரும் ஒரு பண்பாட்டுச் சூழலின் பயணங்கள் தனிநபர்களின் வரலாறுகளோடு முடிந்து விடுவதில்லை. வாசிப்பில் நிலவிவந்த பழக்கங்கள், அவற்றில் நிகழ்ந்துவந்த மாற்றங்கள், எழுத்தின் உள்ளடக்கம் வாசிப்பு முறையைப் பாதிக்கும் விதம், அச்சுத் தொழில்நுட்பம் பெற்றிருந்த அதிகாரம், நூலின் பரிணாம வளர்ச்சியில் சமயம் வகித்த பங்கு என மாற்றத்தின் பல்வேறு பரிமாணங்களும் காரணிகளும் ஆதாரபூர்வமாக முன்வைக்கப்பட்டு அலசப்படுகின்றன.

கேள்விகளோடு தன் தேடலைத் தொடங்கும் சலபதி ஆங்காங்கே கிடைக்கும் பதில்களோடு திருப்தி அடைந்து விடுவதில்லை. ஒவ்வொரு விஷயத்திலும் அடி முடி காணும் பிடிவாதத்துடன் துருவித் துருவி ஆராய்கிறார். ஆகிவந்த ஆய்வு முறைமைகளுடன் அவரது வளமான வாசிப்பனுபவமும் அயராத உழைப்பும் சேர்ந்து ஆய்வின் வீச்சையும் ஆழத்தையும் கூட்டுகின்றன. ஆய்வு முறைமைகளின் அடிப்படையிலும் தர்க்க ரீதியாகவும் அவர் கண்டடையும் முடிவுகள் வாசகரின் பிரக்ஞைக்குள் இயல்பாகப் பிரவேசிக்கின்றன. சில முடிவுகளோடு முரண்படுபவர்களும் அந்த முடிவுகள் எட்டப்பட்ட விதத்தின் மீதான மரியாதையுடனேயே தங்கள் முரண்பாடுகளை முன்வைக்கத் தலைப்படுவார்கள் என்பதில் ஐயமில்லை. அவரது முடிவுகளை முற்றாக மறுப்பவர்கள்கூட அவர் முன்வைக்கும் ஆதாரபூர்வமான தகவல்களுக்காக நன்றி செலுத்தத் தவறமாட்டார்கள். அடிக்குறிப்புகளை மட்டுமே படித்துக்கொண்டு போகிறவர்களுக்கும் அரிய தகவல்களும் அபூர்வமான வாசிப்பனுபவமும் கிடைக்கும் என்பது உறுதி.

நூலாசிரியருக்குள் இருக்கும் படைப்பாளி அவரை ஆவணப் பதிவாளரின் தட்டையான ஆர்வங்களைத் தாண்டிச் செல்லத் தூண்டுகிறார். அவரது பார்வையின் கூர்மை, அலசல்களில் சுய விருப்பு வெறுப்புக்கு இடம் கொடுக்காத அணுகுமுறை ஆகியவை அவரது முடிவுகளின் மீது மதிப்பைக் கூட்டுகின்றன. மாற்றங்களைப் பதிவுசெய்துகொண்டு போகும்போது உணர்ச்சி என்னும் அம்சம் அதற்குரிய இடம் பெற்றுவிடுவது படைப்பூக்கத்தின் விளைவு. முடிவுகளை முன்வைக்கும்போதும் கேள்விகளை எழுப்பும்போதும் உணர்ச்சிப் பிசுக்கற்ற தீவிரம் முனைப்புக்கொள்கிறது. உணர்ச்சிக்கு எங்கே இடம் கொடுக்க வேண்டும், எங்கே அதைப் புறந்தள்ள வேண்டும் என்னும் நுட்பம் அறிந்த தூரிகையின் லாகவத்தை நூலெங்கிலும் உணர முடிகிறது. இந்தச் சமநிலையே இதை சுவாரஸ்யமான வாசிப்புக்குரிய வரலாற்று நூலாக ஆக்குகின்றது.

நூலின் ஆங்கில நடை பற்றிப் பேசுமளவுக்கு எனக்கு அம்மொழியில் புலமை இல்லை. குறுகிய வரையறைக்குட்பட்ட என் ஆங்கில அறிவின் அடிப்படையில் பார்க்கும்போதுகூட ஒரு விஷயம் பளிச்சென்று தெரிகிறது. கச்சிதம் என்பது சலபதியுடைய நடையின் ஆதாரமான அம்சம். சொற்செட்டு, மிக கவனமாகத் தேர்ந்தெடுத்த சொற்பிரயோகம், குவி மையத்திலிருந்து பிறழாத இறுக்கமான வாக்கிய அமைப்பு ஆகியவற்றுடன் நடையில் வேகமும் கூடிவருவது அவரது மொழியில் உள்ள சிறப்பம்சம்.

இதில் உள்ள சில பகுதிகளை –பாரதி, இராமாநுஜாசாரியார், வெகு ஜன இலக்கியம் முதலானவை –சலபதி தமிழில் எழுதி யிருக்கிறார் என்றாலும் இந்நூலில் அவை வரலாற்றின் பின்புலத் தில் வைக்கப்பட்டுப் புதிய பொருள்களைத் தரும் வகையில் விரிவுகொள்கின்றன. பிற மொழி வாசகருக்கும் ஆய்வாளர்களுக் கும் பயன்படக்கூடிய தகவல்களோடு பின்புலம் சார்ந்த விளக்கங் களைக்கொண்டு இவை அலசப்படுகின்றன.

தமிழ் நூல் வெளியீட்டு வரலாற்றைத் துல்லியமாக அறிந்து கொள்ள இதைவிடச் சிறந்த நூல் இருக்க முடியாது என்று துணிந்து சொல்லும் அளவுக்கு விரிவானதும் ஆதாரபூர்வமானதுமான பதிவாக விளங்கும் இந்த நூல் தமிழில் வர வேண்டும் என்ற விருப்பம் எழுவது இயல்பானதுதான். ஆனால் தமிழ் நூல் வரலாற்றையும் அதற்குப் பின்னால் இருந்த அரசியல், சமூக, பண்பாட்டு, பொருளாதாரக் காரணிகளைத் தமிழர் அல்லாதவர்கள் புரிந்துகொள்ளப் பேருதவியாய் இருக்கும் நூல் என்பதால் இது ஆங்கிலத்தில் எழுதப்பட்டிருப்பது மிகவும் முக்கியமானது. தமிழ்ப் பதிப்புலகம் எவ்வளவோ வளர்ந்துவிட்ட இன்றைய நிலையிலும் தமிழ்ப் படைப்பாளிகளைச் சற்றேனும் பொறாமைகொள்ளச் செய்யும் அளவுக்கு இந்த நூலின் உருவாக்கம் நேர்த்தியாக உள்ளது.

The Province of the Book
Published by: Permanent Black
Pages: 292, Price: 795

***காலச்சுவடு*, ஜூலை 2013**

2

மரபின் வேரும் நவீன அறிவின் கிளைகளும்

(கரிச்சான்குஞ்சு சிறுகதைகள்)

இருபதாம் நூற்றாண்டின் ஆரம்பத்திலேயே தொடங்கிவிட்ட தமிழ்ச் சிறுகதைகளின் பயணம் வண்ணமிகு வரலாறாகப் பரந்து விரிந்திருக்கிறது. முப்பதுகளில் வேகம் எடுத்த தமிழ்ச் சிறுகதைகளின் வளர்ச்சி அற்புதமான பல சிறுகதைகளைத் தந்திருக்கிறது. மேற்குலகின் கொடையான சிறுகதைக் கலையின் நுட்பங்களை மிக விரைவில் தன்வயப்படுத்திக்கொண்ட தமிழ்ப் படைப்பாளிகள் அற்புதமான சிறுகதைகளைப் படைத்துத் தந்திருக்கிறார்கள். சிறுகதையின் பல்வேறு வகைமைகளையும் கூறல்முறைகளையும் பரிசோதித்துப் பார்த்த அவர்கள் பல்வேறுபட்ட கருப்பொருள்களையும் கையாண்டிருக்கிறார்கள். பரந்துபட்ட தமிழ்ச் சமூகத்திடமிருந்து அங்கீகாரமோ ஊக்கமோ கிடைக்காதபோதும் பெரும் உத்வேகத் துடனும் படைப்பூக்கத்துடனும் செயல்பட்ட அந்த முன்னோடிகளில் ஒருவர் கரிச்சான்குஞ்சு என்கிற ஆர். நாராயணசாமி.

'பசித்த மானுடம்' என்னும் நாவலுக்காகவே மிகுதியும் நினைவுகூரப்படும் கரிச்சான்குஞ்சு சிறுகதை களிலும் குறிப்பிடத்தக்க பங்களிப்பைச் செலுத்தி யிருக்கிறார் என்பது சிலருக்குப் புதிய செய்தியாக இருக்கலாம். மரபில் அழுத்தமாகக் காலூன்றி நிற்கும் இவர், நவீன வாழ்வை மரபின் கண் கொண்டும் மரபை நவீன அறிவின் கண்கொண்டும் பார்ப்பதன் தடயங்களாக இவரது சிறுகதைகள் இருக்கின்றன. கரிச்சான்குஞ்சு விஷயத்தில் மரபு என்று சொல்லும் போது தமிழ் மரபு மட்டுமின்றி இந்து சமயம்

சார்ந்த இந்தியத் தத்துவ மரபையும் சமூக மரபையும் சேர்த்தே புரிந்துகொள்ள வேண்டும். இந்தியத் தத்துவத்தில் ஆழ்ந்த புலமை கொண்டு மார்க்ஸியக் கொள்கைகளின்பால் ஈர்க்கப்பட்டாலும் இந்திய மரபு சார்ந்த மார்க்ஸியராகவே தன் படைப்புகளில் வெளிப்படுகிறார்.

சமூக ஏற்றத்தாழ்வுகள், சுரண்டல்கள் ஆகியவற்றைத் தீவிரமான விமர்சனப் பார்வையுடன் அணுகி அதன் மரபுக்குள்ளேயே அவற்றுக்கான தீர்வுகளைத் தேடுகிறார். இந்தியக் குடும்ப அமைப்பு, சமூக அமைப்பு ஆகியவற்றின் மீது கரிசனம் கொண்டவராகவே வெளிப்படுகிறார். யதார்த்தத்தை அணுகுவதில் கறாரான விமர்சனப் பார்வையைக் கொண்டுள்ள போதிலும் அடிப்படைகளைத் தகர்ப்பதைக் காட்டிலும் இருக்கும் கட்டுமானத்தைச் செப்பனிட்டு மெருகேற்றுவதிலேயே இவரது கவனம் குவிமையம் கொள்கிறது. பித்தப் பசி, ரத்தச் சுவை முதலான கதைகளில் சுரண்டல்மயமான அமைப்பை விமர்சனத்துக் குள்ளாக்குகிறார். 'குசமேட்டுச் சோதி' போன்ற சில கதைகளில் போலி ஆன்மிகத்தையும் பக்தியின் செக்குமாட்டுத்தனத்தையும் அம்பலப்படுத்துகிறார். 'இடம்' என்னும் கதையில் குடும்ப உறவுகளில் நிலவும் போலித்தனங்களையும் சுயநலப் போக்கை யும் உரித்துக் காட்டுகிறார். உயிராசை, யார் சமத்து, குபேர தரிசனம், தங்கக் கழுகு போன்ற சில கதைகளில் மரபுவழிப் பட்ட பார்வையைத் தத்துவக் கண்ணோட்டத்துடன் வெளிப் படுத்துகிறார்.

இவரைப் பொறுத்தவரை சமூக மறுமலர்ச்சி என்பது தலைகீழ்ப் புரட்சி அல்ல. நவீன அறிவையும் விழிப்புணர்வையும் கொண்டு மரபைச் செப்பனிட்டுக் காலத்துக்கேற்பத் தகவமைத்துக் கொள்வது. மரபின் மீதான விமர்சனம் கூர்மையாக இருக்கும் அதே வேளையில் மரபின் பல கூறுகள் மீதான மரியாதையும் அழுத்தமாக இருக்கிறது. "மனிதத்தனம் என்பது குலம் கோத்திரம் சடங்கு சம்பிரதாயங்களைக் குழி தோண்டிப் புதைப்பதல்ல" என்று தெளிவாகவே சொல்கிறார்.

கலை, இலக்கியம், தத்துவம், வாழ்க்கையை அணுகும் விதங்களில் மரபின் கூறுகள் இவர் கதைகளில் மதிப்புடன் எதிர்கொள்ளப்படுகின்றன. சமூக அமைப்பில் இருக்கும் ஏற்றத்தாழ்வுகள், சுரண்டல்கள், போலித்தனம் ஆகியவை விமர்சனத்துக்குள்ளானாலும் மரபின் அடிப்படைகளில் இவற்றுக் கான வேர்களைக் காணும் பார்வை இவருக்கு இருப்பதை இக்கதைகள் காட்டவில்லை. அதே சமயம், போலித்தனத்தைத் தோலுரிக்கும்போது சமயம் சார்ந்த போலித்தனங்களை கருணையோடு அணுகுவதுமில்லை.

வாழ்வின் பொருள் குறித்த தத்துவ விசாரணை இவரின் கதைகளில் பரவலாக விரவிக் கிடக்கிறது. சமகால வாழ்வின் பின்னணியிலும் அதன் எல்லைகளைக் கடந்த தளத்திலும் இது வெளிப்படுகிறது. இந்தியத் தத்துவங்களில் ஆழ்ந்த புலமையும் மனத்தோய்வும் கொண்டிருப்பதால் சமகால வாழ்வினைத் தத்துவக் கண்ணோட்டத்துடன் இவர் பார்ப்பதில் ஆச்சரியம் இல்லை. அதற்குச் சான்றாக விளங்கும் கதைகள் தொகுப்பில் உள்ளன. ஆனால் இந்தியத் தத்துவத்தின் முக்கியமான கூறு ஒன்றைச் சமகாலச் சிந்தனையின் கண்கொண்டு விமர்சன பூர்வமாகப் பார்க்கும் 'மானுடம் வென்றதம்மா' என்னும் கதை ஆச்சரியம் அளிக்கிறது. ராஜ ரிஷி என்று போற்றப்படும் ஜனக மகாராஜாவின் தத்துவத்தைப் புலம் சார்ந்த, பொருள் சார்ந்த கண்ணோட்டத்தில் கூர்மையாக எதிர்கொள்ளும் இடத்தில் கரிச்சான்குஞ்சுவுக்குள் இருக்கும் மாற்றுச் சிந்தனையின் தேடல் பளிச்சிடுகிறது. பேதங்களைக் கடந்த வேதாந்த மனநிலையை எய்தியதாகச் சித்திரிக்கப்படும் ஜனகனின் படிமத்தை ஒரு பெண்ணின் மூலம் அசைத்துப் பார்க்கும் கரிச்சான்குஞ்சு இதன் மூலம் காலம், இடம், புலன்கள், மனம் ஆகிய எல்லைகளுக்குட் பட்ட மனித வாழ்வில் பரிபக்குவம் என்னும் சொல்லுக்கு இடம் இருக்க முடியுமா என்னும் கேள்வியை அழுத்தமாக எழுப்புகிறார். ஜனகனின் பீடத்தை அசைக்கும் பெண்ணின் தரப்பில் அவர் பார்வை சாய்வுகொண்டாலும் இறுதித் தீர்ப்பு எதையும் எழுதாமல் விவாதத்தின் சரடைத் திறந்த நிலையில் விட்டுவிடுவதன் மூலம் சிறுகதையின் கலை அமைதியையும் காப்பாற்றிவிடுகிறார். கரிச்சான்குஞ்சுவின் முக்கியமான கதை களில் ஒன்று இது.

சற்றே நாடகீயமான தன்மையைக் கொண்டிருக்கும் குசமேட்டுச் சோதி குறிப்பிட்டுச் சொல்ல வேண்டிய இன்னொரு கதை. விசித்திரமான சாமியார்களும் அவர்களுக்கான பிரத்யேக பக்தர்களும் மலிந்திருக்கும் நமது சமூகத்தில் இத்தகைய போக்கு களின் உள்ளீடற்ற தன்மையைப் பரிகசிப்போடு சித்திரிக்கும் கதை இது. சராசரி மனிதர்களின் பலவீனத்தையும் அந்தப் பலவீனத்தைப் பயன்படுத்திக்கொள்ளும் சில புத்திசாலிகளையும் சமூகத்தில் செயல்படும் மந்தையாட்டு அணுகுமுறையையும் இந்தக் கதை அம்பலப்படுத்துகிறது.

இடம் என்னும் கதை எதிர்கொள்ளவே அதிர்ச்சி தரும் யதார்த்தத்தை அலட்டிக்கொள்ளாமல் கையாள்கிறது. பொருள் சார்ந்த நன்மைகளுக்காக ஒழுக்க மதிப்பீடுகளையும் உறவுகளில் நேர்மையையும் சர்வசாதாரணமாகத் துறக்கும் ஒரு குடும்பத்தைப் பற்றிய இக்கதை அம்மாவுக்கும் பெண்ணுக்கும் இடையே

இருக்கும் உறவின் மீது பொதுமனத்தில் கட்டமைக்கப்பட்டுள்ள சில பிம்பங்களை அனாயாசமாகக் கட்டுடைக்கிறது. நிலைமை கை மீறிச் செல்லும் நேரத்தில் நிகழும் விழிப்புணர்வின் தருணமும் கலை அமைதி கூடி வெளிப்படுகிறது. ஒரு பெண் தன் அம்மாவை மூர்க்கத்தனமாகத் தாக்கும் காட்சியிலிருந்து தொடங்கும் இக்கதை அந்த வன்முறைக்கான காரணங்களைப் பின்னோக்கு உத்தியில் சொல்கிறது. ஒரு தலைமுறை தாண்டி விரியும் பின்னோட்டம், தொடங்கிய புள்ளிக்கு வரும்போது பல அதிர்ச்சிகளையும் ஆச்சரியங்களையும் வாசகர்கள் கடந்து வந்திருப்பார்கள். வன்முறை தொடங்கிய புள்ளிக்குத் திரும்பும் கதை அதிலிருந்து மேலும் வன்முறைக்கோ வன்மத்துக்கோ செல்லாமல் அமைதியை நோக்கிச் செல்கிறது. அரிவாள்மணை மகளின் கையிலிருந்து அம்மாவை நோக்கிப் புறப்பட்ட தருணம் அம்மாவுக்கும் பெண்ணுக்குமான விழிப்புணர்வுத் தருணமாக மாறும் அற்புதம் நம்பகத்தன்மையோடு உருப்பெறுகிறது. கரிச்சான்குஞ்சுவின் முக்கியமான கதைகளில் இதுவும் ஒன்று.

தத்துவம், சமூகம், கலை ஆகிய பின்புலங்களோடு மனித வாழ்வை ஆராயும் கரிச்சான்குஞ்சு பல விதமான கதைமாந்தர்களையும் வாழ்நிலைகளையும் தன் கதைகளில் கொண்டுவருகிறார். பணக்காரர்களின் போலி பக்தி, கலையின் உள்ளார்ந்த ஆற்றல், குழந்தைகளின் உலகம், ஒரு பொருள் தொலைந்துபோவதால் ஏற்படும் மன அவசம் ஏற்படுத்தும் மாற்றங்கள் முதலான பல அம்சங்கள் இவரது கதைகளின் கருப்பொருள்களாகின்றன.

உளவியல் கூறுகள் இவரது கதைகளின் முக்கியமான அம்சங்களில் ஒன்று. மன ஓட்டத்தைப் பின் தொடர்வதில் துல்லியமும் நுட்பமும் கூடிவந்திருக்கும் இவருக்குச் சிக்கலான உணர்வுகளை மொழிவழிப்படுத்தும் திறனும் வசப்பட்டிருக்கிறது. 'ஒட்டாத செருப்பு' என்னும் கதையில் இதைக் காணலாம். நாத்திகம் பேசும் ஒரு பெரிய மனிதர் கடவுளின் சன்னிதியில் முடியைக் காணிக்கை கொடுக்க வேண்டிய நிர்ப்பந்தத்தைப் பற்றி அங்கதச் சுவையுடன் பேசும் இளவரசு கதையில் அந்தப் பெரிய மனிதரின் கைத்தடிகளின் மந்தையாட்டு உளவியல் கச்சிதமாகச் சித்திரிக்கப்பட்டுள்ளது.

'குபேர தரிசனம்' கதை, இன்றைய வாழ்வு குறித்து கரிச்சான்குஞ்சு தரும் பிரக்ஞை. மதிப்பீடுகள், சம்பிரதாயம், மனித நடத்தையின் விசித்திரங்கள் ஆகியவற்றைச் சந்தர்ப்ப சூழல்களின் பின்னணியில் வைத்துக் காட்டுவதன் மூலம் சமகால வாழ்வைப் பரிசீலனைக்கு உட்படுத்துகிறார்.

வரலாற்றின் தடங்களிலும் மிக இயல்பாக நடைபோடுகிறார். 'உறவு முள்' போன்ற சில கதைகளை இதற்கு உதாரணமாகச்

சொல்லலாம். இடம் கதையைப் போலவே இதிலும் சந்தர்ப்ப சூழல்களாலும் ஆசை அபிலாஷைகளாலும் சிதையும் வாழ்க்கையின் மாற்றங்களை வீரியத்துடன் சொல்கிறார்.

'மருந்து உண்டா?' என்னும் கதை சில மனிதர்கள் வாழ்க்கை தரும் அடிகளிலிருந்து பாடம் கற்பதே இல்லை என்பதைச் சொல்கிறது. பழக்கத்தின் தடத்தில் சரிந்துவிழும் அறிவின் தோல்வியை யதார்த்தத்தின் பின்புலத்தில் வைத்துச் சித்திரிக்கிறது.

○

கரிச்சான்குஞ்சுவின் மொழி, புலமையால் வலுப்பெற்ற மொழி. அதே சமயம் மக்களிடமிருந்து அன்னியப்படாத நடைமுறை சார்ந்த மொழி. தத்துவ விசாரம், சம்பிரதாய விளக்கம், உளவியல் விவரணை, அழகின் வர்ணனை, நிகழ்வுகளின் பதிவுகள் ஆகியவற்றில் முறைசார் உரைநடையைப் பயன்படுத்தும் கரிச்சான்குஞ்சு உரையாடல்களிலும் பெருமளவில் எழுத்து நடையையே கையாள்கிறார். மிகச் சில இடங்களில் மட்டுமே எட்டிப் பார்க்கும் வட்டார வழக்கு விரைவிலேயே முறைசார் வழக்குக்கு வழிவிட்டு ஒதுங்கிக்கொள்கிறது. கரிச்சான்குஞ்சுவுக்கு வட்டார வழக்கைப் பயன்படுத்துவதில் விசேஷமான ஈடுபாடு இல்லை என்பதாகவே இதைப் புரிந்துகொள்ள முடிகிறது. உள்ளார்ந்த தொனிகள் கொண்ட இவரது மொழியில் குசும்புக்கும் கூர்மைக்கும் குறைவில்லை.

கதை கூறும் மொழியிலோ கதையின் கட்டமைப்பிலோ இவர் சிறப்பான கவனம் செலுத்துவதில்லை. இயல்பாகக் கதையைச் சொல்லிக்கொண்டு போகிறார். கதை போகும் வேகத்துக்கு ஏற்ப நடை மாறுகிறது. உரையாடல்களிலும் உணர்ச்சிக் கொந்தளிப்புகளிலும் கதையின் வளர்ச்சி துள்ளி ஓடுகிறது. தத்துவ விசாரணைகளில் நிதானமும் தீவிரமும் கொள்கிறது. சுரண்டலைச் சாடும்போது ஆவேசம் கொள்கிறது. வர்ணனைகளில் லயித்து நிற்கிறது. குறிப்பாக இயற்கை வர்ணனை, பெண்களின் அழகு வர்ணனை.

சிறுகதைக்கே உரிய கவித்துவ உச்சத்துடன் கூடிய கச்சிதமான முடிவு பற்றி இவர் அலட்டிக்கொள்வதில்லை என்றாலும் பெரும்பாலான கதைகளில் சிறுகதையின் அமைதி இயல்பாகக் கூடிவந்திருக்கிறது. சில கதைகள் திறந்த முடிவைக் கொண்டதாகவும் உள்ளன. சட்டம், சாத்திரம், சம்பிரதாயம் என்னும் கதை இதற்கு உதாரணம்.

தஞ்சாவூர், கும்பகோணம் ஆகிய பகுதிகளையே பெரும்பாலும் தன் கதைக் களமாகக் கொண்டிருக்கும் கரிச்சான்குஞ்சு, அப்

பகுதியில் பிராமணர்களின் வாழ்வையே அதிகம் பிரதிபலிக்கிறார். இவர்களது வாழ்வினூடாகவே மாறிவரும் காலத்தையும் மாறாத அம்சங்களையும் பதிவுசெய்கிறார். இருபதாம் நூற்றாண்டின் முற்பகுதியில் இந்தப் பகுதிகளில் வாழ்ந்த பிராமணர்களுடைய வாழ்வின் கோலங்களை அறிவதற்கான தரவுகளில் ஒன்றாக இவர் கதைகளைக் காணலாம்.

பிற சாதியினரும் பிற கதைக் களங்களும் அவையவைக்கான நியாயங்களோடும் நம்பகத்தன்மையோடும் இவரது கதைகளில் பதிவுசெய்யப்பட்டுள்ளது. நெரிசலான ரயில் நிலையம் ஒன்றில் சிக்கித் தவிக்கும் ஏழை எளிய மக்களின் துயரங்களைச் சித்திரிக்கும் எது நிற்கும், இடை நிலைச் சாதிக் குடும்பம் ஒன்றின் கதையைக் கூறும் பெண்சாதி ஆகிய கதைகளில் வேறு விதமான கரிச்சான் குஞ்சுவைக் காணலாம். தனக்கு நேரடி அனுபம் இல்லாத அல்லது குறைவாக உள்ள வாழ்க்கையையும் சூழல்களையும் சித்திரிக்கும் போது வெளியிலிருந்து அவற்றை அணுகாமல் உள்ளிருந்து பார்க்கும் கோணத்தில் சித்திரிப்பது கரிச்சான்குஞ்சுவின் கலையின் மீதான மதிப்பைக் கூட்டுகிறது. இந்தக் களங்களில் அவர் மேலும் அதிகமாகப் பயணம் செய்திருந்தால் அவருடைய படைப்புலகில் முற்றிலும் புதியதொரு பரிமாணம் உருப்பெற்றிருக்கும்.

கரிச்சான்குஞ்சுவின் பரிகாசத்துக்கு யாரும் தப்ப வில்லை. குசமேட்டுச் சோதி பக்தர்களின் அபத்தத்தைப் பரிகசிக்கிறது என்றால் 'இளவரசு' போன்ற சில கதைகள் மறுமலர்ச்சிக்காரர்களின் அணுகுமுறையைப் பகடி செய்கின்றன.

○

ஒட்டுமொத்தமாகப் பார்க்கும்போது கரிச்சான்குஞ்சுவின் கதைகளை வாழ்வின் நிலையையும் பொருளையும் புரிந்துகொள்ள விரும்பிய ஒரு கலைஞனின் தேடலின் தடயங்கள் என்று சொல்லலாம். தத்துவ விசாரம், சமூக விமர்சனம், வாழ்வின் புதிர்கள் குறித்த குழப்பமும் வியப்பும், பழமைக்கும் நவீனத்துவத் திற்கும் இடையிலான ஊடாட்டம் எனப் பல்வேறு தளங் களில் வெளிப்படும் கரிச்சான்குஞ்சுவின் சிறுகதைகள் தமிழ் இலக்கியத்தின் முக்கியமான பரிமாணங்களில் ஒன்று. இந்தப் பரிமாணத்தின் பல்வேறு கூறுகளைப் பிரதிநிதித்துவப்படுத்தும் சுவடுகளைத் தொகுக்கும் முயற்சியே இந்தத் தொகுப்பு.

அக்டோபர் 14, 2013
(கரிச்சான்குஞ்சுவின் தேர்ந்தெடுக்கப்பட்ட
கதைகளின் தொகுப்புக்கு எழுதப்பட்ட முன்னுரை.
நூல் தலைப்பு: 'எது நிற்கும்?'; வெளியீடு: காலச்சுவடு)

3

சுந்தர ராமசாமி:
சூழலில் கரைந்த சாரம்

அரை நூற்றாண்டுக்கும் மேலாக எழுதிவந்த சுந்தர ராமசாமியின் ஆக்கங்களாகச் சுமார் ஐயாயிரம் பக்கங்கள் நம் முன் விரிந்திருக்கின்றன. சிறுகதைகள், கவிதைகள், நாவல்கள், விமர்சனங்கள், இதர கட்டுரைகள், மொழிபெயர்ப்புகள், பத்திகள், கேள்வி – பதில்கள், அனுபவப் பதிவுகள், உரைகளின் பதிவுகள் என எழுத்தின் பல்வேறு வகைமைகளும் காணக் கிடைக்கின்றன. இத்தனையும் சேர்ந்து அவரது பங்களிப்பாக நமக்கு விட்டுச் சென்றிருப்பது என்ன?

கவிதைகள் உள்ளிட்ட அவரது படைப்புகள் யாவும் படைப்பைத் தீவிரமான செயல்பாடாகக் கருதிச் செயல்பட்ட ஒரு படைப்பாளியின் பயணத் தடங்கள். தீவிரமும் ஆழமும் கூடிய படைப்பை மட்டுமே தர வேண்டும் என்னும் முனைப்பு சு.ரா.வின் படைப்புகளின் ஆதார சுருதி. படைப்பிற்குள் வெளிப்படும் தேடலும் விசாரணையும் ஒருபுறம் இருக்க, படைப்பின் வடிவத்திலும் கூறல் முறையிலும் தொடர்ந்து தன்னைப் புதுப்பித்துக்கொண்டே இருந்தது சு.ரா.வின் படைப்பாளுமையின் முக்கிய மானதொரு கூறு. 'ஜே.ஜே.: சில குறிப்புகள்' நாவலும் பல்லக்குத் தூக்கிகள் முதலான சில கதைகளும் தமிழ்ப் படைப்புகளின் வடிவப் போக்கில் பெரும் உடைப்பை ஏற்படுத்தியவை.

தீவிரம், அழகியல், மொழி நேர்த்தி, கலை அமைதி ஆகிய கூறுகள் இவரது பெரும்பாலான படைப்புகளில் இசைவுடன் பொருந்தியிருக்கின்றன. நுட்பமான வேலைப்பாடுகள் நிறைந்த தேர்ந்த சித்திரம்போல இவரது பல படைப்புகள் உருப்பெற்றிருக்கின்றன. காணுந்தோறும் பலவித வடிவங்களில் தன்னை வெளிப்படுத்திக்கொள்ளும் சித்திரங்கள் இவை. எனவே இவை திரும்பத் திரும்ப வாசிக்கப்படுகின்றன. தன் படைப்புகளின் வீச்சையும் எல்லைகளையும் தொடர்ந்து விஸ்தரித்துக்கொண்டேவந்ததன் மூலம் சூழலில் தொடர்ந்து சலனங்களையும் சவால்களையும் எழுப்பிவந்தார் சு.ரா.

அற்புதமான படைப்புகளைத் தந்த இவர், விமர்சனத் துறையிலும் தீவிரமாக இயங்கிவந்தார். அவர் எழுதிய விமர்சனங்கள் தமிழ் விமர்சனத்தின் போக்கையே மாற்றியிருக்கின்றன. புதுமைப்பித்தன், மு. தளையசிங்கம், அகிலன், க.நா. சுப்பிரமணியன். ஜி. நாகராஜன், வண்ணதாசன், மௌனி, காசியபன், ஷண்முக சுந்தரம் முதலான படைப்பாளிகளை மதிப்பிட்டு அவர் எழுதிய கட்டுரைகள் தமிழின் விமர்சனப் போக்கில் ஆழமான தாக்கங்களை ஏற்படுத்தின.

தரமான எழுத்து என்றால் என்ன என்னும் கேள்வி இன்றளவிலும் முன்வைக்கப்படுகிறது. எது மேலான இலக்கியம்? இலக்கியத்தில் கருத்துக்களுக்கான இடம் எது? சமூக மாற்றம் காண விழையும் எழுத்துக்களை எப்படி வகைப்படுத்துவது? எழுத்தாளரின் சமூகப் பொறுப்பு என்ன? – இது போன்ற பல கேள்விகள் தொடர்ந்து முன்வைக்கப்படுகின்றன. இந்தக் கேள்விகளுக்கான தெளிவான பதில்களைச் சொல்லாமல் பரந்துபட்ட மக்களுடன் இலக்கியம் குறித்துப் பேச முடியாது. இந்தக் கேள்விகளுக்கான பதில்களை சுந்தர ராமசாமியின் தொடக்ககாலக் கட்டுரைகளில் காணலாம்.

எளிய அடிப்படைகளோடு நின்றுவிடாமல் நுட்பமான தளத்திலும் தனது விமர்சன மதிப்பீடுகளை சு.ரா. முன்வைத்தார். இலக்கியத்தை மதிப்பிடும்போது படைப்புக்கும் வாழ்வுக்கும் இடையிலான உறவுக்கு முக்கியத்துவம் அளித்தார். யதார்த்தத்தை மறுஆக்கம் செய்வதற்கும் படைப்பாளி தன் குறுகிய தேவைகளுக்கேற்ப யதார்த்தத்தைத் திரிப்பதற்கும் இடையே உள்ள வேறுபாட்டை அம்பலப்படுத்தினார். மேலோட்டமான அணுகுமுறையை முற்றாக நிராகரித்தார். யதார்த்தத்தின் வீரியத்தைக் குறைக்கும் மேலோட்டமான அழகியலையும் புறமொதுக்கினார். நல்ல எழுத்து போலத் தோற்றம் தரும் போலிகளைத் துல்லியமாக

இனம்காட்டினார். தனது முடிவுக்கான காரணங்களையும் அவர் முன்வைத்தார்.

சு.ரா. முன்வைத்த அளவுகோல்களும் சொல்லாடல்களும் விமர்சன முறைமைகளும் பலரது விமர்சனங்களில் இயல்பாக இடம்பெறத் தொடங்கின. அழகியல் சார்ந்தும் தர்க்கபூர்வமான அலசலின் அடிப்படையிலும் இவர் முன்வைத்த விமர்சனங்கள் சூழலில் இன்றளவிலும் தாக்கத்தை ஏற்படுத்திவருகின்றன. படைப்பை அணுகுவதில் அடிப்படையான சில அம்சங்களை நிலைநிறுத்தியதும் அவற்றைப் பொதுவான அளவுகோல்களாக மாற்றியதும் இவரது முக்கியமான பங்களிப்புகள்.

சு.ரா. மொழியில் ஏற்படுத்திய தாக்கம் அவர் கருத்தளவில் ஏற்படுத்திய தாக்கத்தைக் காட்டிலும் முக்கியமானது என்று சொல்லலாம். அழகும் நேர்த்தியும் கொண்ட அவரது மொழி தமிழ் நடையை நவீனப்படுத்துவதில் முக்கியப் பங்காற்றியிருக்கிறது. அவர் தேர்ந்தெடுத்த சொற்கள், சொற்சேர்க்கைகள், புதுமையான உதாரணங்கள், புதிய வாக்கிய அமைப்புகள் ஆகியவை நவீனத் தமிழுக்கு வளம் சேர்த்திருக்கின்றன. மொழியை அலங்காரப் படுத்தாமலேயே அழகுபடுத்த முடியும் என்பதைக் காட்டியவர் அவர். மேலோட்டமான அடுக்கு மொழி சமத்காரங்களைத் தவிர்த்து மொழியின் உள்ளார்ந்த அழகை அதன் அர்த்தம் சார்ந்து வெளிப்படுத்தியவர் சு.ரா. அவரைப் போலவே எழுதப் பலரும் முனைந்தது அவரது நடையின் தாக்கத்துக்குச் சிறந்த சான்று.

எழுத்தில் மட்டுமல்லாது எழுத்து சார்ந்த பிற செயல்பாடு களிலும் தொடர்ந்து ஈடுபட்டவர் சு.ரா. 'காகங்கள்' என்னும் இலக்கிய அமைப்பை அவர் நடத்திவந்தார். இது இலக்கிய விவாதங்களுக்கும் உரையாடலுக்குமான வெளியாக இருந்தது. அவரால் தொடங்கப்பட்ட காலச்சுவடு இதழும் அதில் அவர் முன்வைத்த கனவுகளும் மேற்கொண்ட முயற்சிகளும் சூழலில் ஆழமான தாக்கங்களை ஏற்படுத்தின. பல்வேறு துறைகளைச் சார்ந்த ஆளுமைகளுடனும் பல வாசகர்களுடனும் அவர் கொண்டிருந்த உயிரோட்டமுள்ள தொடர்பு அவரது இலக்கியச் செயல்பாட்டின் முக்கியமான பகுதி. அவர் அளவுக்கு இலக்கிய நட்புகளைப் பேணிய இன்னொரு தமிழ் ஆளுமையை அடையாளம் காட்டிவிடுவது எளிதல்ல. இந்த உறவுகள் மூலம் அவர் நிகழ்த்திவந்த உரையாடல்களும் கடிதப் போக்குவரத்து களும் அவரது இலக்கியச் செயல்பாடுகளின் முக்கியமான பகுதிகளாக இருக்கின்றன. வயது, இனம், சாதி, மதம், வர்க்கம், வட்டாரம் என எந்த வேறுபாடும் அற்று இவர் பேணிவந்த இந்த

நட்புகள் மனித உறவுகள் சார்ந்த இவரது ஆழ்ந்த அக்கறையின் வெளிப்பாடுகள். இலக்கிய அமைப்புகள், நட்புகள் மூலம் தொடர்ந்த உரையாடல்களை இடையறாமல் நிகழ்த்திவந்தார் சு.ரா. இந்த உரையாடல்களின் சலனங்கள் பல்வேறு தளங்களில் பல்வேறு விதங்களில் ஏற்பட்டுவந்தன.

சு.ரா.வின் ஆக்கங்களில் எந்தப் பக்கத்தைப் புரட்டினாலும் வாழ்வு குறித்த விசாரணையும் சூழல் குறித்த கரிசனமும் துலங்குகின்றன. சமரசமற்ற தீவிரம், கறாரான விமர்சனம், சலுகைகளைக் கோராத சுய விமர்சனம், விரிவும் ஆழமும் காணும் தேடல், யதார்த்தப் பார்வை, அழகியல், அனைத்திலும் சமத்துவம் காணும் விழைவு, மண் சார்ந்த நோக்கு, உலக அறிவின் கூறுகள் அனைத்தும் தமிழுக்கு வர வேண்டும் என்னும் ஆர்வம், காலத்தோடு சேர்ந்து செல்லும் யத்தனம், உலகளாவிய பார்வையை வளர்த்துக்கொள்வதற்கான வேட்கை, அடிப்படை மதிப்பீடுகளைப் பேணுவதில் ஆத்மார்த்தமான ஈடுபாடு, சாதனைகளையும் புதிய திறமைகளையும் இனம்கண்டு அங்கீகரித்தல் ஆகியவற்றை இவரது ஆக்கங்களின் முக்கியமான கூறுகளாகச் சொல்லலாம். தனது சாதனைகளில் தானே மயங்கிவிடாதிருத்தல், பழைய சாதனைகளை மீண்டும் மீண்டும் நிகழ்த்திப் போலித் திருப்தியில் அமிழ்ந்திருப்பதைத் தவிர்த்தல் ஆகிவற்றுக்கு இவர் மிகுந்த முக்கியத்துவம் அளிக்கிறார். இந்த அளவுகோல்களின் அடிப்படையில் தமிழ்ச் சூழலை எடைபோட்டுப் பார்க்கும்போது கிடைக்கும் முடிவுகள் ஏற்படுத்தும் உணர்வுகள் என்னவாக இருக்கும் என்பதை யோசித்துப் பார்க்கும்போது இந்த அளவுகோல்களின் சமகால முக்கியத்துவத்தை உணரலாம்.

சுந்தர ராமசாமி முற்போக்கு எழுத்தாளராகத் தன் எழுத்து வாழ்வைத் தொடங்கியவர். அவரது அனுபவங்களும் தேடலும் அவரது எழுத்தின் திசைவழியை மாற்றியபடி இருந்தன. எந்த ஒரு குறிப்பிட்ட வரையறைக்குள்ளும் சிக்காமல் தன் எழுத்தைத் தொடர்ந்த அவர், வாழ்நாள் முழுவதும் சாதி, சமயம் ஆகியவற்றைக் கடந்தவராகவே இருந்தார். சாதி, சமயச் சடங்குகள் எதுவும் இன்றி வாழ்ந்த அவருடைய மரணமும் சடங்குகள் அற்றதாகவே இருந்தது. அவரது வாழ்வும் மரணமும் நமக்குச் சொல்லும் சேதிகள் அவரது படைப்புகளைப் போலவே முக்கியத்துவம் வாய்ந்தவை.

பிரகடனங்களைக் காட்டிலும் செயல்பாடுகளில் நம்பிக்கை, எழுத்தை ஆத்மார்த்தமானதும் தீவிரமானதுமான செயல்பாடாகக் கருதுவது, எங்கும் எதிலும் சமரசமற்ற அணுகுமுறை, போலித்தனங்களுக்கு எதிரான குரல், எதைச் செய்தாலும்

அதைப் புதியதாகவும் சிறப்பாகவும் செய்ய வேண்டும் என்னும் வேட்கை, தொடர்ந்து தன்னைப் புதுப்பித்துக்கொண்டே இருத்தல், நேர்த்தியும் அழகும் கவனமும் கூடிய மொழி ஆகியவற்றை சுந்தர ராமசாமியின் முக்கியமான பங்களிப்புகளாகச் சொல்லலாம். தொடர்ந்து தமிழ்ச் சூழலில் தாக்கத்தை ஏற்படுத்திவரும் அம்சங்கள் என்னும் வகையில் இவை கூடுதலான முக்கியத்துவம் பெறுகின்றன.

இன்று வெகுஜன ஊடகங்களில் ஏற்பட்டுள்ள பல்வேறு ஆரோக்கியமான சலனங்களுக்கான செயல்பாட்டை முன்னெடுத்தவர்களில் முக்கியமானவர் சுந்தர ராமசாமி. இவற்றுக்குப் பின்னால் இருக்கும் மதிப்பீடுகளையும் அவற்றை முன்வைத்த குரலையும் தனித்துக் காண இயலாத வகையில் இவை சூழலில் கலந்துவிட்டன. அந்த அளவுக்குத் தன் சூழலைப் பாதித்திருப்பதே சு.ரா.வின் ஆகப்பெரிய பங்களிப்பு என்று சொல்லலாம்.

அக்டோபர் 2013
***தி இந்து* (தமிழ்)**

4

லா.ச.ரா. என்னும் அபூர்வ ராகம்

நவீன தமிழ் எழுத்து பெரும்பாலும் வெகுமக்களின் ரசனை எல்லைக்கு வெளியில்தான் இருந்துவருகிறது. கேளிக்கையை முதன்மைப்படுத்தாத எந்த வெளிப்பாடும் சிறிய குழுவுக்குள் மட்டுமே புழங்குவது தவிர்க்க இயலாததுதான் என்பதால் இதில் எந்த ஆச்சரியமும் இல்லை. நவீன எழுத்தின் சில பகுதிகள் புரிவதில்லை என்பது பெருவாரியான மக்களின் புகார். அத்தகைய புரியாத எழுத்தின் முதன்மையான உதாரணங்களில் ஒன்றாகவே லா.ச.ரா. அடையாளம் காணப்படுகிறார். சொற்கள் புரியவில்லை என்றால் அகராதியைப் பார்த்துத் தெரிந்துகொண்டுவிடலாம். வாக்கியங்களே புரிய வில்லை என்றால்? "கண்ணின் இமையுள், விழிப்பின் முதல் உணர்வாய்க் கவிந்த இருள் முழுவே உனக்கு அஞ்சலி" என்று ஒரு கதை (த்வனி) தொடங்கினால் சாதாரண வாசகருக்கு எப்படி இருக்கும்? "கண்ணாடியில் பிம்பம் விழும் த்வனிகூட எனக்குக் கேட்கிறது" என்று சொன்னால் அதை அவர் எப்படிப் புரிந்துகொள்வார்? கேளிக்கை சார்ந்த எழுத்தின் இலகுத்தன்மைக்குப் பழகிப்போன வாசிப்புக்கு இதுபோன்ற சொற்பிரயோகங்களும் வாக்கியங்களும் ஆயாசமூட்டத்தான் செய்யும்.

ஆனால், இதுபோன்ற வாக்கியங்களில் இருக்கும் வசீகரமே லா.ச.ரா.வைப் புரியாத நிலையிலும் பலரைப் படிக்கவைக்கக்கூடியதாகவும் இருக்கிறது. அச்சத்தை மீறிப் பாம்பு தன் அழகால் கவர்வதுபோல,

கடலலைகளும் காட்டருவியும் பள்ளத்தாக்குகளும் அச்சத்தை மீறி மலைக்கவைப்பதுபோல லா.ச.ரா.வின் எழுத்தும் அதன் புரியாமையை மீறிப் பலரையும் ஈர்க்கிறது.

சில படிமங்கள் அழியாமல் ஒட்டிக்கொள்ளும். லா.ச.ரா. சௌந்தர்ய உபாசகர், லா.ச.ரா. புரியாத எழுத்தாளர், லா.ச.ரா. நனைவோடை உத்தியில் கதை சொல்பவர் போன்ற படிமங் களும் அப்படித்தான். இவை அனைத்துமே சரிதான். ஆனால் இவை மட்டுமல்ல லா.ச.ரா. கிட்டத்தட்ட இருநூறு சிறுகதைகள், ஆறு நாவல்கள், இரண்டு கட்டுரைத் தொடர்கள் என இரண்டாயிரம் பக்கங்களுக்கு மேல் விரியும் லா.ச.ரா.வின் எழுத்தில் சரி பாதிக்கு மேல் அடிப்படைத் தமிழ் அறிவுகொண்ட எவரும் படித்துப் புரிந்துகொள்ளக்கூடியதுதான். மீதிப் பகுதியில் பெரும்பாலானவை புரியாத நிலையிலும் வசீகரிக்கக்கூடியவை. ரசித்துப் படிக்கக்கூடியவை. "இது இருளின் நரம்பு. எண்ணத்தின் மணிக்கயிறு. வானத்தின் நீளத்தினின்று உரித்த பொற்சரடு" என்பன போன்ற மயக்கும் படிமங்கள் புரியாதவை என்று சொல்வதைவிடவும் ஒவ்வொருவருக்கு ஒவ்வொரு பொருள் தரக்கூடியவை என்று சொல்வதே பொருத்தம். புரியாத நிலையிலும் மந்திரம்போல மனதில் ஒட்டிக்கொள்ளும் மாயமே லா.ச.ரா.வின் சிறப்பு. புரிவதும் புரியாததும் தற்காலிக நிலைகள். ஒரு விஷயத்தை இன்று புரிந்துகொள்ளும் விதம் நாளை மாறலாம். ஆனால் லா.ச.ரா.வின் மந்திரச் சொற்கள் தரும் மயக்கம் நீடித்து நிற்கும்.

மலையுச்சியில் பிறக்கும் நதி பல வடிவங்களையும் பெயர் களையும் எடுத்தபடி கடலை நோக்கிப் பாயும். ஆவேசம் கொண்ட காட்டருவி, தெள்ளிய ஓடை, சலசலக்கும் ஆறு என அது செல்லும் இடத்திற்கேற்ப அதன் தன்மையும் வேகமும் தோற்றமும் மாறும். அதன் மொத்த விகாசத்தையும் குறிப்பிட்ட வகைக்குள் அடக்க முடியாது. லா.ச.ரா.வின் எழுத்தும் அத்தகையதுதான். குறிப்பிட்ட எந்த வகைமைக்குள்ளும் அடக்க முடியாது. நனவோடை உத்தி என்று சிலர் சொல்வார்கள். ஆனால் புற உலகில் வேர்கொண்டு சம்பவங்களால் நகர்ந்து செல்லும் யதார்த்தக் கதைகளையும் அவர் எழுதியுள்ளார். மிஸ்டிக் எனப்படும் புலனுணர்வுக்கு அப்பாற்பட்ட அனுபவங்களைக் கதையாக்குபவர் என்று சொல்லலாம் என்று பார்த்தால் வலுவான தர்க்கம் அவரது பல படைப்புகளில் அடிச் சரடாக ஓடிக்கொண்டிருப்பதையும் உணர முடிகிறது. கூட்டுக் குடும்பத்தின் ஆராதகர் என்று சொல்லச் சிலர் முனைந்தால் குடும்பத்திலிருந்து முரண்படும் தனி நபர் உணர்வை முன்னிறுத்தும் கதைகள் நம்மைப் பார்த்துச் சிரிக்கும். பிராமணக் குடும்பங்களைப் பற்றியே மிகுதியும் எழுதினார்

என்றாலும் பிற சாதி, மதத்தவரைப் பற்றிய சித்திரிப்பிலும் வலுவாகவே வெளிப்பட்டார். சௌந்தர்ய உபாசகர் என்று சொல்லலாம். ஆனால் வேதனைகளின் கதையையும் இவர் எழுதிவைத்திருக்கிறார். அன்பின் உன்னதம் பேசும் இவர் சுயநலத்தின் தவிர்க்கவியலாத் தன்மையையும் அனாயாசமாகக் காட்டிவிடுகிறார். பெண்களை சக்தியின் வடிவமாகப் பார்க்கிறார். அதேசமயம் பெண்களின் சுயநலத்தையும் வன்மத்தையும் கண்டு பாராமுகமாக இருப்பதில்லை.

லா.ச.ரா.வுக்குக் கதை என்பது அவரது தேடலின் கருவிதான். கதையம்சம் என்பதைவிடவும் கதையின் வாழ்வம்சத்துக்கும் அதனுள் ஒளிரும் சத்தியத்தின் தரிசனத்துக்கும் அதிக முக்கியத்துவம் கொடுப்பது அவர் பாணி. மனித உணர்வுகள் அவருக்கு மிக மிக முக்கியம். மதிப்பீடுகளின் தராசில் வைத்து உணர்வுகளை அளப்பவர் அல்ல அவர். கூந்தலில் தன் சுயத்தைக் கண்டுணரும் ஒரு பெண்ணின் வீம்பு அந்தக் கூந்தலுக்காகவே உயிர் துறக்கும் அளவுக்குப் போகிறது. குறிப்பிட்ட சில தருணங்களில் வாழ்வின் ரகசியம் தன் தரிசனத்தைக் காட்டும் என்று நம்பும் லா.ச.ரா.வின் பாத்திரங்கள் கருவறை, சுடுகாடு, படுக்கையறை என எல்லா இடங்களிலும் உண்மையின் தரிசனத்தைக் காண்கிறார்கள். புலன்சார் அனுபவங்களோடு வாழ்க்கை முடிந்துவிடுவதில்லை என்பதைத் தீர்மானமாக நம்பும் ராமாமிர்தம், புலன்களைத் தாண்டிய அனுபங்களையும் அந்த அனுபவங்கள் வெளிப்படும் தருணங்களையும் மிக நெருக்கமாகக் கண்டு நமக்கும் காட்டுகிறார்.

இந்த வேட்கையில் கதையம்சமும் கதையின் கட்டமைப்பும் பின்னுக்குப் போய் தரிசனத்தைக் கண்டுணரும் சத்திய வேட்கையே படைப்பாக மாறுகிறது. இத்தகைய சந்தர்ப்பங்களில் வழமையான கதை கூறும் போக்கிலிருந்து இயல்பாகத் தன்னை விடுவித்துக் கொண்டு தன் தேடலின் பாதையில் தீர்க்கமாகப் பயணிக்கிறார். குடும்ப உறவுகள், மனித விழுமியங்கள், தெய்விகம் ஆகியவற்றைப் பற்றி எழுதத் தொடங்கும் இவர் இந்த ஆதார முடிச்சுகளை மீறிக் கதையைச் செல்லும்போது படைப்பின் போக்குக்குத் தன்னை ஒப்புக்கொடுத்துவிட்டு அதைப் பின்தொடர்ந்து செல்கிறார். கச்சிதமான கட்டமைப்பு கொண்ட யதார்த்தமான 'பச்சைக் கனவு', 'கஸ்தூரி', 'சுமங்கல்யன்', 'பாற்கடல்' போன்ற கதைகளைப் படைக்கும் திறன் கொண்ட இவர் பல சமயங்களில் படைப்பின் கட்டற்ற போக்கிற்கு வழிவிட்டுக் கதையின் கட்டமைப்பைத் தியாகம் செய்யவும் தயங்குவதில்லை.

○

லா.ச.ரா.வைப் பொறுத்தவரை எழுத்து என்பது தொழில்நுட்பம் அல்ல. அதில் எந்த அமைப்புக்கும் விசுவாசமாக இருக்க வேண்டிய கடப்பாடு எதையும் இவர் தனக்கு விதித்துக்கொள்வதில்லை. ஒவ்வொரு படைப்பும் எதைக் கோருகிறதோ அதைத் தருவதே ஒரு படைப்பாளியின் வேலை என்று நம்புபவர். அதனால்தான் இவரது பல கதைகளின் குவிமையம் சிதறுகிறது. சிறுகதைகளின் ஆதார பலமான குவிமையம் சிதறும்போது அதைப் பின்தொடர்ந்து செல்வது வாசகருக்குச் சிரமமாக இருக்கும். ஆனால் கிளை பிரியும் பாதைகளில் வெளிப்படும் தரிசனங்கள் படைப்பின் ஒவ்வொரு வரியையும் மதிப்பு வாய்ந்ததாக ஆக்குவதையும் உணரலாம். அது வாழ்வின் மகத்தான தருணங்களை அடையாளம் காட்டும். ஒளிக் குவியத்தின் அழகைப் பல படைப்புகளில் தரும் இவர் ஒளிச் சிதறலின் எண்ணற்ற அழகுக் கோலங்களையும் காட்சிப்படுத்துகிறார். இத்தகைய எழுத்தைப் படிக்கும்போது கதையம்சம், புரிந்துகொள்ளுதல், கதை தரும் செய்தி என்னும் எல்லைகளைத் தாண்டி வாசக மனம் பயணிக்கிறது. அந்தப் பயணம் படைப்பாளி மேற்கொள்ளும் பயணத்துக்கு இணையான பயணமாகிப் படைப்பின் தரிசனத்தை விரிவுபடுத்துகிறது.

காமம் என்பதை மனிதத் தேடலின் ஆதார வடிவமாகக் காண்பவர் லா.ச.ரா. ஆன்மிகத் தேடலையும் காம வேட்கையோடு இணைத்துப் பார்க்கும் துணிச்சல் அவருக்கு உண்டு. எத்தகைய கதையிலும் அபூர்வமானதொரு அனுபவத்தைச் சாத்தியப் படுத்துவது லா.ச.ரா.வின் சிறப்புக்களில் ஒன்று. பஞ்ச பூதங்களை அடிப்படையாக வைத்து அவர் எழுதிய கதைகள் அழகியலும் வாழ்வனுபவமும் தத்துவமும் கூடி முயங்கும் படைப்புத் திறனின் சிறப்பான வெளிப்பாடுகள்.

○

லா.ச.ரா.வின் சொல்லழகையும் சொல்லின் வலிமையையும் பற்றிப் பேசாமல் அவரைப் பற்றிய எந்தப் பேச்சும் நிறைவுபெறாது. "உன் எழுத்துத் திறமையின் முழு சக்திப் பிரயோகத்துடன் ஒரு காகிதத்தில் நெருப்பு என்று எழுதினால் அங்கு பொசுங்குகிற நெடி வர வேண்டும்" என்று ஒருமுறை எழுதிய லா.ச.ரா. தன் கதைகளின் ஒவ்வொரு சொல்லுக்கும் முக்கியத்துவம் அளிப்பதை உணர முடியும். "வாசனாதி திரவியங்களின் மணத்தைத் தமிழாக்கிக் கொண்டுவந்தவர் லா.ச.ரா." என்று சுந்தர ராமசாமி எழுதியிருப்பது இவரது சொல்லழகு தரும் மயக்கத்தைக் கச்சிதமாக உணர்த்துகிறது.

லா.ச.ரா. கவிதை எழுதியதில்லை. ஆனால் அவரது படைப்புகளில் இருக்கும் கவித்துவப் படிமங்கள் நவீன

கவிஞர்கள் எவருடனும் ஒப்பிட்டுப் பேசப்படக்கூடியவை. இவர் வாழ்க்கையையும் அதன் அனுபவங்களையும் எதிர்கொள்ளும் விதத்தில் அழகுணர்ச்சியும் தத்துவப் பார்வையும் கலந்திருப்பதால் இவரது வெளிப்பாடுகளும் அப்படி ஆகிவிடுகின்றன. “கறந்த பால் நிரம்பிய குடம் கவிழ்ந்து சரிந்த ரத்தம். அந்த ரத்தமே உறைந்து திடமாகி வழியின் குறுக்கே தலை தூக்கி இரை தேடி நெளியும் பவழ விரியன்” என்னும் வாக்கியங்கள் தரும் படிமங்களில் லா.ச.ரா.வின் சொல்லழகு மட்டுமின்றி அவருக்கே உரித்தான தரிசனமும் இணைந்திருப்பதை உணரலாம்.

சொல்லழகும் மெய்ப்பொருள் தேடலும் தரும் தரிசனங்களின் படைப்பனுபவம் என்று லா.ச.ரா.வின் கதைகளை ஒருவாறாக வரையறுக்கலாம். பாற்கடல், கஸ்தூரி போன்ற யதார்த்த வாழ்க்கைச் சித்திரங்கள்; புரிந்துகொள்ள முடியாத ஆளுமை விசேஷங்களை மையப்படுத்தும் அபூர்வ ராகம், தாட்சாயணி போன்ற சொல்லோவியங்கள்; யோகம், புற்று போன்ற கால, இட எல்லைகளை மீறி வெளிப்படும் தரிசனங்கள் எனப் பல தளங்களில் பல பாதைகளில் பயணிப்பவை லா.ச.ரா.வின் கதைகள். உறவுகளின் மேன்மையையும், அவற்றின் சிக்கல்களையும், இணைந்து வாழும் விழைவையும், பிரிந்து செல்லும் வேட்கையையும், தனிமையின் சுமையையும் அதன் மகத்துவத்தையும் பேசுபவை இவரது கதைகள். மரபில், மரபின் விழுமியங்களில் அழுந்தக் காலூன்றி நிற்பவை இவரது கதைகள். அவற்றையும் தனக்கே உரிய பார்வையுடன் ஊடுருவிப் புதிய தரிசனங்களையும் அனுபவங்களையும் சாத்தியப்படுத்துகிறார்.

கதைகளைச் சொல்வதைவிடவும், கதைகளை முன்வைத்து வாழ்க்கையின் மாயத் தருணங்களைக் கண்டுணர்ந்து வியப்பதும் வியக்கவைப்பதும் ராமாமிர்தத்தின் எழுத்தில் அதிக அழுத்தம் பெறுகின்றன. அந்தத் தருணங்களில் தோய்ந்து மாறுபட்ட அனுபவத்தைப் பெறுவதற்கான வாய்ப்பை ஏற்படுத்துவது அவரது எழுத்து. படைப்புகளில் அனுபவிக்கக் கிடைக்கும் மாயத் தருணங்களுக்காகவும் அவை முன்வைக்கப்படும் கவித்துவச் சொல்லழகின் வசீகரத்துக்காகவுமே இவரது கதைகள் என்றென்றும் படிக்கப்படும். சம கால யதார்த்த வாழ்வில் வேரூன்றிய கதைகள் பல சமயம் கால வெள்ளத்தில் நிற்காமல் போய்விடலாம். ஆனால், காலம், இடம் ஆகியவற்றைத் தாண்டிய தருணங்களைப் படைப்பாக்கும் எழுத்தானது காலம் தாண்டியும் வாழும். லா.ச.ரா.வின் எழுத்து காலம், இடம் ஆகியவற்றை மட்டுமல்லாமல், புலன்களை மீறிய அனுபவங்களையும் சாத்தியப் படுத்துபவை. அதனாலேயே அவர் தரும் மந்திரத் தருணங்கள் நித்தியத்தன்மை பெற்றிருக்கின்றன.

அபூர்வ ராகம் கதையை இப்படித் தொடங்குகிறார்: "வீணையின் ஸ்வரக் கட்டுகளை விருதாவாய் நெருடிக்கொண்டிருக்கையில், திடீரென்று ஒரு வேளையின் பொருத்தத்தால் ஸ்வர ஜாதிகள் புதுவிதமாய்க் கூடி ஒரு அபூர்வ ராகம் ஜனிப்பதுபோல் அவள் என் வாழ்க்கையில் முன்னும் பின்னுமில்லாது முளைத்தாள்."

லா.ச.ரா.வும் இந்தப் பெண்ணைப் போலத்தான். இலக்கிய உலகில் முன்னும் பின்னும் யாருமற்ற அபூர்வ ராகம்.

(2014ஆம் ஆண்டில் லா.ச.ரா.வின் பிறந்தநாளை ஒட்டி *தி இந்து* (தமிழ்) நாளிதழில் எழுதப்பட்ட கட்டுரையின் விரிவான வடிவம்.)

5

இன்றைய புனைவுப் போக்குகள்

சமகால எழுத்து என்று சொல்லும்போது அதன் காலத்தை வரையறுத்துக்கொள்வது சற்றே சிக்கலான விஷயம். ஓராண்டிலிருந்து கடந்த பத்தாண்டுகள் வரையிலும் அதன் எல்லையை விரித்துக்கொண்டு செல்ல முடியும். தமிழின் இன்றைய போக்குகளைப் புரிந்துகொள்ளப் புத்தாயிரத்தின் தொடக்கத்திலிருந்து கவனம் செலுத்துவது பலனுள்ளதாக இருக்கும் என்பதால் 2000ஆவது ஆண்டிலிருந்து இதைத் தொடங்கலாம் எனத் தோன்றுகிறது. தொண்ணூறுகளில் ஏற்பட்ட பல சலனங்கள் இன்றுவரையிலுமான படைப்புகளைப் பாதித்துவருவதால் அவற்றையும் சேர்த்துப் பார்க்கும்போது பல விஷயங்கள் துலக்கம் பெறும் என்பதால் இன்றைய என்பதன் பொருளின் எல்லைகள் நெகிழ்ந்து கிட்டத்தட்ட கால் நூற்றாண்டுக் காலத்தைத் தழுவியபடி விரிவது தவிர்க்க முடியாதது.

இந்தக் கட்டுரையின் கால வரையெல்லைகள் ஒருபுறம் இருக்க, உள்ளடக்கம் சார்ந்த சில வரையறைகளையும் முதலிலேயே தெளிவுபடுத்திவிடுவது நல்லது எனத் தோன்றுகிறது. புனைவுப் போக்குகளை அடையாளம் காண்பதுதான் இந்தக் கட்டுரையின் நோக்கம். விமர்சனபூர்வமாக அவற்றை அலசுவது அல்ல. எனினும் போக்குகளின் தன்மைகளைச் சொல்லும்போது மதிப்பாய்வுகளும் தவிர்க்க

முடியாதவை என்னும் நிலையில் விமர்சன நோக்கு வெளிப்படும் என்பதைச் சொல்லிவிட்டு மேலே செல்கிறேன்.

20ஆம் நூற்றாண்டில் அறிவியல் வளர்ச்சியால் மனித வாழ்வில் ஏற்பட்ட மாற்றம் அதற்கு முந்தைய பல நூற்றாண்டு களில் ஏற்பட்ட மாற்றங்களைக் காட்டிலும் பல மடங்கு பெரியது. 21ஆம் நூற்றாண்டின் முதல் 15 ஆண்டுகளில் ஏற்பட்டிருக்கும் மாற்றம் அதைவிடவும் பெரியது. நவீன தொழில்நுட்பத்தின் வீச்சு வாழ்க்கையைக் கிட்டத்தட்டப் புரட்டிப் போட்டிருக்கிறது என்று சொல்லலாம். குறிப்பாகத் தகவல் தொடர்பு சாதனத்தின் அபரிமிதமான வீச்சு நம் வாழ்க்கையை மிக ஆழமாகப் பாதித்திருக்கிறது. காலம், இடம் ஆகியவற்றின் அர்த்தங்களை யெல்லாம் மாற்றிவிட்ட வீச்சு இது. தகவல் தொழில்நுட்பப் புரட்சி அன்றாட மனித வாழ்வையும் மனித உறவுகளையும் மிக வேகமாக மாற்றிவருகிறது. உலகமயமாதலின் விளைவாக எழுந்த பொருளாதார மாற்றங்களும் இந்த மாற்றத்துக்குக் கணிசமான பங்கை அளித்திருக்கின்றன. நகர்மயமாதல், பெரு நிறுவனங்களின் வளர்ச்சி, வேளாண் துறையின் சரிவு, புதிய தொழில்களின் பிரவேசம் ஆகியவற்றுடன் தகவல் தொழில்நுட்பப் புரட்சியும் இணைந்து மனித வாழ்வைப் பெரிதும் மாற்றிவிட்டன. வாழும் முறையை, நம்பிக்கைகளை, விழுமியங்களை, உறவுகளை எல்லாம் இவை மாற்றிவிட்டன. இந்த மாற்றங்களின் தாக்கத்தை இலக்கிய உலகிலும் காண முடிகிறது.

புத்தாயிரத்தின் புனைவுகள் இந்த மதிப்பீடுகளின் மாற்றங் களைப் பிரதிபலிக்கின்றன. தமிழ்நாட்டின் நிலப்பரப்பு, மாறிவரும் கிராமங்கள், பெருகிவரும் நகரங்கள், வீடுகளின் அமைப்புகள், குடும்பத்தில் ஏற்படும் மாற்றங்கள், உறவுகளின் புதிய சமன்பாடுகள், நட்பு வட்டங்களின் நெகிழ்ச்சிகள், உறவுகள், குற்றங்கள், சமூகச் செயல்பாடுகள், சாதி, மதம் சார்ந்த போக்குகள், மாறிவரும் பண்பாட்டுக் கூறுகள், புத்துயிர் பெற்ற மரபுக் கூறுகள், பொருளாதார வசதிகள், சிக்கல்கள் எனப் பல்வேறு அம்சங்களை இன்றைய புனைவுகள் பேசுகின்றன. இன்றைய புனைவுகள் என்று சொல்லும்போது அது கடந்த 15 ஆண்டுகளை உத்தேசமாகக் குறிப்பிடுவது என்பதை மீண்டும் ஒருமுறை நினைவுபடுத்திக்கொண்டு மேலே செல்லலாம்.

படைப்பாளியின் சவால்கள்

இன்றைய படைப்பாளியின் முன் இரண்டு சவால்கள் உள்ளன. சுமார் நூறாண்டுக் கால வளமான மரபு கொண்ட

நவீன தமிழ் இலக்கியத்தின் ஆக்கங்களுக்கு இணையாகவோ தொடர்ச்சியாகவோ அவற்றைத் தாண்டியோ செயல்பட்டாக வேண்டிய சவால் ஒருபுறம். பிரமிக்கத்தக்க வகையில் வாழ்வை மாற்றிப்போட்டுவிட்ட இந்தக் காலகட்டத்தின் சாரத்தைப் படைப்பின் வழி எதிர்கொள்வது இன்னொரு சவால். முன்னோடி களின் படைப்புகள் சவாலாக விளங்கும் அதே நேரத்தில் பல விதங்களில் உதவிகரமாகவும் இருப்பதையும் இங்கே குறிப்பிட வேண்டும். உதாரணமாக, எழுத்தாளனுக்குத் தேவைப்படும் சுதந்திரத்தைச் சென்ற நூற்றாண்டின் படைப்பாளிகள் தங்களது தீவிரமான படைப்புகளின் மூலம் பெருமளவில் வென்றெடுத்திருக்கிறார்கள். குறிப்பிட்ட சில விஷயங்களைப் பற்றித்தான் எழுத வேண்டும் என்று இருந்த வரையறைகளை உடைத்து எறிந்திருக்கிறார்கள். புதுமைப்பித்தன், ஜெயகாந்தன், ஜி. நாகராஜன், சுந்தர ராமசாமி, தி. ஜானகிராமன், நாஞ்சில் நாடன், அம்பை போன்ற பல படைப்பாளிகள் முன்னோடிகளுக்கே உரிய தன்னம்பிக்கையுடனும் வீச்சுடனும் தமிழ்ப் புனைவுலகின் வரம்புகளை விரிவுபடுத்தித் தந்திருக்கிறார்கள். கற்பு, ஒழுக்கம், அரசியல், சுரண்டல், கடைநிலை வாழ்வின் தன்மைகள், சாதி, மத அம்சங்கள், குற்றங்கள், உறவுகளின் பிறழ்வுகள் எனப் பல விதமான பேசுபொருள்களைத் தயக்கமின்றிக் கையாண்டு தமிழ்ப் புனைவுப் பரப்பின் சாத்தியங்களை அகலமாகத் திறந்து வைத்திருக்கிறார்கள். முன்னோடிகளின் படைப்புச் சாதனைகளைத் தாண்டிச் செல்ல அவர்கள் போட்டுக் கொடுத்துள்ள பாதையே பெருமளவில் உதவிகரமாக இருக்கிறது.

தனது காலகட்டத்தை எதிர்கொள்வது புத்தாயிரத்தின் படைப்பாளிகள் முன்னுள்ள இன்னொரு சவால். சமகால வாழ்க்கை எல்லோரையும்தான் பாதிக்கிறது. ஆனால் படைப்பாளி அந்தப் பாதிப்பைத்தான் எழுத வேண்டும் என்பதில்லை. ஒவ்வொரு படைப்பாளியும் தனக்கு முக்கியம் என நினைக்கும் விஷயத்தைத் தனக்கே உரிய படைப்புப் பார்வையுடன் மொழிவழிப்படுத்துவதில் எந்தத் தடையும் இல்லை. சமகாலப் பதிவு உன் எழுத்தில் எங்கே என ஒரு படைப்பாளியை நாம் கேட்க வேண்டியதில்லை. படைப்பாளி தன் படைப்புத் தேவைக்காகவே எழுதுகிறார். பிறரின் தேவைக்காக அல்ல. உற்பத்திப் பொருள்கள், சேவைகள் ஆகியவை தேவையை ஒட்டி எழுகின்றன. புதிய தேவைகளையும் உருவாக்குகின்றன. படைப்பு அப்படிப்பட்டதல்ல. எனினும் கால மாற்றம் படைப்பு களை ஏதோ ஒரு விதத்தில் பாதிக்கவே செய்யும். இன்றைய புனைவுகளில் அந்த பாதிப்பைத் தெளிவாகவே உணர முடிகிறது.

எழுதப்படும் விஷயமும் எழுதப்படும் விதமும்

புத்தாயிரத்தின் இலக்கியத்தை அதற்கு முந்தைய பத்தாண்டு களின் போக்குகளும் பாதித்திருக்கின்றன. தொண்ணூறுகளை நவீன தமிழிலக்கியத்தின் திருப்புமுனைக் காலகட்டம் என்று சொல்லலாம். அதுவரையில் பரவலாக இருந்த எழுத்து வகைகள் கடும் விமர்சனத்திற்கு உள்ளாயின. மொழிபெயர்ப்புகள் வாயிலாகவும் அயல் மொழிப் போக்குகள் குறித்த வாசிப்பு சார்ந்த பிரதிபலிப்புகள் வாயிலாகவும் புதிய வகை எழுத்துப் பாணிகள் அறிமுகப்படுத்தப்பட்டன. யதார்த்த வகை எழுத்துக்கு ஈவிரக்கமில்லாமல் இரங்கற்பா எழுதப்பட்டது. யதார்த்தம், மிகையதார்த்தம், படிமம், நுட்பம், மௌனம், உள்ளொளி, த்வனி முதலான சொற்கள் புழங்கிவந்த தமிழ் விமர்சனப் பரப்பில் மிகுபுனைவு, மாய யதார்த்தம், பின்நவீனத்துவம், எழுதுகோல் எழுதிச் செல்லுதல், கட்டுடைத்தல், மையம் அழிந்த எழுத்து, கதையற்ற கதை என்றெல்லாம் புதிய சொல்லாடல்கள் புழங்க ஆரம்பித்தன. இலக்கிய ஏடுகளிலும் மேடைகளிலும் இந்தச் சொல்லாடல்களின் உச்சாடனம் உரக்க ஒலித்துக்கொண்டிருந்தது. எல்லோரும் இந்தச் சொல்லாடல்களை ஏதேனும் ஒரு விதத்தில் எதிர்கொண்டாக வேண்டிய நிர்ப்பந்தம் ஏற்பட்டது.

தொண்ணூறுகளில் மேலும் இரு வலுவான போக்குகள் தொடங்கின. ஒன்று தலித் எழுத்து, இன்னொன்று பெண் எழுத்து. இரு வகைகளும் தமிழ் இலக்கியப் பரப்பிற்கு முற்றிலும் புதிய அம்சங்களைக் கொண்டுவந்தன. தலித் வாழ்வியல், பெண்களின் வாழ்நிலை ஆகியவை முறையே தலித் அல்லாதவர்கள் மற்றும் ஆண்களின் வாயிலாகவே மிகுதியும் எழுதப்பட்டுவந்த தமிழ்ப் புனைவுப் பரப்பில் இவை புது வெள்ளமெனப் பொங்கி வந்தன. தலித்துகள் தங்களுடைய வாழ்க்கையைத் தாங்களே எழுத முனைந்தபோதுதான் தலித் வாழ்வு குறித்த பதிவுகளின் எண்ணிக்கை சார்ந்த போதாமையும் பொருள் சார்ந்த பலவீனமும் வெளிச்சத்துக்கு வந்தன. அதுபோலவே பெண்களின் வாழ்வு மிகுதியும் பெண்களாலேயே புனைவுகளில் பேசப்பட்டது தொண்ணூறுகளின் முக்கியமான போக்குகளில் ஒன்று.

முதலில் புதுவகை எழுத்தை எடுத்துக்கொள்வோம். அதுவரையிலான எழுத்து வகைமைகளின் போதாமையை உணர்ந்த படைப்பாளிகள் தங்களது கலைத்தேவைக்கு ஏற்பப் புதிய எழுத்தைக் கைக்கொண்டது குறைவாகவும் சூழலின் அழுத்தங்களுக்கு உட்பட்டும் வித்தியாசம் காட்டும் முனைப்பினா லும் புதுவகை எழுத்தைக் கைக்கொண்டது அதிகமாகவும் இருந்தது. பதற்றமும் ஆவேசமுமாய் பலரும் முன்னெடுத்த இந்த

முயற்சியில் காத்திரமான படைப்புகளைக் காட்டிலும் உள்ளீடற்ற படைப்புகளே அதிகம் இருந்தன. வாசகத் தொடர்பை முற்றாக மறுக்கும் இந்தப் போக்கு வந்த வேகத்தில் பின்வாங்கியது. உரத்த பிரகடனங்கள், விவாதங்கள், பதற்றங்கள் ஆகியவற்றின் காலம் முடிந்து சூழல் சமனப்பட்ட ஆரம்பித்தது. புதிய வகை என்பதற்கான பதற்றம் ஏதுமின்றி அவரவர் தத்தமது இயல்பில் எழுதத் தொடங்கினார்கள். புது வகை எழுத்துக்குக் காத்திரமான பங்களித்த ஜெயமோகன், எஸ். ராமகிருஷ்ணன் போன்ற சிலர் அதிலேயே ஊறியிருக்காமல் வெவ்வேறு வகையான சாத்தியப்பாடுகளைப் படைப்பில் கொண்டுவந்தார்கள். புனைவு என்பது அடிப்படையில் கதை சொல்வது என்னும் பார்வை மீட்டெடுக்கப்பட்டது. ஒரு படைப்பாளி தான் எழுத விரும்பும் ஒரு படைப்பின் தேவைக்கேற்ப அதன் கூறுமுறையைத் தேர்ந்துகொள்வதே இயல்பு என்னும் பார்வை துலக்கம் பெற்றது.

புத்தாயிரத்தின் பொருட்படுத்தத்தக்க படைப்பாளிகள் அனைவரிடத்திலும் இந்தத் தன்மையைக் காணலாம். யாருமே குறிப்பிட்ட எந்த எழுத்து வகைமைக்கும் விசுவாசமாக இல்லை. யதார்த்த வகை எழுத்து இன்னமும் உயிர்ப்போடு இருக்கிறது. மாய யதார்த்தம், மையமற்ற கதையாடல் ஆகியவையும் படைப்புகளில் வெளிப்பட்டாலும் புதிதாக எழுத வருபவர் அதைப் பின்பற்றியாக வேண்டும் என்னும் நிர்ப்பந்தம் சூழலில் உருவாகவில்லை. புனைவின் எல்லா விதமான வெளிப்பாடுகளும் இயல்பாக வெளிப்பட்டுத் தமக்கான இடத்தைப் பெறுகின்றன.

இந்தப் பொதுப்போக்கின் விதிவிலக்கு கோணங்கி. தனக்கே உரிய எழுத்து வகையைத் தன் படைப்பு யாத்திரையின் ஒரு கட்டத்தில் கண்டுகொண்ட கோணங்கி அந்த வகைமையின் ஆழமான அடுக்குகளை நோக்கித் தொடர்ந்து பயணம் செய்கிறார். ஆழ்மனப் பதிவுகளில் தங்கியிருக்கும் தொன்மத்தின் எச்சங்கள் இவரது கதையாடலின் முக்கியப் பகுதியாக விளங்குகின்றன. மிக அந்தரங்கமான வெளிகளுக்குள் மிக மிகப் பூடகமான படிம மொழியில் பயணிக்கும் இவரது புனைவுகள் அலாதியான மொழியும் உலகமும் கொண்ட தனிப் போக்கு என்பதை மட்டும் சொல்லிவிட்டு மேலே செல்லலாம்.

அசோகமித்திரன், நாஞ்சில் நாடன், ஜெயமோகன், எஸ்.ராமகிருஷ்ணன், சாரு நிவேதிதா முதலான பல எழுத்தாளர்கள் புத்தாயிரத்திலும் தொடர்ந்து எழுதிக்கொண்டிருந்தாலும் புத்தாயிரத்தின் தனித்த அடையாளங்களாக இவர்களைச் சொல்ல முடியாது. ஒவ்வொருவரும் தமக்கே உரிய விதத்தில் தங்களுடைய படைப்புச் செயல்பாடுகளைத் தொடர்கிறார்கள்.

எல்லைகளை விரிவுபடுத்திவருகிறார்கள். குறிப்பாக ஜெயமோகனும் ராமகிருஷ்ணனும் வெவ்வேறு கதைக்களங்கள், வெவ்வேறு வகைமைகள் எனச் செயல்பட்டுவருகிறார்கள். புத்தாயிரத்தின் சில போக்குகளுக்கு முன்னோடிகளாகவும் இவர்கள் இருக்கிறார்கள்.

தொண்ணூறுகளின் இறுதியில் வெளியான ஜெயமோகனின் விஷ்ணுபுரம் மரபையும் வரலாற்றையும் புனைவுகளில் கையாளும் விதத்தை மாற்றியது. புத்தாயிரத்தின் தொடக்கத்தில் வந்த ராமகிருஷ்ணனின் உபபாண்டவம் – மகாபாரதம் என்னும் மாபெரும் இதிகாசத்தை முற்றிலும் புதிய முறையில் – சமகாலப் புனைவுப் பரப்புக்குள் கொண்டுவந்தது. கூறுமுறையிலும் கையாண்ட முறையிலும் அலாதியான தன்மைகளைக் கொண்டிருந்த அந்நாவல், புராண, இதிகாசப் பிரதிகளை முற்றிலும் மாறுபட்ட முறையில் வாசிக்க வழிவகுத்தது. ஜெயமோகன் தற்போது எழுதிவரும் வெண்முரசு, அவரது வார்த்தைகளிலேயே சொல்வதானால், "மகாபாரதத்தின் மீதான மாபெரும் இடைச்செருகல்" என்று சொல்லலாம். மொழியின் அபாரமான வீச்சும் படைப்பின் வீரியமும் கூடிய இந்த நாவல் தொடரைத் தமிழின் ஆகப் பெரிய படைப்பு முயற்சி என்று சொல்லிவிடலாம். புராண இதிகாசங்கள் மீது தமிழ் எழுத்தாளர்களின் கவனம் தொடர்ந்து படர்ந்துவருவதன் அடையாளங்களாக இந்த ஆக்கங்களைச் சொல்லலாம்.

நாவல்களின் உலகம்

இது பெருநாவல்களின் காலம். சு. வெங்கடேசனின் காவல் கோட்டம், ஜோ டி குரூஸின் கொற்கை, பூமணியின் அஞ்ஞாடி எனப் பல நாவல்கள் சுமார் ஆயிரம் பக்கங்களுக்கு விரிகின்றன. இது தவிர 400 – 500 பக்க அளவுள்ள நாவல்களும் அதிகம். நவீன தொழில்நுட்ப வசதியால் ஏற்பட்ட அச்சுத் தொழிலின் பெருக்கம், பதிப்புத் துறையின் வளர்ச்சி, புத்தகச் சந்தையின் விரிவாக்கம், இணையத்தில் எழுதுவதால் பக்க வரையறைகள் குறித்த கவலைகள் குறைந்திருப்பது எனப் பல புறக் காரணிகள் இதற்கு இருக்கின்றன. கணினியின் உதவியால் தட்டச்சு செய்யும் வசதி கூடியிருப்பது, வாசிப்பு என்பது புத்தகத்தில் மட்டும் என்ற நிலை மாறியது, இணையத்தின் பரவலாக்கத்தால் பிரசுர சாத்தியங்கள் குறித்த பதற்றமும் குறைந்தது, வலைப்பூ, சமூக வலைதளம் ஆகியவற்றில் உடனுக்குடன் பதிவேற்றும் வசதியால் எழுத்து ஒரு பழக்கமாகிவிடுவது, நவீன தொழில்நுட்ப வசதிகளால் உடனுக்குடன் எதிர்வினைகள் கிடைப்பது என எழுத்தின் அளவு அதிகரிக்க மேலும் பல புறக் காரணிகள் உள்ளன.

படைப்பாளிகளின் சமூகப் பின்புலம்

புத்தாயிரத்தின் படைப்பாளிகளின் சமூகப் பின்புலங்கள் சென்ற நூற்றாண்டோடு ஒப்பிடுகையில் மிகவும் மாறுபட்டவை. முற்றிலும் புதிய பின்னணிகளிலிருந்து படைப்பாளிகள் எழுதவருகிறார்கள். ஏற்கனவே படைப்புலகை ஆக்கிரமித்திருந்த பிரிவினர் சற்றே பின்னொதுங்கி இருக்கிறார்கள். இந்த மாற்றத்தின் சமூகப் பண்பாட்டுக் காரணங்கள் விரிவான அலசலுக்கு உரியவை. இங்கே கோடிகாட்ட மட்டுமே இயலும். இந்த மாற்றங்களின் தொடக்கம் தொண்ணூறுகளில் வேர் கொண்டுள்ளது. நவீன தமிழ் எழுத்து நெடுங்காலம்வரையிலும் மிகுதியும் உயர் வர்க்க / சாதிகளைச் சேர்ந்தவர்களின் பங்களிப்பாகவே இருந்தது. சமூகத் தின் ஒரு சில பிரிவினரே புனைவுலகில் அதிகப் பிரதிநிதித்துவம் பெற்றார்கள். பிற பிரிவினரின் பிரதிநிதித்துவம் குறைவாக இருந்ததோடு மட்டுமின்றி, அவர்கள் சமூகத்தின் மேல் அடுக்கில் இருந்தவர்களின் பார்வை வழியாகவே வெளிப்பட்டார்கள். கீழ் மட்டங்களிலும் விளிம்பு நிலைகளிலும் இருந்தவர்கள் பற்றிய சித்திரிப்புகள் அளவிலும் வெளிப்பாட்டுத் தன்மையிலும் இயல்பாகவே போதாமைகளைக் கொண்டிருந்தன. படைப்பு ரீதியாகவும் மொழி சார்ந்தும் தமிழ்ப் புனைவுலகம் எவ்வளவுதான் வளமாக இருந்தாலும் விளிம்பு நிலையில் உள்ளவர்கள் கீழ் அடுக்குகளில் உள்ள சாதியினர், இந்து அல்லாத பிற மதத்தவர் ஆகியோரது பிரதிநிதித்துவம் தமிழ்ப் புனைவுலகில் பலவீன மாகவே இருந்தது. புனைவுலகில் பெண்களுக்கான இடம் வலுவானதாக இருந்தாலும் பெண்கள் மிகுதியும் ஆண்களின் பார்வையின் வாயிலாகவே வெளிப்பட்டார்கள்.

கல்வியின் பரவலாக்கம், சமூக விழிப்புணர்வு, அரசியல் மாற்றங்கள், பொருளாதார வாய்ப்புகள் ஆகியவற்றின் காரண மாகச் சமூகத்தின் பல்வேறு பிரிவுகளிலிருந்தும் கிறிஸ்தவ, இஸ்லாமியச் சமயங்களிலிருந்தும் பலர் எழுதத் தொடங்கியது தொண்ணூறுகளில் நிகழ்ந்தது. அதே சமயம் சமூகத்தின் உயர் அடுக்குகளில் இருந்தவர்கள் கல்வி மற்றும் வேலைவாய்ப்பு களில் நிலவும் இட ஒதுக்கீட்டுக் கொள்கைகளால் பாதிப்புக்குள் ளானதால் ஒதுக்கீடுகள் அல்லாத பாடங்கள், தனியார் துறை, வெளிநாட்டு வேலைவாய்ப்பு ஆகியவற்றை அதிகம் நாடினார்கள். ஆங்கிலமும் இந்தியும் பிழைப்புக்கு உத்தரவாதம் தரும் மொழிகள் என்றும் உறுதிப்பாடு அவர்களில் பலருக்கு ஏற்பட்டிருந்தது. பிழைப்பு சார்ந்த பதற்றங்களால் பிழைப்புக்கு உதவும் பாடங்களையே நாடினார்கள். இந்தப் போக்கு தமிழை முற்றாகப் புறக்கணிக்கும் நிலைக்கு இவர்களைக் கொண்டு

சென்றது. இவர்களுக்கும் தமிழுக்கும் இடையே இருந்த உறவு குடும்பங்களுக்குள் புழங்கும் பேச்சோடு சுருங்கிப் போனது. இவர்கள் தமிழ் படிப்பது, தமிழில் எழுதுவது இரண்டும் குறைந்தது.

படித்த மேல் தட்டு மக்கள் தமிழுக்கு அந்நியமானதும், புதிய பிரிவினர் பலர் தமிழை உள்ளடக்கிய கல்வியைப் பயின்றதும் கிட்டத்தட்ட ஒரே சமயத்தில் நடந்தது. இதன் விளைவாகத் தமிழ்ப் புனைகதைப் பரப்பின் முகம் சட்டென்று மாறியது. அதுகாறும் பேசப்பட்டு வந்த பொருள்கள் பின்வரிசைக்குச் சென்றன. புதிய பிரிவுகள், புதிய வாழ்நிலைகள், புதிய பண்பாட்டுக் கூறுகள், புதிய சமயக் கூறுகள், புதிய மொழி, புதிய வெளிப்பாட்டு முறை, புதிய நிலைக்காட்சிகள் முதலான பல புதிய அம்சங்கள் தமிழ்ப் புனைவுலகின் அடையாளங்களாக மாற ஆரம்பித்தன. சமூகத்தின் கீழ் அடுக்குகளிலும் மைய நீரோட்டத்திற்கு வெளியிலும் இருந்த பிரிவினரின் வாழ்வு அவர்கள் மூலமாகவே வெளிப்பட ஆரம்பித்தது. புத்தாயிரத்திற்குச் சற்று முன்னர் தொடங்கிய இந்தப் போக்கு இன்றளவிலும் தொடர்கிறது. தமிழ்ப் புனைவுலகின் அடையாளத்தை முற்றிலும் மாற்றிய போக்கு இது.

பின்நவீனத்துவத்தின் தாக்கம்

இதே சமயத்தில் பின்நவீனத்துவம் குறித்த அறிமுகமும் விவாதங்களும் தமிழில் நிகழ்ந்தன. ஒற்றை மையம் அல்லது ஒரு சில மையங்கள் என்னும் கருத்தியலை முற்றாக மறுக்கும் பின்நவீனத்துவம் மையப்படுத்தப்பட்ட அதிகாரம், சமயம், அறிவியல், அரச அதிகாரம் ஆகியவற்றை எந்த வகையில் முன்னிறுத்தப்பட்டாலும் அதைக் கேள்விக்கு உட்படுத்தியது. அதாவது, பன்முகத்தன்மை, உதிரிகளின் இருப்பு, மைய விலக்கு விசைகள், விளிம்பு நிலை வாழ்வின் மீதான கவனம், கட்டுடைப்பு, ஒருங்கமைவற்ற கூறுகளின் சேர்க்கை முதலான அம்சங்களைக் கொண்ட பின்நவீனத்துவக் கருத்தியலானது மையம், மையத்தில் குவியும் அதிகாரம் ஆகியவற்றை இயல்பாகவே புறமொதுக்கத் தலைப்பட்டது. சமூகத்தில் ஏற்பட்ட மாற்றங்களும் பின்நவீனத்துவச் சிந்தனையின் தாக்கங்களும் சேர்ந்து தமிழ்ப் புனைவுலகை மறுவரையறை செய்தன. உலகமயமாதலால் பல்வேறு பிரிவினருக்கும் கிடைத்த புதிய வாய்ப்புகளின் தாக்கமும் சேர்ந்துகொள்ள எல்லா விதமான கட்டமைப்புகளும் கட்டுப்பாடுகளும் கட்டுப்பெட்டித்தனங்களும் உடைய ஆரம்பித்தன. தொண்ணூறுகளுக்குப் பிந்தைய புனைவுலகில் இதன் தன்மையைப் பரவலாகக் காணலாம்.

சில உதாரணங்கள் மூலம் இதை நன்கு புரிந்துகொள்ள இயலும். இமையம் எழுதிய 'கோவேறு கழுதைகள்' நாவலானது தலித்துகளின் நிலையை மட்டுமல்லாமல் அவர்களிடையே நிலவும் வேற்றுமைகளையும் சித்திரிக்கிறது. கிராமப்புற முஸ்லிம் பெண்களின் வாழ்வை சல்மாவின் 'இரண்டாம் ஜாமங்களின் கதை' விவரிக்கிறது. பிரான்ஸிஸ் கிருபாவின் 'கன்னி' கிறிஸ்தவர் களில் ஒரு பிரிவினரின் வாழ்நிலையை விரிவாகச் சொல்கிறது. ஜோ டி குரூஸின் நாவல்கள் கடலோடிகளின் வாழ்வின் கூறுகளையும் மாற்றங்களையும் வரலாற்றுப் பின்புலத்தில் தீட்டிக் காட்டுகின்றன. ராஜ் கவுதமன், சோ. தருமன், ஜே.பி. சாணக்யா, ஆதவன் தீட்சண்யா, அழகிய பெரியவன், கண்மணி குணசேகரன், கீரனூர் ஜாகிர் ராஜா, லட்சுமி சரவணக் குமார் ஆகியோரின் படைப்புகள் இதுவரை தமிழ்க் கதைகளில் பேசப்படாத பிரிவினரின் வாழ்க்கையைப் பேசுகின்றன. வெளியிலிருந்து பார்க்கும் பார்வையாக அல்லாமல் உள்ளிருந்து தோன்றும் பார்வையினூடே இந்தப் புனைவுச் சித்திரங்கள் உருக்கொள்கின்றன. தலித்துகளின்மீதான அடக்குமுறைகள், அவர்களது வாழ்நிலையின் அவலங்கள் ஆகியவற்றோடு நில்லாமல் அவர்களது கனவுகளையும் உணர்வுகளையும் தரிசனங் களையும் இந்தப் பதிவுகள் வழங்கத் தவறவில்லை.

இது போலவே பெண்கள் தங்கள் வாழ்வையும் உணர்வு களையும் எழுத ஆரம்பித்தார்கள். அம்பை, வாஸந்தி போன்ற மிகச் சில விதிவிலக்குகள் நீங்கலாகப் பெண்கள் பற்றிய பெண்களின் பதிவுகள் தமிழ்ப் புனைவுலகில் மிக மிகக் குறைவாகவே இருந்துவந்த நிலை தொண்ணூறுகளில் மாறத் தொடங்கியது. தங்கள் வாழ்வை, நெருக்கடியை, தாங்கள் ஒடுக்கப்படும் விதத்தைப் பெண்கள் வெளிப்படையாக எழுத ஆரம்பித்தார்கள். உடல் சார்ந்த ஒடுக்குமுறைக்கு அதிகம் ஆளான பெண்கள் அந்த உடல் சார்ந்த உணர்வுகளையும் அனுபவங்களையும் வெளிப்படையாகப் பேச ஆரம்பித்தார்கள். தங்கள் உடலைப் பேசுபொருளாக மாற்றிப் புனைவின் வழியே தங்களது விடுதலைக்கான மார்க்கங்களைக் கட்டமைத்தார்கள். மிகுதியும் கவிதைகளிலேயே நிகழ்ந்த, இன்னமும் நிகழ்ந்துவரும் இந்த வெளிப்பாடு புனைவுகளில் சல்மா, உமா மகேஸ்வரி, பாமா, சந்திரா முதலான சிலர் மூலம் நமக்குக் கிடைக்கின்றன.

ஒடுக்குமுறை பற்றி மட்டுமல்லாமல் தங்களுடைய பார்வைகள், கனவுகள், ரசனைகள், காதல்கள் ஆகியவற்றையும் பெண் எழுத்து பேசுகிறது. இவர்களிலும் சமூக / சாதி அமைப்பின் உயர் அடுக்குகளிலிருந்து வரும் பதிவுகள் மிக மிகக் குறைவு

என்பதையும் இங்கே குறிப்பிட வேண்டும். தமிழுக்கும் தமிழ் மேட்டுக்குடியினருக்கும் இடையே இருந்த உறவு தேய்ந்துவரும் பொதுப்போக்கின் விளைவாகப் பெண்களின் எழுத்திலும் பிரதிபலிப்பது இயல்பானதுதான்.

பெண்கள், தலித்துகள் மட்டுமல்லாமல் பாலியல் தொழிலாளர்கள், மாற்றுப் பாலினத் தேர்வாளர்கள், நாடோடிகள் முதலான விளிம்பு நிலை சார்ந்த மனிதர்களின் வாழ்வும் இன்றைய காலகட்டத்தில் பதிவாகிவருகின்றன.

விளிம்பு நிலை வாழ்வின் பதிவுகள்

வாழ்நிலைகள், விளிம்பு நிலை சார்ந்த வாழ்க்கை ஆகியவை ஒருபுறம் இருக்க, பின்நவீனத்துவப் பார்வை அல்லது அந்தக் கருத்தியல் சார்ந்த விவாதங்களின் விளைவாக வேறொரு மாற்றமும் நிகழ்ந்தது. விளிம்பு நிலை சார்ந்த வாழ்வு மட்டுமின்றி இனக்குழுக்களின் பண்பாட்டு வரலாறும் முதன்மை பெற்றது. மைய நீரோட்டம் சார்ந்த வரம்புகள் நெகிழ்ந்தன. ஒற்றை மையம் தகர்ந்து பல்வேறு மையங்கள் உருக்கொள்ளத் தொடங்கின. பல்வேறு இனக்குழுக்களின் வாழ்வு, மதிப்பீடுகள், பண்பாட்டுக் கூறுகள், வரலாறுகள் ஆகியவை கவனப்படுத்தப்பட்டன. பல்வேறு இனக்குழுக்களின் வாழ்வு புனைவுகளுக்குள் இடம் பெற்றது. வாழ்நிலைகள், மொழி, பண்பாடு, வரலாறு ஆகியவை சமகாலக் கதையாடல்களாக மாறத் தொடங்கின. குமார செல்வா, சோ. தருமன் போன்ற சிலர் இந்தப் பாதையில் அழுத்தமான தடங்களைப் பதித்திருக்கிறார்கள்.

இனக்குழு வரலாறு, தொன்மங்களின் வேர் ஆகியவற்றைத் தேடிச்செல்லும் உத்வேகமும் இந்தக் காலகட்டத்தின் அடையாளங்களாக உள்ளன. பெருமாள்முருகன் இரா. முருகவேள் ஆகியோரது புனைவுகள் இந்த வகையில் அழுத்தமான பதிவுகளைத் தந்துள்ளன. இலக்கியப் பதிவுகள், வாய்மொழிக் கதைகள், பாடல்கள், சமகால வாழ்வின் அனுபவங்கள் ஆகியவற்றினூடே நவீன அறிவியல் சார் அணுகுமுறையுடன் நிகழ்த்தப்படும் படைப்பு ரீதியான பயணமாக இவ்வகைப் புனைவுகள் உருக்கொள்கின்றன. திருச்செங்கோடு வட்டாரத்தின் பண்பாட்டு வரலாற்றைத் தேடிச் சென்ற பெருமாள்முருகனும் கண்ணகியின் கால் தடங்களைச் சமகாலச் சிக்கல்களின் வெளிச்சத்தில தேடிச் சென்ற முருகவேளும் தமிழ்ப் புனைவுலகில் புதிய திறப்புகளைச் சாத்தியப்படுத்தியிருக்கிறார்கள்.

எந்தப் புதிய போக்கும் சாதகத்தை மட்டுமே கொண்டுவருவதில்லை. இனக்குழு வரலாற்றைத் தேடிச் செல்லும் விழைவு

போதிய படைப்பூக்கம் அற்ற நிலையில் தட்டையான மானுடவியல் பதிவுகளாகச் சுருங்கிவிட்டதன் அடையாளங்களையும் கணிசமாகப் பார்க்க முடிகிறது. படைப்பு சார்ந்த பதிவுகளையும் அப்படி அல்லாத பாவனைகளையும் பிரித்துப் பார்ப்பதற்கான கவனமும் உழைப்பும் அதிகம் தேவைப்படுமளவுக்கு பாவனைகள் அதிகரித்து வருவதையும் இங்கு குறிப்பிட வேண்டியுள்ளது.

பெண் எழுத்து, தலித் எழுத்து ஆகியவையும் தங்களுக்கே உரிய போதாமையைக் கொண்டிருக்கின்றன. இதுவரை பேசப்படாத வாழ்வைச் சொல்லும் விதத்தில் மிக முக்கியமான பதிவுகளாக இவை விளங்கினாலும் இவற்றில் பல படைப்புகள் கலாபூர்வமான வலிமை அற்ற பதிவுகளாகவும் அரசியல் சார் கோஷங்களாகவும் மாறிவிடுகின்றன.

உலகமயமாதலும் புனைவுலகமும்

உலகமயமாதலின் விளைவுகள் நமது புறவெளியையும் அக வாழ்வையும் புரட்டிப்போட்டு வருகிறது. இந்திய வெளி வேகமாக நகரமயமாகிவருகிறது. பெரு நிறுவனங்களின் வீச்சு அதிகரிக்க அதிகரிக்க எங்கும் எதிலும் வணிகமயமாகத் தொழில் சார்ந்த அணுகுமுறைகள் அழுத்தம் பெறுகின்றன. இது வாழ்வை அணுகும் முறையையும் உறவுகள் பேணப்படும் விதத்தையும் பெருமளவு மாற்றிவிட்டன. நிலக்காட்சிகள் மாறிவிட்டன. கட்டிடங்கள், மாறிவிட்டன. ஊடகங்கள் மாறிவிட்டன. சந்தை என்பதன் பொருளும் மாறிவிட்டது. விளம்பரங்கள் மாறிவிட்டன. வேலை, பொழுதுபோக்கு, உல்லாசம், பாதுகாப்பு, உத்தரவாதம் எனப் பல அம்சங்கள் மாறிக்கொண்டே இருக்கின்றன. கண்ணெதிரில் கொட்டிக் கிடக்கும் வசதி வாய்ப்புகள், கண்ணைப் பறிக்கும் வசீகரங்கள், வாழ்க்கையை மாற்றிவிடக்கூடிய தொழில்நுட்பங்கள் ஆகியவை மனிதர்களின் கண்ணோட்டத்தையே மாற்றிவிட்டன. நவீன சொர்க்கமாகக் காட்சியளிக்கும் இந்தப் பளபளப்பான உலகினுள் நுழைவதற்கான வேட்கை ஒவ்வொருவருக்குள்ளும் விதைக்கப்பட்டுள்ளது. பெரிய பணக்காரர்களுக்கு மட்டுமே உரியதாக இருந்த பல்வேறு நுகர்பொருள்களும் சேவைகளும் சாமானியர்களின் கைக்கெட்டும் தூரத்திற்கு வந்துவிட்டன. சற்று எட்டினால் பிடித்துவிடலாம் என்றும் தூண்டுதலை இந்த வசீகரம் நிகழ்த்திக்கொண்டே இருக்கிறது. இதற்காகக் கொடுக்க வேண்டிய விலையாகவே உறவுகள், விழுமியங்கள் சார்ந்த மாற்றங்கள் இருந்தாலும் அவற்றைப் பற்றிக் கவலைப்பட முடியாத அளவுக்கு இந்த வசீகரம் தவிர்க்க முடியாததாகவும் வலுவானதாகவும் இருக்கிறது. இதிலிருந்து விலகியிருப்பது

என்பது பல்வேறு வாய்ப்பு வசதிகளையும் நுகரின்பத்தையும் மறுப்பது என்ற நிலை உருவாகிவிட்டதால் பெருமளவிலான மக்கள் இதன்பால் ஈர்க்கப்பட்டு உள்வாங்கப்பட்டு வருகிறார்கள்.

உள்ளீடற்ற இந்த வசீகரத்தின் தவிர்க்க முடியாத விளைவாகத் தனிமைப்படுதலும் வெறுமையும் நினைவேக்கமும் உருவாகின்றன. நகரங்கள் பெருகிவருவது, வேளாண் நிலங்கள் சுருங்கி வருவது, மரபார்ந்த தொழில்களும் கலைகளும் அழிந்துவருவது முதலான மாற்றங்களும் சேர்ந்துகொள்ள, தமிழ் வாழ்வு இந்த இருபது ஆண்டுகளில் மாபெரும் மாற்றங்களைக் கண்டுவிட்டது. தனிமை, வெறுமை, நினைவேக்கம் ஆகியவை பல மடங்கு அதிகரிக்கின்றன. இந்தச் சூழலினுள் இழுக்கப்படாத மக்களுக்கு அவர்களுக்கு ஏற்கெனவே இருந்த இடமும் மறுக்கப்படுவதால் அவர்கள் இரண்டு விதங்களிலும் தண்டிக்கப்படுகிறார்கள்.

இந்த மாற்றங்களையும் தாக்கங்களையும் சமகாலத் தமிழ்ப் புனைவுகள் அழுத்தமாகவே பதிவு செய்துவருகின்றன. கீரனூர் ஜாகிர்ராஜா, கே.என். செந்தில், இமையம், அழகிய பெரியவன், தேவிபாரதி, சந்திரா, சாணக்யா, எஸ். செந்தில்குமார், காலபைரவன் முதலானோரின் படைப்புகளில் சமகால மாற்றத்தின் வாழ்வியல் தாக்கங்கள் அவரவருக்கே உரிய விதத்தில் வெளிப்படுகின்றன. சில சமயம் எளிமையான வடிவிலும் பல சமயம் இறுக்கமான அழுத்தங்களுடனும் வெளிப்படுகின்றன. இவர்களின் புனைவுகளினூடே இந்தக் காலகட்டத்தையும் இன்றைய வாழ்வின் பல்வேறு கூறுகளையும் நம்மால் கூர்மையாகப் புரிந்துகொள்ள முடிகிறது. இவற்றை இங்கே சுருக்கமாக மட்டுமே கோடிகாட்ட முடியும்.

நெருக்கடிகள் தரும் இறுக்கங்களை வெறுமையின் தொனியோடு மொழிவழிப்படுத்தும் கே.என். செந்திலின் கதைகள் சமகாலத்தின் புறவெளியின் பளபளப்புக்கு மாறான உலகைக் காட்டுகின்றன. புனைவின் பல்வேறு வகைமைகளைப் பயன்படுத்திப் பார்க்கும் காலபைரவனும் எஸ். செந்தில்குமாரும் சிதறலான பல சித்திரங்கள் மூலம் சமகால வாழ்வைப் புரிந்து கொள்ள உதவுகிறார்கள். புனைவின் கொண்டாட்டத்தையும் கொண்டிருக்கும் இவர்களது கதைகள் அதனாலேயே இறுக்கம் தவிர்த்தவையாக உள்ளன. தனது அனுபவப் பரப்பிற்குள் வரும் வாழ்வின் சித்திரங்களைத் தீட்டும்போது மிக இயல்பாகவும் நெகிழ்வான யதார்த்தப் போக்கிலும் வெளிப்படும் பிரான்ஸிஸ் கிருபாவின் புனைவுலகம் கருத்தியல தளத்திற்கு நகரும்போது தன் இயல்புத்தன்மையைச் சற்றே இழந்து அல்புனைவின் பிரதேசத்துக்குள் நுழைகிறது.

புனைவு வெளிச்சம் படாத மாந்தர்களைத் தன் கதைப் பரப்புக்குள் கொண்டுவருபவை சாணக்யாவின் கதைகள். தனது சிற்றூர் சார்ந்தும் பிழைப்புத் தேடி வந்த நகரம் சார்ந்தும் தான் பெற்ற அனுபவங்களைத் தீவிரமான படைப்பு நோக்குடன் கலையாக்கும் சாணக்யாவின் படைப்பூக்கம் தமிழ்ப் புனைவுலகில் முற்றிலும் புதிதான சில பதிவுகளைத் தந்துள்ளது. இவர் காட்டும் வாழ்வின் கோலங்கள் மாறுபட்ட மதிப்பீடுகளும் மர்மங்களும் கொண்டதாக இருக்கின்றன. விசுவாசங்கள், துரோகங்கள், ஆழ்மன ஆசைகள் ஆகியவை தத்தமது அசல் முகங்களோடு வெளிப்படுகின்றன. கிட்டத்தட்ட இதே தளத்தில் இயங்கும் திருச்செந்தாழையின் புனைவுலகமும் தமிழ்ப் புனைவுலகப் பரப்பை விரிவுபடுத்தும் திறன் கொண்டதாக விளங்குகிறது. இரவது வீச்சும் படைப்பூக்கமும் அதிகரிக்கும்போது இவரது புனைவுலகம் தவிர்க்க முடியாத ஓர் இடத்தைத் தனக்கென உருவாக்கிக்கொள்ள முடியும்.

இஸ்லாம் சமூகத்தின் ஒரு சில அடுக்குகளை மட்டுமே சித்திரித்துவந்த தமிழ்ப் புனைவுலகில் கீரனூர் ஜாகிர் ராஜாவின் கதைகள் தமிழ் இஸ்லாமியர்களின் வாழ்வின் புதிய பிரதேசங் களைத் திறந்து காட்டுகிறது. முன் முடிவுகளோ உணர்ச்சிப் பிசுக்கோ இல்லாமல் சித்திரிக்கப்படும் இந்த உலகம் புதிய யதார்த்தங்களைத் திறந்து காட்டுகிறது. அறிவார்ந்த தளம் நோக்கி நகரும் கதைகளைக் காட்டிலும் அனுபவ தளத்தில் ஆழமாக வேர்கொண்ட கதைகள் வலுவாக வெளிப்பட்டு ஜாகீர் ராஜாவின் முக்கியவத்துவத்தைப் பறைசாற்றுகின்றன.

லஷ்மி சரவணக்குமாரின் கதைகள் மனித வாழ்வின் புதிய உலகங்களை அறிமுகப்படுத்துகின்றன. அந்த உலகங்களை அவர் புனைவின்வழி கையாளும் முறை வாசிப்பவர்களின் வாழ்க்கைக்கு நெருக்கமாக அவ்ற்றை உணரச் செய்கின்றன. மொழியில் ததும்பும் அங்கதமும் கவித்துவமும் இவரது கூடுதல் சிறப்புகள். துயரங்களையும் எள்ளலோடு அணுகும் எழுத்துமுறை இவருடையது.

தொண்ணூறுகளுக்கு முன்பே எழுதத் தொடங்கினாலும் இடையில் நெடுங்காலம் அதிகம் எழுதாமல் இருந்த தேவிபாரதி இந்தப் புத்தாயிரத்தில் புதிய வேகத்துடன் எழுதிவருகிறார். பின்நவீனத்துவம் முதலான பல விதமான போக்குகளின் தாக்கத்தையும் இவர் எழுத்தில் காண முடிகிறது. வாழ்வின் நெருக்கடிகள், குரூரங்கள், மனித பலவீனங்கள், கையறு நிலை, துரோகங்கள், சரிவுகள் ஆகிய அனுபவங்களுக்கு மத்தியிலும் அறம் சார்ந்த கேள்வியையும் தேடலையும் வலுவாகப் பிடித்துக்

கொண்டிருக்கும் புனைவுலகம் தேவிபாரதியுடையது. படைப்புச் செயல்பாட்டை மிகத் தீவிரமாக எடுத்துக்கொள்ளும் மிகச் சில எழுத்தாளர்களில் ஒருவரான இவர் புனைவுலகில் எந்த வரம்பையும் வைத்துக்கொள்வதில்லை. சமகால வாழ்வின் அறம் சார்ந்த கேள்விகளின் புனைவுகள் என இவரது படைப்புலகை வரையறுக்கலாம். இவரது மொழியின் இறுக்கம் மிகுதியும் உள்ளடக்கம் சார்ந்ததுதான் என்றாலும் மொழி சற்றே நெகிழும் போது இவரது புனைவின் வீச்சு பெருமளவில் விரிவு கொள்ளும்.

தொண்ணூறுகளிலிருந்து எழுதிவந்தாலும் குறைவாக எழுதிவரும் மற்றொரு முக்கியமான படைப்பாளி லக்ஷ்மி மணிவண்ணன். புனைவை மிகத் தீவிரமான கலைச் செயல்பாடாகக் காணும் இவர் மிகக் குறைவாகவே எழுதினாலும் மிக முக்கியமான திறப்புகளைச் சாத்தியப்படுத்திவருகிறார். அடிப்படையில் கவிஞரான இவரது புனைவுலகம் பதற்றங்களால் நிரம்பியது. சமகால வாழ்வின் சகல குரூரங்களும் மாறுபட்ட முகங்களுடன் இவரது புனைவில் வெளிப்படுகின்றன. மேலெழுந்தவாரியாகப் பார்க்கும்போது விரக்திப் புன்னகையாகத் தோன்றும் இவரது புனைவு மொழி ஆழமான அடுக்குகளில் அடிப்படைகளைக் காண விழையும் வேட்கையாக மாறுவதை உணரலாம்.

நகரமயமாதல் வேகமாக நடைபெற்றுவரும் இந்தக் காலத்தில் பெருநகரத்தின் பதிவுகள் அதிகம் வருவதில் வியப்பேதும் இல்லை. சென்னை போன்ற நகரில் உலகமயமாதலின் பெரும்பாலான சாத்தியங்களைப் பயன்படுத்திக்கொண்டு அந்த இயந்திரத்தின் மூலம் அவற்றைப் பதிவு செய்ய முயல்கிறார்கள். விநாயக முருகன், வா. மணிகண்டன் முதலான சிலரை இதற்கு உதாரணமாகச் சொல்லலாம். தீவிர இலக்கியப் பிரதிகளாக உருப்பெறாதபோதும் சமகால நகர வாழ்வின் கூறுகளை இவர்களின் புனைவுலகில் காண முடிகிறது.

இவர்கள் ஒவ்வொருவரையும் தனித்தனியாக அலசும்போது இந்தக் கூறுகளையும் அவை வெளிப்படும் படைப்பு வகைமை களையும் மேலும் துல்லியமாக உள்வாங்கிக்கொள்ள முடியும்.

இன்றைய புனைவுப் போக்குகளை மொத்தமாகத் தொகுத்துப் பார்க்கும்போது முதன்மைபெறும் அம்சங்களைப் பட்டியலிட்டு இந்தக் கட்டுரையை முடிக்கலாம் எனத் தோன்றுகிறது.

தொண்ணூறுகள் தொடங்கி இன்றுவரை ஏற்பட்டுவரும் சமூக, பொருளாதார மாற்றங்கள் சமகால இயக்கத்தின் மீது அழுத்தமான தாக்கங்களை ஏற்படுத்திவருவதுடன் சமகால

இலக்கியப் போக்குகளை நேரடியாகவும் மறைமுகமாகவும் தீர்மானிக்கின்றன. பின்நவீனத்துவக் கருத்தியலின் அறிமுகமும் விவாதங்களும் புனைவுப் பரப்பில் வரம்புகளை உடைத்து வரையறைகளை மாற்றியுள்ளன. அதுகாறும் புனைவுப் பரப்பை ஆக்கிரமித்துவந்த சமூகத்தின் உயர் தட்டுகளைச் சேர்ந்த பிரிவினர் தமிழுக்கு அன்னியமானதும், ஒடுக்கப்பட்ட பிரிவினர் உட்படப் பல்வேறு புதிய பிரிவினர் புதிய எழுச்சியுடன் எழுத வந்ததும் கிட்டத்தட்ட ஒரே சமயத்தில் நிகழ்ந்தன. இந்த மாற்றங்களின் விளைவாகத் தமிழ்ப் புனைவுலகில் விளிம்பு நிலை மனிதர்களின் வாழ்வைப் பதிவுசெய்தல், பல்வேறு பிரிவினரும் தமது பண்பாட்டு வேர்களைத் தேடுதல், இனக் குழுப் பண்பாடுகள் மீதான கவனம், வரலாற்றின் இருண்ட பகுதிகளின் மீது நவீனப் பார்வையின் வெளிச்சத்தைப் பாய்ச்சுவது, பண்டைய இலக்கியங்கள் மீதான கவனம் புதுப்பிக்கப்பட்டது, மைய நீரோட்டக் கூறுகளைக் காட்டிலும் உதிரிகளின் கூறுகளுக்குக் கிடைக்கும் முக்கியத்துவம், தலித்துகள், பெண்கள் ஆகியோர் அதிகம் எழுதத் தொடங்கியது, அவர்கள் வாழ்வு அவர்கள் மூலமாகவே பதிவானது, உலகமயமாதலால் உருவாகும் பண்பாட்டு வெறுமையின் பதிவுகள், தனிமையின் வெறுமை, நினைவேக்கம் ஆகியவற்றின் வெளிப்பாடுகள், அறம் சார்ந்த கேள்விகள் ஆகியவை இன்றைய புனைவுகளின் தன்மைகளாக உள்ளன.

புதிய பேசுபொருள்கள், சித்திரிப்பில் செறிவு, பன்முகத்தன்மை ஆகிய அம்சங்கள் இன்றைய புனைவுப் பரப்பை வரையறுத்தாலும் படைப்பூக்கம் சார்ந்த போதாமைகள் கவலை ஏற்படுத்துவதையும் குறிப்பிட்டாக வேண்டும். மேலே குறிப்பிடப்பட்டுள்ள பலரும் நம்பிக்கை தரும் விதத்திலும் வலுவாகவும் தங்கள் படைப்பு களை உருவாக்கினாலும் அவசரமான எழுத்துக்களும் பாவனை களும் ஒருபுறம் பெருகிவருகின்றன. இன்றைக்குள்ள பிரசுரத் தேவைகளால் இவற்றுக்கு விரைவில் அங்கீகாரமும் கிடைத்து வருகிறது. கணிசமான ஒரு பிரிவினர் மேம்போக்கான எழுத்தையே எழுதியும் வாசித்தும் கொண்டாடியும்வருவது சூழலின் பலவீனத் தையே காட்டுகிறது.

தொண்ணூறுகளுக்கு முன்பு கேளிக்கை அம்சம் கொண்ட வெகுஜன எழுத்து என்பதற்கும் தீவிர எழுத்து என்பதற்குமான வித்தியாசங்கள் பெருமளவில் தெளிவாகவே இருந்தன. அப்போதும் இரண்டுங்கெட்டான் எழுத்துக்கள் மயக்கத்தை ஏற்படுத்திவந்தாலும் நுட்பமான வாசகர்களால் தர வேற்றுமை களை எளிதில் வரையறுத்துக்கொள்ள முடிந்தது. சமூக வலைதளங்கள், வலைப்பூக்கள், இதழ்கள், நூல்கள் எனப் பல்வேறு விதங்களிலும் எழுத்துக்கள் வெள்ளம்போல் குவியும் இன்றைய

காலகட்டத்தில் தர வேற்றுமைகள் துல்லியமாகப் புலப்படவில்லை. தீவிரமான எழுத்து போன்ற தோற்றம் கொண்ட போலித் தீவிர எழுத்தும் போலித் தீவிர இலக்கியவாதிகளும் பெருகிவிட்டதுடன் சூழலின் சொல்லாடல்களிலும் அவர்களுடைய ஆதிக்கம் நிலவுகிறது. கூர்மையான விமர்சகர்கள் அருகிவிட்டார்கள். கூர்மையான விமர்சனம் செய்யக்கூடியவர்களும் விமர்சனச் செயல்பாடுகளில் அதிகம் ஈடுபடுவதில்லை. இந்நிலையில் போலிப் படைப்புகள் உருவாவதும் கொண்டாடப்படுவதும் அதிகரித்துவருகிறது.

உண்மையான படைப்புகளை இனம்காணும் சவால் வாசகருக்கும் படைப்பின் வீரியத்தைத் தக்கவைத்துக்கொள்ளும் சவால் படைப்பாளிக்கும் இன்று உள்ளது. தீவிரமான படைப்பு முயற்சிகள், காலத்தின் கலாபூர்வமான பிரதிபலிப்புகள், புதிய தேடல்கள், புதிய தடங்கள் எனப் பயணிக்கும் தமிழ்ப் புனைவுலகில் தட்டையான மானுடவியல் பதிவுகள், அரசியல் கோஷங்கள், சமூக அக்கறை சார்ந்த சிந்தனைகள் ஆகியவை புனைவின் வேடமிட்டுப் பெருமளவில் உலவுகின்றன. அசலான படைப்புகளை உருவாக்குவதற்கும் இனம்காட்டுவதற்குமான பொறுப்பு இன்றைய படைப்பாளிகளுக்கும் விமர்சகர்களுக்கும் கூடுதலாக உள்ளது. மேலான ஆக்கங்களுக்கான வேட்கையும் கூர்மையான வாசிப்புமே சூழலின் ஆரோக்கியத்தை மேம்படுத்த உதவும்.

(உலகத் தமிழ்ச் சங்கம் (மதுரை) 2015, மார்ச் 13, 14 தேதிகளில் நடத்திய பன்னாட்டுப் பரிமாற்றக் கருத்தரங்கில் வாசிக்கப்பட்ட கட்டுரை)

6

நெகிழும் வரையறைகள், விரியும் எல்லைகள்

தொண்ணூறுகளை நவீன தமிழிலக்கியத்தின் திருப்புமுனைக் காலகட்டம் என்றே சொல்லலாம். அதற்கு முந்தைய 50 ஆண்டுகளில் தமிழ் இலக்கியத்தின் அடையாளங்களாக இருந்த பல ஆளுமைகள் இந்தக் காலகட்டத்தில் எழுதுவதைக் குறைத்துக் கொண்டார்கள். சிலர் நிறுத்திக்கொண்டார்கள். பல புதியவர்கள் எழுத வந்தார்கள். அதற்கு முந்தைய பதிற்றாண்டில் நம்பிக்கை தரும் விதத்தில் எழுதத் தொடங்கிய இளைஞர்கள் இக்காலகட்டத்தில் மலர்ந்து விகசித்தார்கள். அதுவரையில் பரவலாக இருந்த எழுத்து வகைகள் கடும் விமர்சனத்திற்கு உள்ளாயின. மொழிபெயர்ப்புகள் வாயிலாகவும் அயல் மொழிப் போக்குகள் குறித்த வாசிப்பு சார்ந்த பிரதிபலிப்புகள் வாயிலாகவும் புதிய வகை எழுத்துப் பாணிகள் அறிமுகப்படுத்தப்பட்டன. சரியாகச் சொன்னால் ஆவேசமாக முன்னிறுத்தப்பட்டன.

யதார்த்த வகை எழுத்துக்கு ஈவிரக்கமில்லாமல் இரங்கற்பா எழுதப்பட்டது. யதார்த்தம், மிகை யதார்த்தம், படிமம், நுட்பம், மௌனம், உள்ளொளி, த்வனி முதலான சொற்கள் புழங்கிவந்த தமிழ் விமர்சனப் பரப்பில் மிகுபுனைவு, மாய யதார்த்தம், பின்நவீனத்துவம், தானியங்கி எழுத்து, எழுதுகோல் எழுதிச் செல்லுதல், கட்டுடைத்தல், மையம் அழிந்த எழுத்து, கதையற்ற கதை என்றெல்லாம் புதுப் புதுச் சொல்லாடல்கள் புழங்க ஆரம்பித்தன. இலக்கிய ஏடுகளிலும் மேடைகளிலும் இந்தச்

சொல்லாடல்களின் உச்சாடனம் உரக்க ஒலித்துக்கொண்டிருந்தது. எல்லோரும் இந்தச் சொல்லாடல்களை ஏதேனும் ஒரு விதத்தில் எதிர்கொண்டாக வேண்டிய நிர்ப்பந்தம் ஏற்பட்டது. தமிழவன், பூரணச்சந்திரன், நாகார்ஜுனன், ரமேஷ் – பிரேம், அ. மார்க்ஸ், சாரு நிவேதிதா, ரவிக்குமார் போன்ற பலர் இந்தச் சொல்லாடல்களை அழுத்தமாக முன்வைத்தார்கள். (ரவிக்குமாரின் உரையாடல் தொடர்கிறது போன்ற சில நூல்கள், நாகார்ஜுனனின் நூல், தமிழவனின் நூல் . . .).

இந்தச் சொல்லாடல்கள் உருவாவதற்கு முன்பே இலக்கிய வெளிப்பாடுகளில் வடிவம் சார்ந்த பரிசோதனை அல்லது யதார்த்தவாதத்தினின்றும் மாறுபட்ட வகைமைகளை நிகழ்த்தியவர்கள் என்று நகுலன், மௌனி, லா.ச. ராமாமிர்தம். சுந்தர ராமசாமி ('ஜே.ஜே.: சில குறிப்புகள்' மற்றும் 'மௌனத்துக்குப் பின்' எழுதப்பட்ட சில கதைகள்) ஆகியோரைச் சொல்லலாம். அசோகமித்திரனின் 'ஒற்றன்' நாவலும் புதிய திறப்புகளைச் சாத்தியப்படுத்திய வெற்றிகரமான நாவல் சார்ந்த வடிவப் பரிசோதனை. தொண்ணூறுகளில் தீவிரமாகப் புழங்கத் தொடங்கிய சொல்லாடல்களின் வேகமும் அவற்றின் அடிப்படையிலான விமர்சனங்களின் தகிப்பும் பல மூத்த எழுத்தாளர்களுக்குக் கடும் நெருக்கடியை ஏற்படுத்தியிருக்க வேண்டும். அவர்களில் சிலர் தொண்ணூறுகளில் எழுதுவதை நிறுத்திக்கொண்டதற்கும் இதற்கும் நேரடியாகத் தொடர்பு இருக்கிறது என்பதைத் தர்க்க ரீதியாக நிறுவ முடியாமல்போகலாம். ஆனால் புதிய குரல்களின் ஆவேசமான முழக்கம் ஓங்கியதும் பழைய குரல்களின் தேசலும் ஒரே நேரத்தில் நிகழ்ந்ததை வெறும் தற்செயல் நிகழ்வுகள் என்று சொல்லவிட முடியாது.

ஆனால் இதே காலகட்டத்தில் சுந்தர ராமசாமி, அசோக மித்திரன் ஆகிய இருவரும் தமக்கே உரிய விதங்களில் தொடர்ந்து பல தளங்களிலும் தங்கள் படைப்புச் செயல்பாடுகளைத் தொடர்ந்தார்கள். சுந்தர ராமசாமி இத்தகைய புதிய அளவுகோல்களுக்கு எழுத்திலும் பேச்சிலும் எதிர்வினையாற்றிவந்தார். புதிய குரல்களை, மதிப்பீடுகளை வரவேற்ற அவர், அவை போதிய பொறுப்புணர்வில்லாமலும் சமநிலை பிறழ்ந்த தொனியிலும் முன்வைக்கப்படுவதை விமர்சித்தார். அசோகமித்திரனோ அவநம்பிக்கை ததும்பும் தனது கசப்புப் புன்னகையை மட்டுமே வெளிப்படையான எதிர்வினையாகத் தந்தார். தான் எழுதும் மதிப்புரைகளில் ஓரிரு முறை இவற்றுக்கு எதிர்வினை ஆற்றினார். (புதுவகைக் கதைகள் அடங்கியதாக முன்னிறுத்தப்பட்ட ஸ்பானியச் சிறகுகளும் வீர வாளும் தொகுப்புக்கான மதிப்புரையில் இது பற்றிப் பேசினார். சோஷலிச யதார்த்தத்தைத் தூக்கிப்

பிடித்த முற்போக்கு முகாம்களைச் சேர்ந்த பலர் "அற்புத யதார்த்த வகை எழுத்தைப் படைக்க முனைந்திருப்பது யதார்த்தத்தின் அற்புதம் என்றுதான் சொல்ல வேண்டும்" – இந்தியா டுடே மதிப்புரை.)

படைப்பைப் பொறுத்தவரை இவர்கள் இருவருமே சூழலின் நிர்ப்பந்த மகுடிக்கு ஏற்ப ஆடாமல் தத்தமது பாணிகளிலேயே தம் செயல்பாட்டினைத் தொடர்ந்தனர். அசோகமித்திரன் தனது பாணியிலான யதார்த்த வகை எழுத்தைச் சிறிதும் மாற்றிக்கொள்ளவில்லை. தொடர்ந்து தன் வெளிப்பாட்டு முறைகளில் பரிசோதனைகள் செய்துவந்த சுந்தர ராமசாமி தன் கடைசி 15 ஆண்டுகளில் எழுதிய படைப்புகளிலும் அதைத் தொடர்ந்து செய்துவந்தார். பட்டுவாடா என்னும் காஃப்கா பாணியிலான கதையும் 'நாடார் சார்' என்னும் அச்சு அசலான யதார்த்தவாதக் கதையும் யதார்த்தத்திற்கும் மிகுபுனைவிற்கும் இடையில் ஊடாடும் 'ஒரு ஸ்டோரியின் கதை' என்னும் கதையும் இந்தக் காலகட்டத்தில் எழுதப்பட்டவை. தொடர்ந்து தன்னைப் புதுப்பித்துக்கொண்டுவருபவர்களுக்கோ படைப்பு வீரியமும் சுய படைப்பு ஆளுமையும் கொண்டவர்களுக்கோ இதுபோன்ற சலனங்கள் அதிர்ச்சியையோ முடக்கத்தையோ ஏற்படுத்துவ தில்லை என்பதை இதன் மூலம் நினைவில்கொண்டு மேலே செல்லலாம்.

○

எழுத்து, கசடதபற, ழ, மீட்சி, கணையாழி, தீபம், தாமரை, சரஸ்வதி முதலான இதழியக்கங்களின் வாயிலாக 50 முதல் 90 வரையிலான காலகட்டத்தின் இலக்கியப் போக்கை நிர்ணயித்தவர்களுக்குப் பின் வந்த எழுத்தாளர்கள் விகாசம் பெற்றது கடந்த இரு பதிற்றாண்டுகளில் நிகழ்ந்த முக்கியமான சலனங்களில் ஒன்று. கோணங்கி, ஜெயமோகன், எஸ். ராமகிருஷ்ணன் ஆகிய மூவரையும் இதில் முக்கியமாகச் சொல்ல வேண்டும். இதில் கோணங்கி யதார்த்தவாத எழுத்தில் தொடங்கினாலும் விரைவிலேயே 'தானியங்கி' எழுத்தின் தமிழ் மாதிரியாக மாறிவிட்டார். இவரது முன்னோடிகள், சமகாலத்தவர்கள், அவருக்குப் பின் வந்தவர்கள் ஆகிய அனைவரும் இலக்கிய வகைமை, எழுதும் விதம் ஆகியவற்றில் நெகிழ்வுத்தன்மை கொண்டிருந்தாலும் இவர் மட்டும் பிடிவாதமாக "பேனா தானாக எழுதிச் செல்கிறது" என்பதற்கு இலக்கணமாக மட்டுமே எழுதிவருகிறார்.

மூச்சைத் திணறவைக்கும் அளவுக்குப் படிமங்களின் அடுக்குகள், கனவுலக யதார்த்தத்தின் புனைவு மொழி, தொன்மங் களின் ஆதிக்கம் என்று விரியும் கோணங்கியின் படைப்புலகம்

புரியாமையின் அடர் காட்டுக்குள் நம்மைத் தள்ளினாலும் அலாதியான வாசிப்பு அனுபவத்தைத் தருவதுடன் கவித்துவ உணர்வுகளையும் எழுப்புகிறது. இவரது எழுத்துப் பாணிக்குத் தமிழில் முன்னோடிகளோ பின்னோடிகளோ இல்லை. தொன்மங்கள், நினைவேக்கம், நனவிலி மனதின் தரிசனங்கள் முதலானவற்றைக் கொண்ட பிரத்யேகமான படிமங்களின் புதர் என்று இவரது புனைவுலகை வரையறுக்கலாம். வாசகத் தொடர்பு என்பதைக் குறைந்தபட்ச அளவில்கூடக் கணக்கில் எடுத்துக்கொள்ள மறுக்கும் இவரது புனைவுலகு தனித்த எழுத்து வகை என்பதாக மட்டுமே வரலாற்றில் பதிவுபெறும் என்று தோன்றுகிறது.

புதுவகை எழுத்தைத் தீவிரமாக இல்லையென்றாலும் அழுத்தமாக முன்வைத்தவர்களில் ஒருவரான எஸ். ராமகிருஷ்ணன் புதுவகை எழுத்துக்கு முழுமையான விசுவாசி அல்ல. அடிப்படையில் சுவாரஸ்யமான கதைசொல்லியான இவர் பல விதங்களிலும் கதைகளைச் சொல்லிப் பார்க்கிறார். பல்வேறு களங்கள், மாந்தர்கள் ஆகியவற்றினூடே வெளிப்படும் இவரது புனைவுப் பரப்பு வாழ்க்கை குறித்த வியப்பைத் தன் அடிநாதமாகக் கொண்டிருக்கிறது என்று சொல்லலாம். இந்த வியப்பு க்காலம், வெளி ஆகியவற்றைக் கடந்த விசாரணையாகவும் உருப்பெறுகிறது. பல விதமான முறைகளில் கதை சொல்வதில் தேர்ச்சி பெற்ற இவரது புனைவுகள் சில சமயம் வடிவம் சார்ந்த பாவனைகளால் எதிர்மறையாகப் பாதிக்கப்படுகின்றனவோ என்ற ஐயம் எழுகிறது. நூற்றுக்கணக்கான சிறுகதைகள், ஐந்துக்கும் மேற்பட்ட நாவல்கள், பல்வேறு மொழிபெயர்ப்புகள் என்று விரியும் இவரது எழுத்துலகம் புனைவின் புதுமையைக் கொண்டாடும் முயற்சி என்று சொல்லலாம்.

இலக்கியம் என்பதை வாழ்வின் தரிசனத்தைக் கண்ணுறுவதற்கான கருவியாகப் பார்க்கும் ஜெயமோகன் சமகால எழுத்தாளர்களில் அதிகம் எழுதுபவர்களில் முதலிடத்தை எளிதாகப் பெற்றுவிடுகிறார். ராமகிருஷ்ணன் எழுதத் தொடங்கிய காலகட்டத்திற்குச் (80களின் இறுதி) சற்று முன்னதாக இவர் எழுதத் தொடங்கிவிட்டார். வியப்பூட்டும் புனைவம்சம், சொல்முறையில் நேர்த்தி, கதையின் தொழில்நுட்பத்தில் ஆள்வினை, விரிவான களம் ஆகிய அம்சங்களைக் கொண்ட புனைவுலகம் வாழ்க்கை சார்ந்த விசாரணையைத் தீவிரமாக மேற்கொள்கிறது. இவரது கதையுலகம் பொதுவாக எளிமையானதாகத் தோற்றமளித்தாலும் சிக்கலான ஊடுபாவுகள் கொண்ட கதைகளையும் எழுதியிருக்கிறார். தேர்ந்துகொண்ட வகைமைக்கு ஏற்ப மொழிநடை மாறும் ரசவாதமும் இயல்பாக இருக்கிறது. புதுவகை

எழுத்தில் தன் ஆளுமையை அழுத்தமாகப் பதித்தவர் என்றாலும் அதற்கு விசுவாசமாக இல்லாமல் தன் கலைத் தேவைக்கேற்ற வடிவத்தைத் தேர்ந்துகொள்ளும் தன்மை கொண்டவர். புனைவு சார்ந்த பாவனைகள் துருத்தலாகத் தெரிவதும் அக எழுச்சி இல்லாமல் பிரகடனத் தேவைகள் சார்ந்து சில சமயம் படைப்புத் தொழிலில் ஈடுபடுவதும் இவரது புனைவுலகின் பலவீனங்கள். எதிர்மறையான விமர்சனங்களுக்கும் பாராட்டுகளுக்கும் விவாதங்களுக்கும் ஆளான விஷ்ணுபுரம் நாவல் தமிழ்ப் புனைகதைப் பரப்பில் ஒரு சாதனை என்றுகூடச் சொல்லலாம்.

எந்தக் கோட்பாட்டையும் சாராமல் தனக்கே உரிய அணுகு முறையுடன் புனைவுகளைப் படைப்பவர் சுரேஷ்குமார் இந்திரஜித். புற உலக யதார்த்தமும் அக உலகக் கற்பிதங்களும் இணைகோடாகச் செல்லும் புனைவுலகம் பாவனைகள் அற்று வாழ்வின் சிக்கல்களைப் பதிவுசெய்யவும் விசாரணை செய்யவும் விழைபவை. புதுவகை எழுத்து குறித்த பேச்சுக்கள் உரக்க ஒலிப்பதற்கு முன்பே பல்வேறு பரிசோதனைகளைத் தன் கலைத் தேவை சார்ந்து அனாயாசமாகச் செய்தவர் என்பது குறிப்பிடத்தக்கது.

இளக்காரமான தொனியுடன் சூழலை எள்ளி நகையாடு வதற்குப் பேர்போன சாரு நிவேதிதா தமிழின் புனைவுப் பரப்பில் ஏற்பட்ட மாற்றங்களை முன்னெடுத்தவர்களில் ஒருவர். வடிவம், கூறல் முறை, கையாளும் விஷயம் ஆகியவற்றில் எல்லகளை அனாயாசமாக மீறும் இவரது எழுத்துக்கள் நேர்த்தியான மொழிநடையினாலும் அங்கதச் சுவையினாலும் அதிர்ச்சியூட்டும் உள்ளடக்கத்தினாலும் வாசிப்பின் ஈர்ப்பைத் தூண்டுபவை. அதீத தன்னம்பிக்கையாலும் அலட்சியத்தாலும் தனது பிரகடனங்களின் சுமையில் தானே மூழ்கிவிடுவதாலும் இவரது புனைவுகள் கலை அம்சத்திலிருந்து விலகி வெறும் வாசிப்பு சுவாரஸ்யத்துக்கான பிரதிகளாக மாற ஆரம்பித்தன. இந்த விபத்திலிருந்து அவர் இன்னமும் மீண்டதாகத் தெரியவில்லை.

கதையற்ற கதை, மையம் அழிந்த புனைவு என்பன போன்ற புதுவகை எழுத்தை முன்னிறுத்தியவர்களில் ஒருவரான கௌதம சித்தார்த்தன், இந்த வகைமையில் பல பரிசோதனைகள் செய்திருந் தாலும் குறிப்பிடத்தக்க சாதனைகள் எதையும் செய்யவில்லை. சூழலில் பரவலான பாராட்டும் கவனமும் பெற்ற இவரது ஓரிரு கதைகள் யதார்த்த வகையில் அமைந்த நேர்த்தியான கதைகள். படைப்புத் திறனோ அதற்கான உழைப்போ போதுமான அளவில் இல்லாமல் கோட்பாட்டு ரீதியான பிடிவாதங்களால் புனைவை உருவாக்கிவிட முடியாது என்பதற்கான உதாரணமாக இவரைச் சொல்லலாம்.

கோட்பாடுகளின் புனைவு வடிவம் என்று சொல்லத்தக்க கதைகளை எழுதியிருக்கும் எம்.ஜி. சுரேஷின் ஆக்கங்கள் சூழலில் எந்தச் சலனத்தையும் ஏற்படுத்தவில்லை.

யதார்த்தத்தின் மீது கனவின் பனிப் படலத்தைப் படர விட்டவர்களில் வெற்றிகரமானவர் தி. ஜானகிராமன் என்று சு.ரா. ஓரிடத்தில் குறிப்பிட்டிருந்தார். யதார்த்தத்தின் மீது மீபௌதீகத்தின் தத்துவத் திரையைப் படர விடுபவர் என்று யுவன் சந்திரசேகரைச் சொல்லலாம். சுவாரஸ்யமான வாசிப்பனுபவத்தைத் தரும் யுவன் சந்திரசேகரின் புனைவுகள் வாசிப்பு, மொழி, அறிவு ஆகியவற்றின் வலுவைக் கொண்டவை. கவித்துவமான மொழியும் பதற்றம் தவிர்த்த நடையும் இவரது புனைவுகளைச் சரளமான வாசிப்புக்கு உரியவையாக ஆக்குகின்றன. இவரது புனைவுகளிலிருந்து தத்துவத்தைப் பிரித்து எடுத்துவிட்டால் மொழி மட்டுமே மிஞ்சுகிறது என்பதே இவரது புனைவின் பலவீனம். கதைகளில் முன்வைக்கப்படும் தத்துவம் தரும் அனுபவம் வேறு, தத்துவம் சார்ந்த கதைகள் தரும் புனைவனுபவம் என்பது வேறு.

பதற்றமும் இறுக்கமும் சிக்கலான மன ஓட்டங்களும் கொண்ட புனைவுப் பரப்பு தேவிபாரதியினுடையது. உறவுச் சிக்கல்கள், பாலியல் பிறழ்வுகள், உறவு சார் துரோகங்கள், பழி தீர்க்கும் வன்மங்கள், தார்மிகச் சிக்கல்கள், கனவுகளை நிறைவேற்றிக்கொள்ள இடம் தராத நடைமுறை வாழ்வின் போதாமைகள் என விரியும் இவரது புனைவுலகம் இருண்ட அறையினுள் நிகழும் பதற்றமான மன ஓட்டங்களின் அரூப நிழல்களாக உருக்கொள்கின்றன. மிகுதியும் அக உலகம் சார்ந்த இவரது கதைகள் புற உலகை ஒரு பின்னணியாக மட்டுமே கொண்டவை. புற உலகம் சார்ந்த கதைகளும் அக உலகம் சார்ந்த மயக்கங்களினூடே அவற்றைக் கையாள்கின்றன.

வாழ்வின் பல்வேறு கோலங்களைப் புனைகதைப் பரப்பிற்குள் கொண்டுவந்து எளிமையின் தோற்றத்தினுள் காத்திரமாகப் பொதிந்து தருபவை பெருமாள்முருகனின் கதைகள். வெவ்வேறு வாழ்நிலைகளினூடே வாழ்வின் சிக்கல்களை அணுகும் இவர் கருத்துகளின் தாக்கத்தை முற்றாகத் தவிர்த்துவிட்டு வாழ்வனுபவம் சார்ந்து தன் புனைவுகளைக் கலாபூர்வமாகக் கட்டமைக்கிறார். பிசிரற்ற இவரது மொழிநடையில் புனைவு சார்ந்த விசேஷ அம்சம் எதுவும் காணப்படுவதில்லை என்றாலும் புனைவுலகைக் கட்டமைப்பதற்குத் தேவையான உருமாற்றத்தை இவரது மொழி வரித்துக்கொண்டுவிடுகிறது. விளிம்பு நிலை வாழ்வு, குடும்ப உறவுகள், ஆளுமைச் சிக்கல்கள் ஆகியவற்றைப்

பேசும் இவரது புனைவுகள் பெருநகரம் சாராத தமிழ் வாழ்வின் முக்கியமான பதிவுகள்.

சோ. தருமன், கோகுலக் கண்ணன், ஜோ டி குரூஸ், பி.ஏ. கிருஷ்ணன் ஆகியோர் தமக்கே உரிய தனித்தன்மைகளுடன் தமது அனுபவ உலகங்களைச் செழுமையான படைப்பாக்கித் தந்துவருகிறார்கள். ஜோ டி குரூஸ், சோ. தருமன் ஆகியோரின் புனைவுகளில் காணும் வாழ்க்கையும் மாந்தர்களும் அவர்களின் புனைவுகள் மூலமாக மட்டுமே பதிவுபெற்றவர்கள் என்பது அவர்களது முக்கியத்துவத்தை உணர்த்துகிறது. தருமனின் புனைவு நம்மை வசீகரித்தாலும் கதை கூறும் முறை தட்டையாக உள்ளது. குரூஸ் அதிகம் மெனக்கெடாமலேயே தன் கதை கூறும் முறையில் நுட்பத்தைக் கொண்டிருப்பதுடன் காத்திரமான சம்பவங்களால் மட்டுமின்றி கனமான மௌனங்களால் தன் புனைவுப் பரப்பை நிரப்பும் திறனும் கொண்டிருக்கிறார். நகரம் சார்ந்த நடுத்தர வர்க்கத்து வாழ்வின் நேர்த்தியான பதிவுகள் என்று கோகுலக்கண்ணன், பி.ஏ. கிருஷ்ணனின் கதைகளைப் பொதுவாக வரையறுக்கலாம். கிருஷ்ணனிடம் கதை கூறலின் சரளம் ஈர்க்கிறது என்றால் கண்ணனிடம் வெளிப்படும் தீவிரமான முறையில் கதை சொல்வதற்கான முயற்சி கவனம் பெறத் தக்கதாகிறது.

❍

தொண்ணூறுகளில் தொடங்கிய முக்கியமான போக்குகளில் புது வகை எழுத்துக்கு இணையாக, சொல்லப்போனால் அதைக் காட்டிலும் வலுவான, இரு போக்குகள் உள்ளன. ஒன்று தலித் எழுத்து, இன்னொன்று பெண் எழுத்து. இரு வகைகளும் தமிழ் இலக்கியப் பரப்பிற்கு முறிலும் புதிய அம்சங்களைக் கொண்டுவந்தன. தலித் வாழ்வியல், பெண்களின் வாழ்நிலை ஆகியவை முறையே தலித் அல்லாதவர்கள் மற்றும் ஆண்களின் வாயிலாகவே மிகுதியும் எழுதப்பட்டுவந்த தமிழ்ப் புனைவுப் பரப்பில் இவை புது வெள்ளமெனப் பொங்கி வந்தன என்று சொல்லலாம். தலித்துகள் தங்களுடைய வாழ்க்கையைத் தாங்களே எழுத முனைந்தபோதுதான் தலித் வாழ்வு குறித்த பதிவுகளின் எண்ணிக்கை சார்ந்த போதாமையும் பொருள் சார்ந்த பலவீனமும் வெளிச்சத்துக்கு வந்தன.

ஆனால் பெரும்பாலான தலித் எழுத்துக்கள் படைப்பூக்க மற்ற முற்போக்கு எழுத்துக்களின் மாறுபட்ட பதிவுகளாக இருந்தமை அவற்றின் இலக்கியப் பெறுமானத்தையும் தாக்கத்தையும் குறைத்துவிட்டன. தட்டையான முற்போக்கு எழுத்தின் கள மாற்றம் பெற்ற பதிவுகளாகவே பல தலித்

தழுத்தாளர்கள் எழுதினார்கள். முற்போக்கு எழுத்தாளர்கள் பலரிடம் இருந்த செய்நேர்த்தி இவர்களிடம் இல்லாததால் காத்திரமான வாசிப்புக்கான பிரதியை இவர்களில் பலரால் உருவாக்க முடியவில்லை.

எனினும் கலைத் திறன், மொழி ஆளுமை, அனுபவ வீச்சு, இலக்கியப் பார்வை ஆகியவை கொண்ட சில தலித் எழுத்தாளர்கள் வலுவான வீச்சோடு வெளிப்பட்டு கவனத்தை ஈர்த்தார்கள். இமையம், ஜே.பி. சாணக்யா ஆகிய இருவரையும் இதற்கான சிறந்த உதாரணங்களாகக் குறிப்பிடலாம். தலித் எழுத்து என்னும் வரையறைக்குள் இவர்கள் இருவருடைய படைப்புகளையும் அடக்கிவிட முடியாது என்பதையும் இங்கே குறிப்பிடவேண்டும்.

வெளி உலகம் அறியாத தலித் வாழ்வின் சில பரிமாணங் களைத் துல்லியமாகவும் கலையம்சத்துடனும் ஆவணப்படுத் தியது இமையத்தின் பங்களிப்பு. தலித்துகளின் வாழ்நிலையை அனுதாபத்துக்குரிய ஒன்றாக மட்டுமே பார்க்கும் பொதுப்புத்தியைக் கேள்விக்குட்படுத்தும் சாணக்யாவின் புனைவுலகம் தான் அறிந்த வாழ்வின் நானாவிதமான பரிமாணங்களையும் கலாபூர்வமாகப் பதிவுசெய்கிறது. வாழ்வியலில் அழுத்தமான பதிவுகளை ஆதவன் தீட்சண்யாவின் கதைகளில் காணக் கிடைத்தாலும் பிரகடனத் தொனியும் செய்நேர்த்தியின் போதாமையும் இவரது புனைவு களின் தாக்கத்தைக் குறைக்கின்றன.

பெண் எழுத்தைப் பொறுத்தவரை புனைவுகளைக் காட்டிலும் கவிதையிலேயே பெரும் வீச்சிலான வெளிப்பாடுகள் நிகழ்ந்துவருகின்றன. உமா மகேஸ்வரி, சல்மா, சந்திரா ஆகிய சிலர் மட்டுமே புனைகதைப் பரப்பில் தங்களை வெளிப்படுத்திக் கொள்கிறார்கள். இவர்களில் உமா மகேஸ்வரி ஒரே ஒரு குறிப்பிடத்தக்க நாவலுக்குப் பிறகு அதிகம் எழுதவில்லை. சல்மாவும் சந்திராவும் தொடர்ந்து எழுதிக்கொண்டிருக்கிறார்கள். தமிழ் முஸ்லிம்களின் வாழ்க்கையின் பின்னணியில் முஸ்லிம் பெண்களுக்கு வாய்க்கப்பெற்றிருக்கும் வாழ்க்கையின் கூறுகளை நுட்பமாகவும் கூர்மையாகவும் பதிவுசெய்பவை சல்மாவின் புனைவுகள். சல்மாவின் எழுத்து இல்லையேல் இந்தப் பெண்களின் வாழ்நிலைகள் சார்ந்த பதிவுகள் தமிழ்ப் புனைகதைப் பரப்பில் இல்லை என்பதும் இந்தப் பதிவுகளை இலக்கியத் தூரத்துடன் செய்ய முடிந்திருப்பதும் சல்மாவின் சிறப்புக்கள். மொழி சார்ந்த கவனமும் கதையின் தொழில்நுட்ப அம்சங்களில் தேர்ச்சியும் கூடும்போது இவரது புனைவுகள் மேலும் வீரியத்துடன் வெளிப்படக்கூடும்.

பிரகடனங்கள் தவிர்த்த புனைவுகளை எழுதிவரும் சந்திராவின் உலகம் பெண்களுடையதோ பெண்களுக்கானதோ மட்டுமல்ல. பெண்ணின் பார்வையில் விரியும் இவரது புனைவுலகம் ஆண்களை எதிரிகளாகவோ உதிரிகளாகவோ பார்ப்பதில்லை என்பது பக்குவமான இலக்கியப் பார்வையின் அடையாளமாகவே தெரிகிறது. கருத்துகளிலிருந்தோ வாசிப்புகளி லிருந்தோ தன் புனைவுகளை உருவாக்காமல் அனுபவங்கள் சார்ந்த கலை முயற்சிகளை மேற்கொள்வது சந்திராவின் சிறப்பு. புனைவம்சத்தின் வலுவாலும் புனைவுலகைக் கட்டியெழுப்பும் திறனாலும் வலுவாக நிற்கும் இவரது படைப்புகள் கதைத் தொழில்நுட்பத்தின் போதாமையால் பலவீனம் அடைகின்றன. மொழி சார்ந்த நேர்த்தியும் இவரது புனைவுகளின் போதாமைப் பட்டியலில் சேர்ந்துவிடுவதையும் இங்கே குறிப்பிட வேண்டும்.

பாமா, சிவகாமி முதலானோரிடம் பெண் வாழ்வும் தலித் பெண்களின் வாழ்நிலையும் வலுவான முறையில் பதிவுபெற்றாலும் கலைப் பெறுமானத்துடன் இவை வெளிப்படவில்லை.

குறிப்பிட்ட வகைக்குள் அடக்க முடியாத இளம் எழுத்தாளர் களில் பிரான்ஸிஸ் கிருபா, எஸ்.செந்தில்குமார், கே.என். செந்தில் ஆகியோரைச் சொல்லலாம். செந்தில் குமார் கதைகளை யதார்த்த வடிவில் வெளிப்படும் தொன்மங்களின் இலக்கியப் பதிவுகள் என்று சொல்லலாம். பிரான்ஸிஸிடம் புனைவு சார்ந்த பாவனைகளைத் தவிர்த்து அனுபவங்கள் முன்னிலை பெறும் இடங்கள் அவரை முக்கியமான எழுத்தாளராக அடையாளம் காட்டுகின்றன. பதற்றமும் நிச்சயமின்மையும் கொண்ட வாழ்நிலையின் மீது கவனத்தைக் குவிக்கின்றன செந்திலின் கதைகள்.

○

யதார்த்த வகை எழுத்தையும் புனைவில் எழுத்தாளரின் ஆளுமையையும் கேள்விக்குட்படுத்திய குரல்களுடன் தொடங்கிய இந்த இரு பதிற்றாண்டுகளின் முடிவில் இந்தக் குரல் அனேகமாகக் காலாவதியாகிவிட்டதை உணர முடிகிறது. ஆனால் புனைவின் பரப்பையும் இலக்கிய வகைமைகளின் சாத்தியங்களையும் விரிவுபடுத்தியிருப்பது இந்தக் குரலின் முக்கியமான பங்களிப்பு. இன்று எழுத வரும் ஒரு படைப்பாளி யதார்த்தத்தைப் பற்றியோ அதை மீறுவது பற்றியோ யோசிக்கத் தேவையில்லை. தனது கலையின் தேவைக்கேற்பத் தன் வடிவை அவர் தேர்ந்துகொள்ளவோ முற்றிலும் புதிதான வடிவைக் கண்டடையவோ சூழல் முற்றிலும் அவருக்கு இசைவாக இருக்கிறது.

தீவிரமான பரிசோதனைகளையும் புதுவகை எழுத்தையும் மாறுபட்ட வாசிப்பையும் முன்னிறுத்திய எழுத்தாளர்கள் சிலர் இன்று வெகுஜனப் பண்பாட்டினுள் தங்களை அடையாளப் படுத்திக்கொண்டிருக்கிறார்கள். வெகுஜன தளத்தில் மாறுபட்ட குரலாக அல்லாமல் மைய நீரோட்ட உணர்வுகளையே இவர்கள் மிகுதியும் பிரதிபலிக்கிறார்கள். வெகு ஜனப் பண்பாட்டுக்கு மாற்றுப் பண்பாடாய் உருவாகி வளர்ந்துவந்த தீவிர இதழியல் இதுபோன்ற சிலரது உதவியும் பங்களிப்பும் இல்லாமலேயே தொடர்ந்து தன் இயக்கத்தை முன்னெடுத்துச் செல்கிறது.

○

கடந்த 15 – 20 ஆண்டுகளில் ஒரு முக்கியமான மாற்றம் ஏற்பட்டுள்ளதையும் இங்கே பதிவுசெய்ய வேண்டும். அதுவரை தமிழ் இலக்கியப் பரப்பில் மேல் சாதிக்காரர்களே அதிகம் காணப்பட்டுவந்தார்கள். தொண்ணூறுகளில் தொடங்கி இந்த நிலையில் மாற்றம் ஏற்பட்டது. தலித்துகள் மட்டுமின்றிச் சமூகத்தின் பிற மட்டங்களிலிருந்தும் புதிதாக எழுதத் தொடங்கி னார்கள். பெண்கள் விஷயத்திலும் இதைப் பார்க்கலாம். தொண்ணூறுகள்வரை பிற்படுத்தப்பட்ட, தாழ்த்தப்பட்ட பிரிவுகளைச் சேர்ந்த பெண்கள் தமிழில் அதிகம் எழுதியதில்லை. கல்வியின் பரவலாக்கம், தீவிர இதழியக்கங்களின் வீச்சு, பல தரப்பினரின் பிரதிநிதித்துவம் வேண்டும் என்பதற்காக ஒலித்துவந்த வலுவான குரல்கள், சூழலில் ஏற்பட்ட ஒட்டுமொத்த மாற்றம் ஆகியவற்றை இதற்குக் காரணமாகச் சொல்லலாம். மேல் சாதிகளைச் சேர்ந்த மக்களில் பலர் தமிழே அறியாதவர்களாக மாறத் தொடங்கிய காலகட்டம் எண்பதுகளில் தொடங்கியதன் பின்னணியில் மேல் சாதிப் பிரிவுகளிலிருந்து புதிய எழுத்தாளர்கள் வருவது குறைந்திருப்பதன் காரணத்தைப் புரிந்துகொள்ள முடியும். புத்தாயிரத்தின் தொடக்கத்தில் இந்தப் போக்கு சற்றே மாறிவரும் நிலையில் இன்னும் பத்தாண்டுகள் கழித்து மீண்டும் மேல் சாதிப் பிரிவுகளிலிருந்து புதிய தமிழ் எழுத்தாளர்கள் வருவதற்கான வாய்ப்புகள் உள்ளதையும் மறுக்க முடியாது.

இந்தக் கருத்தைப் போலவே படைப்பாளிகள் குறித்து இங்கே முன்வைக்கப்பட்ட சுருக்கமான மதிப்பீடுகளும் உதாரணங் களுடனும் காரணங்கள் சார்ந்த வாதங்களுடனும் விரிவாக அலசப்பட வேண்டியவை என்ற ஒப்புதல் வாக்குமூலத்தோடு இந்தக் குறிப்புகளுக்குத் தாற்காலிக முத்தாய்ப்பு வைக்கிறேன்.

2016இல் மதுரையில் நடைபெற்ற கருத்தரங்கில் வாசித்த கட்டுரை

7

நவீனப் பார்வையில் மகாபாரதம்

மகாபாரதத்தை எப்படிப் புரிந்துகொள்ளுவது? வரலாறாகவா, கதையாகவா, கவிதையாகவா, அல்லது தத்துவமாகவா? அது சமய தத்துவ நூலா அல்லது இலக்கியமா அல்லது மதம், தத்துவம், இலக்கியம் எல்லாம் கலந்த ஒரு படைப்பா? மகாபாரதம் என்னும் மாபெரும் கடலில் சற்றேனும் கால் நனைத்தவர்கள் கூட இந்த எல்லாக் கேள்விகளுக்கும் ஆமாம் என்று பதில் சொல்லத் தக்க ஏதோவொரு அம்சமாவது மகாபாரதத்தில் இருக்கிறது. இப்படிப் பட்ட நூலை எப்படி அணுகுவது?

எப்படி மகாபாரதம் எண்ணற்ற வகையிலான பிரதிகளின் சங்கமமோ அப்படியே மகாபாரத வாசிப்பும் எண்ணற்ற வகையிலானதாகவே இருக்கும். ஒவ்வொரு வாசிப்பும் இந்தக் காவியத்தின் மீது புதிய வெளிச்சம் பாய்ச்சக்கூடியது. பிரபஞ்சனின் முயற்சியும் அத்தகைய ஒன்றே.

மகாபாரதம் அளவுக்கு வாசிப்புக்கும் மறுவாசிப்புக்கும் உட்பட்ட பிரதி உலகில் வேறு ஏதேனும் இருக்குமா என்பது சந்தேகம்தான். பிரபஞ்சன் மகாபாரதக் கதையை, அதன் பாத்திரங் களை, தருணங்களைத் தன் பார்வையில் தனக்கே உரிய கோணத்தில் அணுகுகிறார். பிரபஞ்சன் பாரதக் கதையைத் திருப்பிச் சொல்லவில்லை. அந்த உலகினுள் திரும்பச் செல்கிறார்.

மகாபாரதத்தைப் பலர் சுருக்கி எழுதியிருக்கிறார்கள். ராஜாஜி, அ.இலெ. நடராஜன், வ.ஜோதி ஆகியோர் இதில் குறிப்பிடத்தகுந்தவர்கள். முழுக் கதையையோ அல்லது சில பகுதிகளையோ தம் பாணியில் புனைகதையாகச் சொன்னவர்கள் பலர் இருக்கிறார்கள். மலையாளத்தில் எம்.டி. வாசுதேவன் நாயர், கன்னடத்தில் பைரப்பா எனப் பல உதாரணங்களைச் சொல்லலாம். தமிழ்ப் புனைவுலகில் எஸ். ராமகிருஷ்ணன் எழுதிய 'உப பாண்டவம்', ஜெயமோகன் எழுதிவரும் 'வெண்முரசு' ஆகிய உதாரணங்கள் உள்ளன.

பிரபஞ்சனின் அலசல்கள், புனைகதைக்குரிய தன்மையுடன் மிளிர்கின்றன. மிகுதியும் கதை வடிவிலேயே அவரது விசாரணைகள், தேடல்கள், வாதப் பிரதிவாதங்கள், கேள்விகள், ஐயங்கள் முடிவுகள் ஆகியவை அமைந்திருக்கின்றன. இந்த நூலைப் படித்தால் மகாபாரதத்தை முதலிலிருந்து கடைசிவரை தெரிந்துகொள்ளலாம். ஆனால் அதே வரிசையில் அல்ல. அர்ச்சுனனைப் பற்றிச் சொல்லும்போது கிருஷ்ணனைப் பற்றிய சந்தேகம் வரும். கிருஷ்ணனைப் பற்றிய கட்டுரையில் அதற்கான விடை கிடைக்கும்.

பல கட்டுரைகள் சிறுகதையைப் போல ஆரம்பிக்கின்றன. சிறுகதைகளைப் போலவே முன்னகர்ந்து சிறுகதைகளைப் போலவே அமைந்து, படைப்பை வாசித்த அனுபவத்தைத் தருகின்றன. சில பகுதிகள் கதைபோலத் தொடங்கிக் கட்டுரையாக வளர்ந்து துல்லியமான அலசலாக முடிகின்றன. குறிப்பிட்ட எந்த முறைமையையும் பிரபஞ்சன் வகுத்துக்கொள்ளவில்லை. பீஷ்மர், திருதராஷ்டிரன், வியாசர், கிருஷ்ணர், பீமன், திரௌபதி ஆகியோரைப் பற்றிப் பல இடங்களிலும் பல விதங்களில் பேசுகிறார். ஒவ்வொன்றும் அவர்களைப் பற்றி மேலும் துலக்கமாக நாம் புரிந்துகொள்ள உதவுகின்றன.

பிரபஞ்சன் மகாபாரதத்தை அணுகுவதில் நவீன மனதின் அணுகுமுறையே மேலோங்கியிருக்கிறது. பெரும்பாலும் பகுத்தறிவு சார்ந்த தர்க்கம் விசாரணைகளில் ஆதிக்கம் செலுத்துகிறது. மகாபாரதச் சட்டகத்தை மீறாமல் அதைச் செய்கிறார். நம்பிக்கையின் அடிப்படையில் இப்பிரதியை அவர் அணுகவில்லை. முற்றிலும் பகுத்தறிவு சார்ந்த தர்க்கத்தையும் அவர் கைக்கொள்ளவில்லை. பகுத்தறிவுக்கு அப்பாற்பட்ட பரிமாணங்களின் மீது முற்றிலுமாகச் சாய்வு கொள்ளாமல், அதே சமயம் அவற்றைப் புறந்தள்ளவும் செய்யாமல் புனைவின் இலக்கணத்துக்குட்பட்டு அணுகுகிறார். சற்றே நெகிழ்ச்சியான நவீனத்துவப் பார்வையில் மகாபாரதத்தை அணுகுகிறார். இதன்

நெகிழும் வரையறைகள், விரியும் எல்லைகள்

மூலம் இன்றைய பார்வைக்கு நெருக்கமாக மகாபாரதத்தைக் கொண்டுவந்து நிறுத்துகிறார்.

பிரபஞ்சனின் ரசனையும் தர்க்க அறிவும் கறாரான மதிப்பாய்வும் சமநிலை கொண்டவை. அபிமன்யுவின் அநியாயமான மரணத்தை எண்ணிக் கசியும் அவர் பாண்டவர்களின் அத்துமீறல்களைக் கண்டிக்கத் தவறவில்லை. திரௌபதிக்கு ஏற்பட்ட அவமானத்தைக் கண்டு குமுறும் அவர் கர்ணனுக்கு ஏற்பட்ட அவமானத்துக்காகவும் தலைகுனிகிறார். பலராலும் வஞ்சிக்கப்பட கர்ணனை அனுதாபத்துடன் பார்க்கிறார். அதேசமயம், கர்ணனின் இழிவான செயல்களைக் கண்டிக்கத் தவறவில்லை.

குந்தி, காந்தாரி, மாத்ரி, சத்யமாபா எனப் பெண்களின் பாத்திரங்கள் மீது கூடுதலான அக்கறை எடுத்துக்கொள்கிறார். பீஷ்மரின் வாழ்வின் வியர்த்தத்தை வெளிப்படுத்துகிறார். போர் என்பது பொருளற்ற சாகசம் என்பதை மனம் பதைக்கச் சொல்கிறார். கிருஷ்ணன் என்னும் மாபெரும் புதிரை மிக நுணுக்கமாக ஆராய்கிறார். கிருஷ்ணனின் ஆளுமையின் வீச்சையும் ஆழத்தையும் புரியவைக்கிறார். அர்ச்சுனன், சாத்யகி, அசுவத்தாமன், குந்தி, பலராமன் முதலான பல ஆளுமைகள் குறித்து இதுவரை அதிகம் பேசப்படாத கோணங்களில் பேசுகிறார். பாரதக் கதையில் பாம்புகளின் பங்கு, தேவர்கள், அசுரர்களின் பங்கு முதலானவை பற்றி விசேஷக் கவனம் செலுத்துகிறார். வியாசரின் படைப்புத் திறனையும் தத்துவப் பார்வையையும் பிரமிப்புடன் பார்க்கிறார்.

மகாபாரதத்தை நுட்பமாகவும் அதன் பாத்திரங்களை விமர்சனபூர்வமாகவும் அணுகும் வகையில் பிரபஞ்சன் மகாபாரதத்தை மறுவார்ப்பு செய்கிறார். மகாபாரதத்தின் புனைவம்சத்தை அழகாக விளக்கி வியக்கவைக்கிறார். இதிகாசத்தின் பல முடிச்சுகளை அவிழ்க்கவும், முடிவு தெரியாத பல கேள்விகளுக்கு முடிவு காணவும் விழைகிறார். தருமனின் சூதாட்ட ஆசை, பாண்டுவின் திக்விஜயம், மாத்ரி உடன்கட்டை ஏறியது, அரவானைப் பலி கொடுத்தது எனப் பல கேள்விகளுக்குப் பிரபஞ்சன் தன்னளவில் முடிவுகளைக் கண்டு சொல்கிறார்.

ஒரு பக்கம் கறாரான அளவுகோல்களைப் பிரயோகிக்கும் இவர் சில சமயம் தீர்ப்புகளை வழங்குமளவுக்குப் போய்விடுகிறார். திருதராஷ்டிரனையும் துரியோதனனையும் பெருமளவில் மோசமான மனிதர்களாகவே சித்திரிக்கிறார். கிட்டத்தட்ட எல்லாப் பாத்திரங்களைப் பற்றியும் பொதுப் புத்தியில் படிந்த பிம்பங்களுக்கு மாற்றான உண்மைகளைப் பேசும் பிரபஞ்சன்,

அந்த உண்மைகளைப் பேருண்மையின் பகுதிகளாகக் காட்டிப் புதிய தரிசனங்களுக்கான வாசலைத் திறந்து வைக்கவில்லை. நல்லவன், கெட்டவன் என்னும் இருமைகளுக்குள் பலரைச் சிக்கவைத்து இடைப்பட்ட குணங்களைப் புறக்கணித்துவிடுகிறார். பிரபஞ்சனால் பிரமிப்புடன் பார்க்கப்படும் வியாசர் யாரைப் பற்றியும் எந்தத் தீர்ப்பையும் எழுதவில்லை. அவர் எல்லா உண்மைகளையும் பதிவுசெய்கிறார். பாத்திரங்கள்தான் விமர்சனங் களை முன்வைக்கின்றன. பிரபஞ்சன் பாத்திரங்களை மதிப்பிட்டுத் தீர்ப்பு வழங்கத் தலைப்படுகிறார். இதுபோன்ற இடங்களில் மேலும் திறந்த அணுகுமுறையை அவர் மேற்கொண்டிருக்கலாம். ஆழம் நோக்கிய பயணத்தைக் கோரும் பல இடங்களில் பிரபஞ்சன் சுருக்கமாகவே முடித்துக்கொள்கிறார்.

மகாபாரதம் என்னும் கடலில் மூழ்கி முத்தெடுக்க ஒரு ஆயுள் போதாது. பிரபஞ்சன் அந்த முயற்சியைச் செறிவாகத் தொடங்கியிருக்கிறார். இம்முயற்சியை அவர் தொடர்ந்து முன்னெடுத்துச் செல்லும்போது மகாபாரதம் மேலும் துலக்கமாகத் தன்னை வெளிப்படுத்திக்கொள்ளும்.

பாரதக் கதையை வழக்கமான பார்வைக்கு அப்பாற்பட்டு அணுக உதவுகிறது இந்நூல். இதை வாசிக்கும் ஒவ்வொருவரும் மகாபாரதத்திற்குள் தனக்கான தேடலை முன்னெடுத்துச் செல்லலாம்.

'மகாபாரதம்', பிரபஞ்சன்
நற்றிணை பதிப்பகம்

2015, *தி இந்து* (தமிழ்)

8

சமகாலத்தின் மீது படரும் வரலாற்றின் அபத்தம்

('நட்ராஜ் மகராஜ்' நாவல் பற்றி)

புதிய கதைக் களங்கள், புதிய கூறல் முறைகள் எனத் தொடர்ந்து தனது தேடலை முன்னெடுத்துச் செல்பவர்களில் ஒருவர் தேவிபாரதி. அவர் அண்மைக் காலத்தில் எழுதியுள்ள சில சிறுகதைகள், 'நிழலின் தனிமை' என்னும் நாவல் ஆகியவை இத்தகைய படைப்புகள். அந்த வரிசையில் இன்னொரு படைப்பைத் தந்திருக்கிறார் தேவிபாரதி. 'நட்ராஜ் மகராஜ்' என்னும் தலைப்பில் அவர் எழுதியுள்ள புதிய நாவல், தமிழ் நாவல் பரப்பைச் சில விதங்களிலேனும் விரிவுபடுத்தக்கூடியது.

'நட்ராஜ் மகராஜ்' எத்தகைய நாவல்? ந என்னும் தனிநபரின் அடையாளம் குறித்த கதையா அல்லது வரலாற்றைக் கண்டறிந்து அதைத் தன் விருப்பம்போல மீட்டுருவாக்கம் செய்யும் அரசியல் செயல்பாடுகளின் கதையா? பல்வேறு தரப்புகளும், பழம்பெருமைகளைத் தத்தமது தேவைகளுக்கேற்ற வடிவில் முன்னிறுத்தித் தனது சாதகங்களைக் கூட்டிக்கொள்ள விழையும் அரசியலைப் பேசும் கதையா? வரலாற்றை மீட்டுருவாக்கம் செய்யும் முயற்சிகளின் வினோதங்களைக் காட்டும் அபத்த நாடகமா? வரலாற்றை மீட்டெடுக்கும் அரசியல் நடவடிக்கையில் தனிநபரின் அடையாளம் மட்டு மின்றி அவரது வாழ்க்கையே எப்படி அடியோடு மாறிவிடுகிறது என்னும் யதார்த்தத்தைச் சொல்லும் கதையாடலா?

இவை அனைத்துமே உள்ளடங்கிய பன்முகத்தன்மை கொண்ட நாவல் என இதைச் சொல்லலாம். குறிப்பிட்ட மையத்தையோ சீரான கூறல் முறையையோ நேர்கோட்டிலான கதைப் போக்கையோ கொண்டிராத பின் நவீனத்துவ நாவல் என்றும் சொல்லலாம். வரலாற்றை மீட்டெடுக்கும் நடவடிக்கையின் ஊடுபாவுகளுக்கிடையில் வெளிப்படும் சமகால சமூக அரசியல் உளவியல் போக்குகளின் அபத்தங்களையும் தனிநபர் சார்ந்த அடையாளங்கள் அர்த்தமிழந்துபோகும் விதத்தையும் சொல்லும் இந்த நாவல், பல்வேறு சிக்கல்களும் பின்னல்களும் அடுக்குகளும் கொண்ட கதையாடலைத் தேர்ந்துகொண்டது மிகவும் இயல்பானதே.

ந என்பவன் வெறும் ந என்பவனோ ந என்னும் பெயரைக் கொண்ட சத்துணவு அமைப்பாளனோ அல்ல. நாட்டின் முதல் சுதந்திரப் போராட்ட வீரனின் நேரடி வாரிசு என்று தெரிந்த பிறகு அவன் வாழ்க்கை மாறத் தொடங்குகிறது. அந்த மாற்றம் சட்டென்று வந்துவிடவில்லை. தன் அடையாளம் இதுதான் என அவன் நம்புவதற்கே அதிக அவகாசம் தேவைப்படுகிறது. தன்னுடைய பாரம்பரியப் பெருமை தெரிந்த பிறகு அவனுக்கு ஏற்படும் மாற்றங்களைப் போலவே அதற்கு முன்னால் ஏற்படும் மாற்றங்களும் முக்கியம்தான். ஒரு விதத்தில் இந்த நாவலை மாற்றங்களின் கதையாகவும் படிக்கலாம். அந்த மாற்றங்களைச் சாத்தியப்படுத்தும் காரணிகளின் ஊடாட்டத்தையும் முரணியக்கத்தையும் இந்த மாற்றங்களின் பின்புலமாகப் பார்க்கலாம்.

இந்த ஊடாட்டங்களும் முரணியக்கமும் இந்த நாவலில் புதிரான வடிவம் கொண்ட நவீன வகை ஓவியம்போல அமைந்திருப்பது, இவற்றின் பன்முகத்தன்மையைக் காட்டுவதாக உள்ளது. படைப்பாளியின் பார்வை தன் அனுபவங்களை, தன் அனுபவப் பரப்புக்குள் வரும் உலகின் தன்மையை எப்படிப் பார்க்கிறது என்பதற்கான அடையாளம் இது. எதையும் எளிமைப் படுத்திப் புரிந்துகொள்வதையோ மேற்பரப்பில் புலனாகும் பிம்பங்களின் காட்சிகளில் மயங்கி நிற்பதையோ விரும்பாத கலை மனம் அனுபவ உலகினூடே மேற்கொள்ளும் தீவிரமான யாத்திரையின் வெளிப்பாடு.

நாவலில் சித்திரிக்கப்படும் மாற்றங்கள் மிக முக்கியமானவை. அரண்மனை வளாகம் ஒன்றின் காவல் கூண்டில் வசிக்கும் ந என்பவன், சத்துணவு அமைப்பாளன். நேர்மையும் எளிமையும் அவனது இயல்பு. சத்துணவு போடும் காரியத்தில் நடக்கும் முறைகேடுகள் அவனுக்கு அதிர்ச்சி அளிக்கின்றன. தன்னால்

முடிந்தவரை நேர்மையாக இருக்க முயலும் அவன் விரைவிலேயே சூழலில் ஒட்டாமல் அன்னியமாகிறான். அமைப்பு அவனை எளிதாக ஓரங்கட்டுகிறது. அந்த அமைப்பு இயங்கும் விதத்தை மெல்ல மெல்லப் புரிந்துகொள்ளும் அவன் விரைவிலேயே அதன் விசுவாசமான அங்கமாக மாறுகிறான். பாதுகாப்பற்ற இந்தக் காவல் கூண்டில் இருப்பதற்குப் பதில் தனக்கென ஒரு சிறிய வீடு வேண்டும் என நினைக்கும் அவன் அதற்கான முயற்சிகளை எடுக்கும்போது அவனது நடத்தையில் அதற்கேற்ற மாற்றம் ஏற்படுகிறது.

தான் வரலாற்று நாயகர் ஒருவரின் வாரிசு என அறிந்து கொள்ளும்போது அவனிடத்தில் உருவாகும் மாற்றம் மீண்டும் சூழலுடன் அவனை முரண்படவைக்கிறது. இந்தச் சமயத்தில் ஏற்படும் மாற்றத்தில் தார்மிக அம்சத்துடன் அதிகார தொனியும் சேர்ந்துகொள்கிறது. கால மாற்றம் என்னும் அலை இந்தக் கோலத்தையும் அழித்துவிட்டுப் போன பிறகு அவனது மாற்றம் வேறொரு வடிவம் எடுக்கிறது. அவன் வரலாற்று நாயகனின் வாரிசுதான் என்பது பின்னாளில், பல்வேறு வழிகளில் உறுதியான பிறகு அவனுடைய வாழ்க்கை மீண்டும் மாற்றம் அடைகிறது. இந்த மாற்றத்தின் உச்சம் இன்றைய சமூக, அரசியல் இயக்கத்தின் அழுத்தமான வெளிப்பாடாகப் பரிணமிக்கிறது.

ந என்பவனின் வாழ்க்கையில் வெவ்வேறு கட்டங்களில் ஏற்படும் ஒவ்வொரு மாற்றத்தையும் நாம் கவனமாக ஆராயும்போது அந்த மாற்றங்கள் சமகாலச் சமூக அரசியல் யதார்த்தங்களைப் பொதிந்துவைத்திருப்பது தெரியவரும். நேர்மையாளனாக இருந்தபோது அவனுக்கு ஏற்படும் அனுபவங்களும் நடைமுறைசார் அணுகுமுறையுடன் அவன் தன்னை உருமாற்றிக்கொண்டு அமைப்புடன் இணக்கமாகும் அனுபவங்களும் இன்றைய சூழலில் அமைப்புகள் இயங்கும் விதத்தை வெளிப்படுத்துகின்றன. நாவலின் இந்தப் பகுதி துல்லியமான யதார்த்தச் சித்திரிப்புடன் கச்சிதமாக அமைந்துள்ளது. தொகுப்பு வீட்டுக்கான கடனுதவி பெறுவதற்கான முயற்சிகளின் சித்திரிப்புகள் அவலச் சுவையுடன் கூடிய சித்திரமாக விரிகின்றன. வரலாற்று நாயகனின் வாரிசு என்னும் நம்ப முடியாத கிரீடம் தன் மேல் சுமத்தப்படும்போது கனவினையொத்த அனுபவங்கள் மிகுபுனைவுச் சித்திரங்களாகத் தோற்றம் கொள்கின்றன. கனவு கலைவதுபோல விரைவிலேயே இந்த நிலை மாறினாலும் வேறொரு வடிவில் அது திரும்ப வரும்போது முற்றிலும் வேறொரு விதமான அனுபவங்களைச் சாத்தியப்படுத்துகின்றன. இந்த முறை தனிநபர்கள் மூலமாக மட்டுமின்றி, ஊடகங்களின் மூலமாகவும் அந்தச் செய்தி வருகிறது. அது மெய்யான வரலாறுதான் என்பதை நிலைநிறுத்தப் பல

விதமான முயற்சிகள் மேற்கொள்ளப்படுகின்றன. ஒரு கட்டத்தில் அரசு அமைப்புகளும் இதில் சேர்ந்துகொள்ள முழுமையாக ஒரு வரலாறு அங்கே மீட்டுருவாக்கம் செய்யப்படுகிறது.

நாவலின் இந்தக் கட்டத்தின் பெரும்பகுதி அபத்தச் சித்திரங்களாகத் தோற்றம் கொள்கின்றன. வரலாற்றை மகோன்னதமானதாகக் கற்பிதம் செய்துகொள்வதில் சுகம் காணும் அரசு, ஊடகங்கள், பொதுமக்களின் உளவியல் ஆகியவற்றுக்கு அந்தப் பெருமையை நிலைநாட்டுவதில் இருக்கும் ஆவல் அதை அறிவியல்பூர்வமாக ஆராய்வதில் இருக்காது. இத்தகைய மனம், தான் நம்ப விரும்புவதையே உண்மையான தாகக் கட்டமைக்க முனையும். இந்த முனைப்பு யதார்த்தத்தின் மீது புனைவம்சத்தை ஏற்றிவிடுகிறது. இந்தப் புனைவையே உண்மை என நம்ப விரும்பும் மனம், புனைவை யதார்த்தமாகக் கற்பித்துக்கொள்கிறது. இத்தகைய செயல்பாட்டின் ஆதாரமாக இருக்கும் அபத்தத்தை உணர்த்தும் வகையில் இந்தப் பகுதி அபத்த நாடகமாகவே உருக்கொள்கிறது. இது அபத்தத்தின் யதார்த்தமா அல்லது யதார்த்தத்தின் அபத்தமா எனக் கண்டறிய இயலாத அளவுக்கு யதார்த்தமும் அபத்தமும் பின்னிப் பிணைந் திருக்கின்றன. அபத்த யதார்த்தம் அல்லது யதார்த்த அபத்தம் என அடையாளம் காணக்கூடிய இந்தச் சூழலில் யாரை முன்னிட்டு இதெல்லாம் நடக்கின்றனவோ அந்த நபர் வெறும் நிமித்தமாக மாறிவிடுகிறார். மகோன்னத வரலாறு குறித்த கற்பிதங் களின் போதையில் கிறங்கும் பொதுப் புத்திக்கு யாருடைய வரலாறு கண்டறியப்படுகிறது, அந்தக் கண்டறிதலால் அவரது வாழ்வில் இப்போது எத்தகைய மாற்றங்கள் நிகழ வேண்டும் என்பதெல்லாம் முக்கியமல்ல. மீட்டுருவாக்கம் செய்யப்பட வேண்டிய வரலாறே முக்கியம். அந்த வரலாறு தங்கள் விருப்பம் சார்ந்து உருப்பெறுகிறதா என்பதுதான் முக்கியம்.

ஒரு சமூகம் தன்னுடைய வரலாற்றை மீட்டுருவாக்கம் செய்துகொள்ள விழையும்போது அது தனக்கேயான ஒரு வரலாற்றை நேற்றைய யதார்த்தமாகக் கற்பித்துக்கொண்டு அந்த யதார்த்தத்தின் நீட்சியாக இன்றைக் கற்பித்துக்கொள்கிறது. ஒட்டுமொத்தச் சமூகமும் தனக்குப் பொதுவானது என்று கருதப்படக்கூடிய வரலாற்றை மீட்டுருவாக்கம் செய்துகொள்ள முனையும்போது ஒட்டுமொத்தச் சமூகமும் இத்தகைய கற்பிதங் களைக் கைக்கொள்கிறது. இந்தக் கற்பிதங்களில் தனிநபருக்குப் பெரிய இடம் ஏதும் இல்லை. மாபெரும் சுதந்திரப் போராட்ட வீரனின், மகாராஜாவின் வாரிசுதான் தான் என அறியும் நபருக்கு அதனால் எந்தப் பலனும் இல்லை. ஏனென்றால் அதை அவருக்குச் சொல்லும் சமூகத்துக்கு அந்த வரலாறுதான்

முக்கியம். அவரல்ல. யதார்த்தத்தின் இந்த அபத்தத்தைச் சிறந்த அபத்த நடகமாகச் சித்தரிக்கும் பகுதிகள் நாவலை வேறொரு தளத்துக்குக் கொண்டுசெல்கின்றன. பொதுப்புத்தி சார்ந்த சமூக அரசியல் நாடகத்தில் தனி நபரின் அடையாளம் என்பது அந்தத் தனிநபரின் வாழ்வு தொடர்பானதல்ல. அது வெறும் குறியீடு. அந்தக் குறியீட்டை நிரப்பப் பொது மனத்திற்குத் தேவை ஓர் உருவம். அவர் அல்லது அவரைப் போன்ற ஓர் உருவம். இந்த உளவியல்தான் அந்தத் தனிநபரின் வாழ்க்கைக்கும் அவரை முன்னிட்டு நடக்கும் மாபெரும் நாடகத்துக்கும் இடையிலான உறவின் அபத்தத்தைத் தீர்மானிக்கிறது. வர்லாற்றில் மட்டுமல்ல, வரலாற்றின் மீட்டுருவாக்கத்திலும் தனிநபர்கள் வெறும் பகடைகள், உதிரிகள் என்பதை இந்த நாடகம் தெளிவாகக் காட்டிவிடுகிறது. நாவலின் உச்சமான இந்தப் பகுதி அவலச் சுவை கொண்ட பக்கங்களாக வெளிப்படுகின்றன.

நாவலின் கதையாடல் பற்றி முக்கியமாகக் குறிப்பிட வேண்டும். குறிப்பிட்ட கதையாடலுக்குள் நிற்காமல் பல விதமான கதையாடல்களைத் தேவிபாரதி கைக்கொள்கிறார். அவரது கதையாடல் வகைகளைக் கதைச் சூழல்களே தீர்மானிக்கின்றன. ந என்பவன் வெறும் சத்துணவு அமைப்பாளனாக இருக்கும் இடங்களும் காவல் கூண்டுக்குள் உழலும் அவன் வாழ்க்கையும் துல்லியமான யதார்த்தச் சித்திரங்களாக வெளிப்படுகின்றன. வரலாற்றை மீட்டுருவாக்கம் செய்யும் இடங்கள் அவற்றின் தன்மைக்கேற்ப அபத்த நாடகமாக உருப்பெறுகின்றன. இடையில் வரும் பகுதிகள் இவை இரண்டுக்கும் இடையில் ஊடாடுகின்றன. ஒரு படைப்பாளி தன் கதைச் சூழல்கள் கோரும் மொழியையும் கதையாடலையும் இயல்பாகக் கண்டடைவதன் அடையாளமாக இந்த நாவலின் கதையாடல்கள் உள்ளன.

யதார்த்தம், மிகுபுனைவு, அபத்த நாடகம், யதார்த்தமும் அபத்தமும் குழம்பிக் கிடக்கும் கயிற்றரவு நிலை ஆகிய எல்லாக் கட்டங்களையும் தனித்தனியாகப் படிக்கும்போது ஒவ்வொன்றும் தன்னளவில் முழுமையான பகுதிகளாக விளங்குகிறது. இவற்றை ஒட்டுமொத்தமாக இணைத்துப் பார்க்கும்போது வேறு பரிமாணங்களைக் கொள்கின்றன. சில காட்சிகள் அழியாச் சித்திரங்களாக வாசகரின் மனதில் தங்கிவிடக்கூடியவை. உதாரணமாக, காவல் கூண்டு வீட்டுக்குள் பாம்பு வரும் காட்சி. கரப்பான்பூச்சிகள், சுண்டெலிகள் ஆகியவை படையெடுக்கும் காட்சிகள் யதார்த்தத்தை மீறிய மிகுபுனைவுச் சித்திரங்களாகவே உள்ளன. இவற்றின் குறியீட்டுப் பொருள்கள் காண்பவரைப் பொறுத்து மாறக்கூடும்.

ஓர் எழுத்தாளர் புதியதொரு களத்தில் புதியதொரு மொழியில், புத்தம் புதியதான கூறல் முறையில் ஒரு படைப்பை உருவாக்குகையில் அது தான் வெளியாகும் சூழலைப் பல அடிகள் முன்னெடுத்துச் செல்கிறது. தேவிபாரதியின் இந்த நாவல் அத்தகைய தன்மையைக் கொண்டிருக்கிறது. வரலாற்றை மீட்டெடுத்தல் என்னும் பொதுச் சமூகத்தின் செயல்பாட்டின் அபத்தங்களைத் தனிநபர் வாழ்வின் பின்னணியில் வைத்துக் காட்டும் இந்த நாவல் சமகால இலக்கியச் சூழலின் பரப்பை விரிவுபடுத்தி முன்னெடுத்துச் செல்லக்கூடிய பிரதியாக வெளிப்பட்டிருக்கிறது.

(நாவல் வெளியீட்டு விழாவில் பேசியதன் கட்டுரை வடிவம். கட்டுரை மலைகள்.காமில் 2016 நவம்பரில் வெளியானது)

9

'எங் கதெ' சொல்லும் கதையும் சொல்லாத கதையும்

சமகாலத் தமிழ் இலக்கியச் சூழலில் 'எங் கதெ' முக்கியமானதொரு சலனத்தை ஏற்படுத்தியிருக்கிறது. தமிழில் ஆண்டுதோறும் எத்தனையோ முக்கியமான நூல்கள் வருகின்றன. புனைவுகள், கவிதைகள், சிறார்களுக்கான நூல்கள் ஆகியவற்றுடன் அல்புனைவு வகையைச் சார்ந்த நூல்களும் நிறைய வருகின்றன. அரசியல், வரலாறு, தத்துவம், பெண்ணியம், மனித உரிமை முதலானவை சார்ந்த எழுத்துக்கள் நூல் வடிவம் பெறுகின்றன. சிற்றிதழ்கள், இடைநிலை இதழ்கள், வலைப்பூக்கள், சமூக வலைதளங்கள் ஆகியவற்றிலும் குறிப்பிடத்தக்க எழுத்துக்கள் வெளியாகின்றன. இவற்றையெல்லாம் சேர்த்தால் ஆண்டொன்றுக்குக் குறைந்தது 25000 பக்கங்களாவது பொருட்படுத்தத் தக்கவையாக நமக்குப் படிக்கக் கிடைக்கின்றன. ஆனால் இந்த எழுத்துக்கள் குறித்த பேச்சுக்களைச் சூழலில் அவ்வளவாகக் கேட்க முடிவதில்லை. இலக்கியவாதிகள் உள்ளிட்ட தமிழ் அறிவுஜீவிகள் இலக்கியத்தைவிடவும் திரைப் படங்களைப் பற்றியே அதிகம் பேசுகிறார்கள், விவாதிக்கிறார்கள். அதுவும் கலாபூர்வமான திரைப்பட முயற்சிகளைப் பற்றி மட்டும் அல்ல. மிகச் சாதாரணமான வெகுஜனத் திரைப்படங்கள் பற்றியும் ஆர்வத்துடனும் கவலையுடனும் பேசு கிறார்கள், விவாதிக்கிறார்கள். இலக்கியப் படைப்புகள், தீவிரமான எழுத்துக்கள் ஆகியவை பற்றிப் பெரிய மௌனமே இங்கு நிலவுகிறது என்று சற்றே மிகைப்படுத்திச் சொல்லிவிடலாம். இந்தப்

போக்கில் ஓர் உடைப்பை ஏற்படுத்தியிருக்கிறது இமையத்தின் 'எங் கதெ' நாவல்.

'எங் கதெ' வெளிவந்த மிகக் குறுகிய காலத்திற்குள்ளாகவே இது பற்றிய பேச்சு இலக்கியவாதிகள் மத்தியில் உருவாகத் தொடங்கிவிட்டது. இந்தக் கதையைப் படித்தவர்கள் பலர் இமையத்திடம் இதுபற்றிப் பேசியிருக்கிறார்கள். முகநூல் போன்ற தளங்களில் பலர் இதுபற்றிய தங்கள் கருத்தைப் பதிவுசெய்திருக்கிறார்கள். அண்மையில் வேறு எந்த நூலுக்கும் கிடைத்திராத கவனமும் வரவேற்பும் அவ்வளவாக விளம்பரப்படுத்தப்படாத இந்த நூலுக்குக் கிடைத்திருக்கிறது. திரைப்படச் சொல்லாடலைக் கடன்வாங்கிச் சொன்னால், வெளியீட்டு விழாகூட நடத்தப்படாத இந்த நாவல், யாராலும் தடைகோரப்படாத இந்த நாவல், வாய் மொழியின் (Word of mouth) மூலமாகவே பிரபலமாகிவருகிறது.

○

முதலில் கதையின் வடிவத்தைப் பற்றிப் பேச வேண்டும். இது நாவல் என்று கூறப்படுகிறது. ஆனால் என்னைப் பொறுத்தவரை இது நாவல் அல்ல. நாவல் என்பது இயல்பாகவே பன்முகத்தன்மையும் பன்முகப் பரிமாணங்களும் கொண்ட இலக்கிய வடிவம். பல்வேறு இழைகள் பல்வேறு திசைகளை நோக்கிப் பயணிக்கும் போக்கு நாவலில் இருக்கும். காரணம் நாவல் என்பது வாழ்வின் முழுமையைத் தழுவ விழையும் கலை. இமையத்தின் 'எங் கதெ' ஒரு குறிப்பிட்ட மனிதனின் குறிப்பிட்ட காலகட்டத்தின் மன அவசங்களைப் பேசும் கதை. இந்த அவசங்கள் வீரியமான புனைவாக வெளிப்படுகின்றன. கதைக்கும் வாசகருக்கும் இடையிலான இடைவெளி இல்லாமல் ஆகும் விதத்தில் கதை தன்னை உயிர்ப்போடு வெளிப்படுத்திக்கொள்கிறது. இதைப் படிக்கும்போது ஒரு புனைவைப் படித்துக்கொண்டிருக்கிறோம் என்னும் நினைவு மங்கி ஒரு நிஜ வாழ்வின் மிக உண்மையான, அந்தரங்கமான சில பகுதிகள் நமக்குத் தரிசனமாகின்றன. எனினும் பிரதியும் பிரதி தரும் அனுபவமும் ஒற்றைப் பரிமாணத்தின் வீச்சுக்குள் அடங்கிவிடுகின்றன. ஒரு சிக்கல், அது சார்ந்த வலி, போராட்டம், அதன் வீரியத்தின் உச்சத்தில் நிகழும் வெடிப்பில் விளையும் புதிய திறப்பு ஆகியவற்றைக் கொண்ட பிரதி இது. இங்கே முடிவு என்பது முடிவல்ல. புதிய தொடக்கம். இதன் தொடர்ச்சி பிரதியில் இல்லை. வாசக மனத்தில் நடக்கிறது. கச்சிதமான சிறுகதைக்குரிய வடிவம் இது. ஆக, இமையத்தின் 'எங் கதெ'யை ஒரு நீண்ட சிறுகதை என்று சொல்லலாம். நல்ல சிறுகதை என்றும் சேர்த்துக்கொள்ளலாம்.

இப்போது கதையைப் பற்றிப் பேசலாம். ஏன் இது இந்த அளவுக்கு வரவேற்பைப் பெற்றிருக்கிறது? பரபரப்பு, சர்ச்சை முதலான விஷயங்கள் இதைப் பற்றிப் பேசவைக்கின்றனவா அல்லது இந்தப் பிரதியின் தரம் இதைப் பற்றிப் பேசவைக்கிறதா?

'எங் கதெ' யாருடைய கதை? கதை சொல்லி விநாயகத்தின் கதையா? அவனே சொல்வதுபோல இது அவனுடையதும் அவன் ஆசை நாயகி கமலாவினுடையதுமான கதையா? இவனுடைய அல்லது இவர்களுடைய கதை ஏன் பலரை இந்த அளவு வசீகரிக்கிறது? ஏன் பாதிக்கிறது?

விநாயகம் சொல்வது என்றென்றும் மனிதர்களால் தவிர்க்க முடியாத ஒரு கதையை. அவன் தன் காதலின் கதையைச் சொல்கிறான். காதல் என்றால் சாதாரணக் காதல் அல்ல, ஆளையே பைத்தியமாக அடிக்கும் காதல். வாழ்க்கையையே தலைகீழாகப் புரட்டிப்போடும் காதல். காதலுக்குரிய நபரிடம் கிட்டத்தட்ட அடிமையாகும் அளவுக்குத் தன்னை ஒப்புக்கொடுத்த காதல். வெட்கம், மானம், சுரணை, சுயமரியாதை ஆகிய அனைத்தையும் இழக்கத் தயாராகிவிட்ட காதல். உடல், பொருள், ஆவி, வாழ்வின் செயல்பாடுகள், சிந்தனைகள் எல்லாவற்றையும் ஒரு புள்ளியில் குவிய வைக்கும் காதல். அணையாத நெருப்பாய்ப் பற்றி எரியும், எரிக்கும் காதல். இங்கே தர்க்கத்துக்கு இடமில்லை. சுயத்திற்கு இடமில்லை. பத்து ஆண்டுகளாக இப்படிப்பட்ட ஒரு காதலால் ஆட்கொள்ளப்பட்ட ஒருவனின் தாங்க முடியாத தவிப்பே இந்தக் கதை.

காதல் ஏற்கப்பட்டு நெருக்கத்தின் முழுமையும் கூடிய பிறகும் இந்தத் தவிப்பு தொடர்கிறது. இந்தத் தவிப்பு அணையாமல் இருப்பதற்குக் காரணம் காதலா அல்லது அந்தக் காதலுக்கு உரிய பெண்ணின் ஆளுமையா?

விநாயகத்தின் காதல் கிட்டத்தட்ட பார்த்ததும் பற்றிக் கொள்ளும் காதல். கமலாவின் அழகும் ஆளுமையின் கம்பீரமும் அவனை ஈர்க்கின்றன. 33 வயதாகியும் திருமணமாகாத, பொறுப் பற்ற ஆண்மகனாக வாழ்ந்துவரும் விநாயகம் கமலாவின் பால் மிக இயல்பாக ஈர்க்கப்படுகிறான். அவள் இரண்டு குழந்தைகளுக்குத் தாயான இளம் விதவை என்பது அவனுக்கு ஒரு பிரச்சினை இல்லை. அவளுடன் பழக ஆரம்பித்து மெல்ல மெல்ல நெருங்கி அவள் படுக்கையைப் பகிர்ந்துகொள்வதுவரை அவள் வாழ்வில் இரண்டறக் கலந்துவிடுகிறான்.

அப்புறம் என்ன பிரச்சினை? விநாயகத்துக்கு ஏன் தவிப்பு? விதவையைத் திருமணம் செய்துகொள்ளாமல் கள்ள உறவாகவே

இருப்பதால் சிக்கலா? அதெல்லாம் ஒன்றுமில்லை. அதுபற்றிய குற்ற உணர்வோ ஏக்கமோ இருவருக்கும் இல்லை. பிரச்சினை கமலாவின் ஆளுமை. அவளுடைய கம்பீரம். சுய சார்பு. உணர்ச்சி வசப்படாமல் வாழ்வை யதார்த்தமாக நோக்கும் இயல்பு.

ஒரு பெண் சுயசார்புடன், யதார்த்தமான அணுகுமுறையுடன் இருப்பதில் ஆணுக்கு என்ன பிரச்சினை? அவன் எதிர்பார்க்கும் விசுவாசம் அவளிடத்தில் கிடைப்பதில்லை. இத்தனைக்கும் இவனை அவள் 'ஏமாற்ற'வில்லை. கிட்டத்தட்ட ஒன்பது ஆண்டுகள் வேறு யாருடனும் அவளுக்குத் தொடர்பு இல்லை. எனவே விசுவாசம் அல்ல பிரச்சினை. இவனுடைய ஆளுகையின் கீழ் வர மறுக்கும் இயல்பு அவளுடையது. ஒரு ஆணின் அன்பை ஏற்றுக்கொண்டு அவனோடு தன் உடலையும் பகிர்ந்துகொள்ளும் பெண்ணின் மொத்த வாழ்க்கையும் தன்னைச் சார்ந்ததாக இருக்க வேண்டும் என ஒரு சாராசரி ஆணின் மனம் எதிர்பார்க்கிறது. அந்த எதிர்பார்ப்பு கமலாவிடம் பலிக்கவில்லை. அவள் இவனோடு உறவுகொள்கிறாள். ஆனால் அவன் ஆளுகைக்குள் வர மறுக்கிறாள். தன் சுய சார்பை, ஆளுமையை ஒரு கணமும் விட்டுக்கொடுக்க அவள் தயாராக இல்லை. அவள் மீதான காதல் என்னும் தவிப்பு அவளோடு உறவு கொண்ட பிறகும், ஆண்டுக்கணக்கில் நெருங்கி வாழ்ந்த பின்பும் தொடர்வதற்குக் காரணம் அந்தத் தவிப்பை அவள் தொடர்ந்து அவனுக்கு அளித்துவருவதுதான்.

கமலாவுக்குப் பிற ஆடவர்கள் மீது இருக்கும் தொடர்பு குறித்து விநாயகத்துக்கு அசைக்க முடியாத ஆதாரங்களின் அடிப்படையில் சந்தேகம் வந்த பிறகு இந்த உறவின் தன்மை மாறுகிறது. அவள் தனக்குக் கட்டுப்பட்டவளாக, தனக்கு மட்டுமேயானவளாக இல்லை என்னும் விநாயகத்தின் தவிப்பு வெளிப்படுகிறது. காதலின் தவிப்பு துரோகத்தால் அடிபட்ட வலியாக மாறுகிறது. அப்போதும் குன்றாத காதல் இந்த வலியைப் பல மடங்கு கூட்டுகிறது.

துரோகம் தரும் வலி விநாயகத்தின் மனப் பிறழ்வைக் கூட்டுகிறது. அவனை வன்முறையாளனாக மாற்றுகிறது. கமலாவின் பொருட்டுத் தனது சுயமரியாதையை முற்றாகத் துறந்த அவன் துரோகத்தை முன்னிட்டுச் சீறி எழுகிறான். காதலுக்காக எந்த அவமானத்தையும் பொறுத்துக்கொள்ளும் அவனால் காதலில் துரோகத்தைப் பொறுத்துக்கொள்ள முடியவில்லை. சுய மதிப்பீடற்ற அவன் ஆளுமை கமலாவின் குறைகளைப் புதிதாக உணரத் தலைப்படுகிறது. ஒன்பது ஆண்டுகளாக மூடியிருந்த கண்கள் திறக்கின்றன. காதலின் வேட்கையும் சுய மரியாதையற்ற அடிமைத்தனமும் கொலை வெறியாக மாறுகின்றன.

விநாயகத்தின் பிரச்சினை என்ன? கமலாவின் துரோகமா? கமலாவை அவன் திருமணம் செய்துகொள்ளவில்லை. விதவையை மனமாரக் காதலிக்கும் அவனுக்கு அவளைத் திருமணம் செய்து கொள்ளும் தைரியம் வரவில்லை. அவன் பொருளாதார ரீதியாகத் தன் குடும்பத்தைச் சார்ந்திருக்கிறான். பொறுப்பற்ற, தான்தோன்றித்தனமான வாழ்வை வாழ்ந்துவருகிறான். சம்பாதிப்பதற்கான முயற்சியை அவன் ஒருபோதும் மேற்கொள்வ தில்லை. அம்மாவின், தங்கைகளின் கருணையால் அவனுக்கு வேண்டியதெல்லாம் கிடைக்கின்றன. கமலாவைக் காதலிப்பதால், அவளிடம் நெருங்கிப் பழகுவதால் ஊரில் அவனுக்குக் கிடைக்கும் கெட்ட பெயரைப் பற்றி அவனுக்குச் சிறிதும் கவலை இல்லை. அவனுக்குப் பெண் வேண்டும், அவள் உடல் வேண்டும், உறவு வேண்டும். ஆனால் குடும்பம் என்னும் கட்டுப்பாடு கூடாது. இதற்குக் கமலா உடன்படுகிறாள். இது அவனுக்கு வசதிதானே? இப்படி இருப்பவன் அந்தப் பெண்ணுக்கு இன்னொருவனுடன் தொடர்பு ஏற்படும்போது மட்டும் ஏன் கொதிக்க வேண்டும்? வருத்தம் இருக்கலாம். வலி இருக்கலாம். ஆனால் தாலி கட்டிய கணவனுக்கான பொறுப்பை ஏற்காத அவன் கணவனைப் போலக் கொதிப்படைவது ஏன்?

கமலாவே ஒரு கட்டத்தில் கேட்கிறாள். "நீ பாட்டுக்கும் கல்யாணம் கட்டிக்கிட்டு போயிட்டா என்னோடது மானத்தப் பாக்குமா? அது மட்டும் மண்ணாலியா செஞ்சிருக்கு?" அப்படி அவள் கேட்கும்போது "இப்பவே கல்யாணம் கட்டிக்கலாம்" என்று அவனால் சொல்ல முடியவில்லை. "மண்ணாலயா செஞ்சிருக்கு?" என்னும் கேள்விதான் அவனுக்கு முக்கியமாகப் படுகிறது. "தங்கத்தாலதான் செஞ்சிருக்கு. அதனாலதான் கிழவங் கூட எல்லாம் போற" என்கிறான். "புருசன்னு ஒரு நாயி இருந்தா எனக்கு எதுக்கு இந்தத் துன்பமெல்லாம் வருது?" என்று அவள் கேட்கும்போதும் அவன் "நா ஒனக்கு புருசனாகிறேன்" என்று சொல்லவில்லை. "இத்தின வருசமா நான் ஒனக்கு புருசனா இல்லியா?" என்று சொல்லிவிட்டு ஓங்கி அறைகிறான். அதன் பிறகு திரும்பத் திரும்ப அடிக்கிறான். வார்த்தை தடிக்கத் தடிக்க மேலும் அடிக்கிறான். ரத்தம் வருமளவு குரூரமாக அடிக்கிறான். அவளைத் தேவடியாள் என்கிறான். இனி உன்னைப் பார்க்க வர மாட்டேன் என்று சொல்லிவிட்டுக் கிளம்புகிறான்.

ஆனால் அவனால் அவளைப் பிரிந்து நிம்மதியாக இருக்க முடியவில்லை. பழைய நினைவுகள் அலைக்கழிக்கின்றன. மீண்டும் அவளிடம் போக அவனுடைய தன்முனைப்பு இடம் கொடுக்கவில்லை. இதுவரை எத்தனையோ முறை அவள் அதிகாரத்திற்குப் பணிந்திருப்பவன் இந்த முறை பணியவில்லை.

காரணம் துரோகம். அவள் காலடியில் ஒரு நாயாகக் கிடக்கலாம். அதிகாரத்தை ஏற்கலாம். ஆனால் துரோகத்தைப் பொறுக்க முடியாது. அவளை மறக்க வேண்டும். அது முடியாது எனில் கொன்றுவிட வேண்டும். அவளைக் கொன்றுவிட்டுத் தானும் சாக வேண்டும். இதுதான் இந்த நாடகத்தின் முடிவு என்று விநாயகம் முடிவு செய்கிறான்.

ஓராண்டுக் காலம் அலைக்கழிக்கும் இந்த வேதனை இங்கே முடிவுக்கு வருகிறது. சந்தேகமோ பிரச்சினையோ தீர்ந்துவிடுவதால் அல்ல. உறவின் அவஸ்தை எல்லை கடந்த நிலையில் விநாயகத்தின் மனம் சட்டென்று வேறொரு தளத்துக்கு நகர்கிறது. வாழ்க்கையை, சக மனிதப் பிறவியை, உறவை பார்க்கும் விதம் மாறுகிறது. கதையின் முடிவு கசப்பும் தவிப்புமான வாழ்வனுபவத்தின் உச்சபட்ச சாத்தியத்தைத் தொட்டு நிற்கிறது. மரணத்தின் விளிம்புவரை சென்று வாழ்வின் புதிய தரிசனத்தைக் கண்டு நமக்கும் அதை உணர்த்துகிறான் விநாயகம். அவன் தவிப்பு இனி ஒரு முடிவுக்கு வரக்கூடும். அவன் உறவு தொடருமா தொடராதா எனத் தெரியாது. ஆனால் இனி அந்தத் தவிப்பு இருக்காது என்று நம்பலாம். காரணம் அவனுக்குக் கிடைத்த தரிசனம். சாவின் ஸ்பரிசத்தில் பெற்றதாகும்.

❍

கதையின் ஆதாரமான கேள்விகளுக்குப் போகுமுன் இமையத்தின் கலை பற்றிச் சில விஷயங்களைச் சொல்லியாக வேண்டும். ஒரு ஆணின் அடங்காத தவிப்பைச் சொல்ல முனையும் அவருக்குக் கதையின் மொழியும், தொனியும் கச்சிதமாகக் கைகூடியிருக் கின்றன. விநாயகத்தின் உளவியலைக் காட்டும் அபாரமான வரிகள் கதையினூடே சரளமாக வந்து விழுகின்றன. “நான் சந்தோசமா இருந்தா எனக்கே பிடிக்காது”, “வெதச்சவன் தூங்கினாலும் வெத தூங்காது”, “நான் எறங்கின ஆறுல மறு கர இல்ல”, “அவ காத்து, நான் பஞ்சி”, “இது சாவுற வெளயாட்டு. செகண்ட் ஷோ கிடையாது” என்று ஆங்காங்கே தெறிக்கும் வரிகள் கதையின் ஆழத்தைக் கூட்டுகின்றன. கமலாவின் உளவியலை ஊடுருவிப் பார்க்க இமையம் முனைந்திருந்தால் எப்படி இருந்திருக்கும் என்னும் ஆவலையும் இந்த வரிகள் ஏற்படுத்துகின்றன.

கமலா யதார்த்தவாதி, விநாயகம் உணர்ச்சியின் அடிமை. விநாயகம் நிலப்பிரபுத்துவ அமைப்பு உருவாக்கிய சொகுசான ஆண். அவன் வீட்டார் அனைவரும் அவனது இந்த அந்தஸ்தை, சொகுசைத் தக்கவைப்பதற்கே பாடுபடுகிறார்கள். ஆணுக்கு

அவன் கோராமலேயே, மெனக்கெடாமலேயே இந்தச் சமூக அமைப்பில் கிடைக்கும் சலுகை இது. இந்த யதார்த்தங்கள் எல்லாம் செய்திகளாக அல்லாமல் அனுபவப் பதிவுகளாகக் கதையோட்டத்தில் இயல்பாக வெளிப்படுகின்றன.

இத்தனை நேர்த்தியான துல்லியமும் நுட்பமும் உட்சரடுகளும் கொண்ட இமையத்தின் கதைசொல்லும் திறன் பாலியல் விவகாரங்களை விட்டு ஒதுங்கியே நிற்கிறது. ஒன்பது ஆண்டுக் கால ஆவேசமான காதல் உறவின் உடல் சார்ந்த தடயங்கள் எதையும் அவர் நமக்குத் தருவதில்லை. மிகக் கடுமையான சுய தணிக்கைக்கு அவர் தன்னை உட்படுத்திக்கொள்கிறார். ஆவேசமான காதலின் வெளிப்பாடு உடல்களின் மொழியில் வெளிப்படும்போது இருவரது ஆளுமைகளின் மீதும் கூடுதல் வெளிச்சம் விழுந்திருக்கும். தன்னுணர்வையும் எச்சரிக்கை களையும் படிமக் கவசங்களையும் பாவனை முகமூடிகளையும் கழற்றிவைக்கும் அந்தரங்கமான தருணங்களில் வெளிப்படும் யதார்த்தம் முற்றிலும் வேறானதாக இருக்கக்கூடும். தன் கதை யுலகில் சாத்தப்பட்டே இருக்கும் அந்தக் கதவைத் திறக்க இமையம் மறுக்கிறார். திறக்கப்படாத கதவுகளுக்குப் பின் சொல்லப்படாத பல கதைகள் ஒளிந்திருக்கக்கூடும் என்பதை அவர் கணக்கில் எடுத்துக்கொள்ள வேண்டும் எனத் தோன்றுகிறது.

○

கதையின் ஆதாரமான பிரச்சினைக்கு வருவோம்.

விநாயகத்தின் பிரச்சினை காதல் மட்டுமல்ல. அடங்காத ஆசை இருந்தும் ஒன்பது ஆண்டுகளாகப் பிரச்சினை வராத காதல் அது. கம்பீரமும் அதிகாரமும் சுய சார்பும் தன்னிச்சையான போக்கும்தான் கமலாவின் ஆளுமை. ஒன்பது ஆண்டுகளாக அந்த ஆளுமையால் அவனுக்கு எந்தச் சிக்கலும் இல்லை. அவள் சொல்லும் வேலைகளைச் செய்வதில் எந்தப் பிரச்சினையும் இல்லை. வீட்டில், உறவு வட்டத்தில், சமூகத்தில் கெட்ட பெயர் வாங்குவதில் அவமானம் இல்லை. அவள் துரோகம் செய்யும்போது மட்டும் ரோஷம் வருகிறது. கோபம் வருகிறது. வன்முறை எழுகிறது. வெறுப்பு ஏற்படுகிறது. மனம் பிரிவை நாடுகிறது. பிரிவைத் தாங்க முடியாமல் அரற்றும் மனம் துரோகத்தையும் மன்னிக்கத் தயாராக இல்லை. இதன் முடிவு? மரணம். எனக்கு இல்லாதது யாருக்கும் வேண்டாம். என்னை ஏமாற்றியவள் உயிரோடு இருக்க வேண்டாம். செத்துப் போகட்டும். சாகடித்த குற்ற உணர்ச்சியோடு வாழ நான் தயாராக இல்லை. நானும் செத்துப் போகிறேன்.

உடமை உணர்வுதான் விநாயகத்தின் பிரச்சினை. தன் மனம் கவர்ந்த பெண் எவ்வளவுதான் வலுவான ஆளுமை உள்ளவளாக இருந்தாலும் அவளைப் பிடிக்கும். அவளுக்காக எதை வேண்டுமானாலும் செய்யலாம். எவ்வளவு வேண்டுமானாலும் அசிங்கப்படலாம். ஆனால் அவள் என் உடமை. குறிப்பாக அவள் உடல் எனக்குச் சொந்தம். எனக்கு மட்டுமே சொந்தம். இதை அவள் இன்னொருவருடன் பங்கு போட்டுக்கொண்டால் அதை ஏற்க முடியாது. “அவனை லூசாக்க நினைச்சி நான் லூசாயிட்டேன்” என்று அவள் மன்னிப்புக் கேட்கிறாள். “நீ கல்யாணம் பண்ணிட்டு போயிட்டா நான் என்ன செய்ய?” என்று நியாயம் கேட்கிறாள். கடுமையாக அடிவாங்கிய பிறகும், “என்ன புரிஞ்சிக்க மாட்டியா?” என்று கெஞ்சுகிறாள். “தேவடியாள என்ன புரிஞ்சிக்கிறது” என்று அவன் அடிக்கிறான். இத்தனை நாள் அவள் இட்ட ஏவலைச் செய்துவந்தவனுக்கு இவ்வளவு துணிச்சல் எங்கிருந்து வந்தது. அந்தப் பெண்ணின் உடலைத் தன் உடமை என்று திட்டவட்டமாக நம்புகிறான். அந்த நம்பிக்கையிலிருந்துதான் இந்தக் கோபம், தவிப்பு, ஆற்றாமை, கொலை வெறி, தற்கொலை நாட்டம் எல்லாம் வருகின்றன. ஒரு பெண் தன் உடமை என்று ஆண் மனதில் ஊறியுள்ள மிக ஆழமான நம்பிக்கையே விநாயகத்தின் தவிப்பின் ஆதாரம். ஒன்பது ஆண்டுக் காலம் ஊர் மக்களிடம் அசிங்கப்பட்டபோது வராத ரோஷம், உடமை பகிர்ந்துகொள்ளப்படுகிறது என்றபோது வருகிறது. காலைச் சுற்றி வந்த நாய் கழுத்தைக் கவ்வும் வேட்டை நாயாக மாறுகிறது.

இந்த உடமை உணர்வு ஆணின் மனதிலிருந்து நீங்கும்வரை பெண்ணுக்கு உண்மையான விடுதலை சாத்தியமே இல்லை. ஏதோ ஒரு வகையில், வடிவில் இந்த உடமை உணர்வு அவளைக் கட்டுப்படுத்திக்கொண்டே இருக்கும். கற்பு, ஒழுக்கம், கௌரவம், பாதுகாப்பு என ஏதேனும் ஒரு பெயரால் அவளைக் கட்டுப்படுத்தும். ஒடுக்கும். மீறினால் கொல்லவும் தயாராகும். காதல் அல்லது திருமண உறவின் எல்லைக்குள் துரோகம் என்பதை மேற்கத்திய மனமும் மன்னிப்பதில்லை என்பதை வைத்துப் பார்க்கும்போது இந்தப் போக்கு உலகளாவியது என்பதைப் புரிந்துகொள்ளலாம். ஆண் மைய நிலப்பிரபுத்துவ மதிப்பீடுகளில் ஊறிப்போன ஆண் மனம் அதிலிருந்து விடுபட்டு உண்மையிலேயே நவீனமடைவதில்தான் இதற்கான மாற்றம் இருக்கிறது. இந்த மாற்றத்திற்கு ஆளாகாத ஒவ்வொரு ஆணும் விநாயகத்தைப் போலவே பெண் என்னும் உடமையின் மீதான தன் ஆளுகையைக் காக்கக் கொலை செய்யவும் தயாராக

இருப்பான் என்பதை இதைவிடவும் வலுவாக உணர்த்திய பிரதி வேறொன்று தமிழில் இருப்பதாகத் தெரியவில்லை.

ஆணின் ஆழ்மனதில் ஊறியிருக்கும் நிலப்பிரபுத்துவ ஆண்மைய மதிப்பீடுகள் பெண்ணை உடமைப் பொருளாகவே பார்ப்பதை அனுபவம் சார்ந்து உக்கிரமாகவும் யதார்த்தமாகவும் வெளிப்படுத்தும் படைப்பு என்னும் வகைகளில் இது மிக முக்கியமான கதை. ஆணின் பார்வையில் அவனுடைய கூற்றாக விரியும் இந்தக் கதையில் பெண்ணின் தரப்பு வெளிப்படுவதற்கான வாய்ப்பு இயல்பாகவே மட்டுப்பட்டுவிடுகிறது. எனினும் கமலாவின் ஆளுமையை, அவள் கண்ணோட்டத்தை ஓரளவேனும் புரிந்துகொள்வதற்கான தடயங்களையும் கதையின் போக்கில் உணர முடிகிறது. இறந்துபோன தன் கணவனைப் பற்றி அவள் பார்வை என்ன, தன் மீது பைத்தியமாக இருக்கும் விநாயகத்தை அவள் எப்படிக் கையாள்கிறாள், குழந்தைகளை எப்படி வளர்க்கிறாள், பணியிடத்துத் தொந்தரவுகளை எப்படி எதிர்கொள்கிறாள் என்பவற்றைத் தெளிவாகவே அறிய முடிகிறது. தன்னை நோக்கி விரிக்கப்படும் வலைகளில் எதில் விழலாம், எதில் விழக் கூடாது என்பது குறித்து அவளுக்குத் தேர்வு இருக்கிறது. அந்தத் தேர்வுக்கான காரணங்களை முழுமையாக உணர முடியவில்லை என்றாலும் அது அவளுடைய தேர்வு என்பதைப் புரிந்துகொள்ள முடிகிறது.

தன் மீது இவ்வளவு பைத்தியமாக இருக்கும் விநாயகம் வேறு ஒரு பெண்ணைக் கல்யாணம் செய்துகொண்டு போய் விடுவதற்கான சாத்தியக்கூறை அவள் அறிந்தே இருக்கிறாள். தன் வாழ்வில் அவனுடைய இன்மையில் வேறொரு ஆண் துணைக்கான தேவை குறித்தும் அவளுக்குத் தெளிவு இருக்கிறது. அப்படி இருந்தும் விநாயகத்தைத் துச்சமாக எண்ணி ஒதுக்கிவிட அவள் விரும்பவில்லை. ஒன்பது ஆண்டுக்கால வாழ்வுக்கான மரியாதையைக் கொடுக்கவே செய்கிறாள். “நீ என்ன என் புருசனா? எந்த உரிமைல வந்து கேக்கற?” என்று கேட்டு அவனைத் துரத்தியிருக்க அவளால் முடியும். தேவைப்பட்டால் தானாகவோ இன்னொரு ஆணின் துணையுடனோ அவனை விரட்டியிருக்கவும் முடியும். அவள் அப்படிச் செய்யவில்லை. அவன் கேள்விகளுக்குப் பதில் சொல்கிறாள். அவன் அடிப்பதை வாங்கிக்கொள்கிறாள். அவன் பிரிவையும் தன் இயல்புப்படி ஏற்றுக்கொள்கிறாள். இனி வர மாட்டேன் என்று சொல்லிவிட்டுச் சில நாட்கள் கழித்து அவன் வரும்போதும் தன்னுடைய இயல்பு மாறாமல் அவனை மீண்டும் ஏற்றுக்கொள்கிறாள். கூடல் முடிந்ததும் அவன் மடியில் படுத்துக்கொள்கிறாள்.

கமலாவின் ஆளுமையின் புறச் சித்திரங்கள்தாம் நமக்குக் கிடைக்கின்றன. அகச் சித்திரங்கள் அந்த அளவுக்குக் கிடைக்கவில்லை. கிடைத்தவரையிலும் அவள் ஆளுமையின் வசீகரமும் வலிமையும் பலவீனமும் தெரிகின்றன. அவற்றின் ஊற்றுக்கண்களை அறிய முடிவதில்லை. விநாயகத்தின் பார்வையில் வெளிப்படும் கதை விநாயகத்தின் போதாமைகளுடன்தானே வெளிப்படும்? கமலாக்களைப் புரிந்துகொள்ள விநாயகம்களை நம்பிப் பயனில்லை. கமலாக்களே தங்கள் கதையை எழுத வேண்டும். அது இமையத்தின் மூலம் சாத்தியப்படுமா என்பது எனக்குத் தெரியவில்லை.

2016
(விமர்சனக் கூட்டத்தில் ஆற்றிய உரை)

10

அடையாளத்தை அழித்துக்கொள்ளும் கலைஞன்

(இமையத்தின் படைப்புலகம்)

இமையம் எழுதத் தொடங்கியபோது தமிழ் இலக்கிய உலகில் எழுத்து முறை பற்றிய விவாதங்கள் சூடுபறக்க நடந்துகொண்டிருந்தன. அதுவரையில் பரவலாகப் புழக்கத்தில் இருந்த யதார்த்த வகை எழுத்து மரபு மிகத் தீவிரமாகக் கேள்விக்குட்படுத்தப்பட்டது. இன்னொரு புறம் விளிம்பு நிலை மக்களின் வாழ்க்கை பற்றிய கவனம் கூர்மை பெற்றது. குறிப்பாக, தலித் வாழ்வைக் கையாளும் படைப்புகள் முக்கியத்துவம் பெற்றன.

இந்தச் சூழலில் எழுதத் தொடங்கிய இமையம் இந்த விவாதங்களின் பரப்பில்தான் செயல்பட்டார். அவரது எழுத்துக்களில் இரண்டு அமசங்கள் அந்த விவாதச் சூழலுடன் தொடர்புடையதாக இருந்தன. அவரது கதை மாந்தர்கள் பலரும் தலித்துகளாக இருந்தார்கள். அவரது எழுத்து முறை முழுக்க முழுக்க யதார்த்த பாணியைச் சேர்ந்ததாக இருந்தது.

யதார்த்த பாணியிலான எழுத்தின் மீது வைக்கப்பட்ட முக்கியமான விமர்சனம், அது தட்டையாக இருக்கிறது; எனவே பன்முக வாசிப்புக்கு இடம் தரவில்லை என்பதுதான். ஒற்றை மையத்தை மறுத்துப் பன்முகத்தன்மையைக் கோரும் பின்நவீனத்துவச் சூழலில் யதார்த்தவாதம் பொருத்தமற்றதாக உள்ளது என்று சொல்லப்பட்டது.

வாதங்களை முன்வைத்துப் பலரும் விவாதித்துக்கொண்டிருந்த போது இமையம் தன் படைப்புகளின் மூலமாக யதார்த்தவாத எழுத்துக்கு மாபெரும் பங்களிப்பைச் செலுத்திக்கொண்டிருந்தார். யதார்த்தவாத எழுத்தில் எந்த அளவுக்கு நுட்பமும் மௌனமும் பல்லடுக்குகளும் இருக்க முடியும் என்பதைத் தன் படைப்புகளின் மூலம் அவர் காட்டினார்.

❍

நான்கு நாவல்கள், 60க்கும் மேற்பட்ட சிறுகதைகள் ஆகியவற்றை எழுதியுள்ள இமையத்தின் படைப்புலகைச் சிறியதொரு வரையறைக்குள் அடக்கிவிட முடியாது. தன் அனுபவப் பரப்பிற்குட்பட்ட மனிதர்களையும் வாழ்வையுமே இமையம் பெரும்பாலும் தன் கதைகளில் கொண்டுவருகிறார். பெரும்பாலானவர்களுக்கு நேரடி அனுபவத்திற்கு வரவே முடியாத வாழ்நிலைகளையும் மனிதர்களையும் இமையம் சித்திரிப்பதால் அவரது கதைகள் வாசகர்களின் அனுபவப் பரப்பை விரிவுபடுத்தக்கூடியவையாக இருக்கின்றன.

தன் அனுபவங்களை மதிக்கும் எந்த ஒரு கலைஞரும் அவற்றை அக்கறையோடும் மரியாதையோடும் கையாள்வார். கலைக்கு அப்பாற்பட்ட தேவைகளுக்காகத் தன் அனுபவ உலகைத் திரிக்கும் வேலையில் இறங்க மாட்டார். இத்தகைய கலைஞர்களின் ஆக்கங்கள்தாம் வாசகர்களால் தமது அனுபவப் பரப்பிற்குள் இயல்பாக உள்வாங்கப்படுகின்றன. இமையம் இத்தகைய ஒரு கலைஞர். எனவேதான் அவருடைய பாத்திரங் களும் களங்களும் நமக்கு நெருக்கமாகிவிடுகிறார்கள்.

யதார்த்தவாத எழுத்தின் மீதான பல விமர்சனங்களுக்கு சிலர் அதைக் கையாண்ட விதமே காரணம். நுட்பங்களோ படைப்பூக்கமோ இல்லாத சித்திரிப்பு, உணர்ச்சிவசப்படும் நடை, தாக்கம் ஏற்படுத்துவதற்காகக் குரலை உயர்த்திப் பேசுவது, செயற்கையான தழுதழுப்பு, விருப்பு, வெறுப்பு சார்ந்து யதார்த்தத்தைத் திரிப்பது, முன்முடிவுகளுக்குள் சிக்கிக்கொள்வது ஆகியவற்றால் போலிப் படைப்பாளிகளின் பொக்கையான கதைகள் சூழலை மாசுபடுத்திக்கொண்டிருந்தன. இமையத்தின் எழுத்து, யதார்த்த வகையின் வலிமையை நமக்கு உணர்த்துவது. நேர்த்தியான சித்திரிப்பு, எளிமை, நுட்பங்கள், சிக்கனம், இயல்புத் தன்மை ஆகியவை அவரது எழுத்தில் காணப்படுகின்றன. பிரச்சினைகள் கருத்து நிலைசார்ந்து அல்லாமல் யதார்த்தம் சார்ந்து கையாளப்படுகின்றன. இந்தப் பண்புகளே இமையத்தைக் கலைஞராக அடையாளம் காட்டுகின்றன.

இமையம் கையாளும் உலகம் அவலங்கள் நிறைந்தது. உணர்ச்சியின் சமநிலையைக் குலைக்கக்கூடியது. கழிவிரக்கத்துக்கும் மிகையுணர்ச்சிக்கும் கோஷங்களுக்கும் இடம்தரக்கூடியது. ஆனால், இமையத்தின் எழுத்தில் இவற்றுக்கெல்லாம் இடமில்லை. சமூக அவலங்களை இலக்கியத்தில் எப்படிப் பிரதிபலிக்கச்செய்ய வேண்டும் என்பதில் அவருக்குத் தெளிவு இருக்கிறது. மிகை யுணர்ச்சியைக் கூட்டி, அவலங்களுக்குச் செயற்கையான ஒப்பனைகள் பூசிவிடாமல் உணர்வின் சமநிலையோடு அணுகுகிறார். பாத்திரங்களை அசலாகவும் துல்லியமாகவும் சித்தரிக்கும் அவர், அவர்களுக்கும் நமக்கும் குறுக்கே நிற்காமல் விலகி நின்றுவிடுகிறார். துயரங்களும் புலம்பல்களும் ஆற்றாமைகளும் நிராசைகளும் அவற்றின் வீரியத்தோடு பாத்திரங்களின் மனக் குரலாக அல்லது பேச்சாக நமக்குக் கேட்கின்றன. வாழ்க்கையின் வரங்களும் சாபங்களும் தம்மை இயல்பாக வெளிப்படுத்திக்கொள்கின்றன. திருப்பங்கள் வலிந்து திணிக்கப்படுவதில்லை. சித்திரிப்புகள் ஒற்றைப்படைத்தன்மையை மறுத்து நுட்பங்கள், ஊடுபாவுகள் மௌனங்கள் ஆகியவற்றைக் கொண்டிருக்கின்றன. பாத்திரங்களின் பேச்சு வழக்குகள் தத்ரூபமாக வெளிப்படுகின்றன. பாத்திரங்களின் உளவியலும் மனப்போக்குகளும் இயல்பாக உருக்கொள்கின்றன.

ஆசிரியர் கூற்றாக எதையுமே முன்வைக்காத மிகச் சில படைப்பாளிகளில் ஒருவர் இமையம். பாத்திரச் சித்திரிப்புக்குக்கூட இவர் மெனக்கெடுவதில்லை. கதைப் போக்கிலும் உரையாடல் களிலும் பாத்திரங்களின் சித்திரங்கள் துலங்கிவிடுகின்றன. ஆசிரியரின் வெளிப்படையான குரலும் பங்கும் குறையக் குறைய, புனைவுலகுடன் வாசகர்களின் உறவு மேலும் மேலும் நெருக்கம் கொள்கிறது. சித்திரிப்பில் துல்லியம், உணர்ச்சிகளில் மிகையின்மை, உரையாடல்கள், மன ஓட்டங்களில் நம்பகத்தன்மை ஆகியவற்றுடன் இந்தப் பண்பும் சேருவது இமையத்தைத் தமிழின் தனித்துவமிக்க படைப்பாளியாக ஆக்குகிறது.

எழுத்தாளனின் மரணம் பற்றி இலக்கியக் கோட்பாடுகள் பேசுகின்றன. தன் சுயத்தை மறைத்துக்கொண்டு தன் படைப்பைத் துலங்கச் செய்யும் மாயத்தை நிகழ்த்துவதன் மூலம் இமையம் தன்னுடைய அடையாளத்தை, தன்னிலையை, அழித்துவிட்டுப் பிரதிக்கு உயிர் கொடுக்கிறார்.

❍

ஆரோக்கியம், செடல், கலியம்மாள் எனப் பல்வேறு மனிதர்களைப் புறவயமாகச் சித்திரிக்கும் இமையம் 'எங் கதெ' நாவலில் விநாயகம்

என்பவனை அகவயமாகச் சித்திரித்ததன் மூலம் தன் புனைவுலகில் வேறொரு பரிமாணத்தை எட்டியிருக்கிறார். ஒடுக்கப்பட்ட மக்களின் வாழ்க்கையின் சலனங்களைச் சிறுகதைகளில் துல்லியமாகக் காட்டும் அவர், அந்த வரையறைக்குள் வராத மனிதர்களைச் சித்திரிப்பதிலும் அசாத்தியமான தேர்ச்சியை வெளிப்படுத்துகிறார்.

பெண்களின் வாழ்வை, அவர்களது உணர்வுகளை, நியாயங்களை, உறவின் ஊடுபாவுகளைப் பேசும் இவருடைய கதைகள் அற்புதமான கலைப் படைப்புகளாக உருவாகியிருக்கின்றன. கடந்த ஆண்டில் வெளியான 'நறுமணம்' தொகுப்பில் இடம் பெற்றுள்ள 'ஈசனருள்' கதை இதற்கு உதாரணம். நவீன வாழ்க்கையின் எதிர்மறை அம்சங்களைச் சொல்லும் கதைகள் மட்டும் ஆசிரியரின் கருத்துநிலை சார்ந்து சற்றே சமநிலை இழந்து விடுவதையும் ஒரு சில சிறுகதைகள் புனைவமைதி கூடாத சித்திரங்களாகச் சுருங்கிவிடுவதையும் இவரது புனைவுலகின் பலவீனங்களாகச் சொல்லலாம்.

தமிழ்ப் புனைவுலகிற்குச் செழுமை சேர்க்கும் இமையத்தின் கதைகள், யதார்த்தவாதம் இன்னும் இறந்துவிடவில்லை என்பதையும் வலுவாக அறிவித்துக்கொண்டிருக்கின்றன. தொடர்ந்து தீவிரமாகவும் கலையுணர்வுடனும் இயங்கிவரும் இமையம், 'ஈசனருள்' போன்ற பல சாதனைகளை நிகழ்த்தித் தமிழ்ப் புனைவுலகின் களங்களை மேலும் விரிவுபடுத்துவார் என்று எதிர்பார்க்கலாம்.

அந்திமழை, ஜனவரி 2017

11

சரோஜினிகளின் வரலாற்றுப் பயணம்

[அசோகமித்திரனின் 'மணல்' குறுநாவலை முன்வைத்து]

சரோஜினி வீடு திரும்புவதில் தொடங்கும் கதை அவள் வீட்டை விட்டு வெளியேறுவதில் முடிகிறது. இடையில் சில மாதங்கள். அதிகபட்சம் ஓராண்டு இருக்கலாம். சில சம்பவங்கள். ஒரு மரணம். பிறப்பு. திருமணம். குழந்தைகள். காதல். விரக்தி. சலிப்பு. நிராசை. நம்பிக்கை.

மணலை வைத்துப் பெரிய கட்டுமானங்களை எழுப்பலாம். நூற்றாண்டுகள் கடந்து நிற்கும் கட்டிடங்க்ளையும் கோபுரங்களையும் எழுப்பலாம். ஆனால் வெறும் மணலை வைத்து அல்ல. அத்துடன் தண்ணீர், சிமிண்ட், கற்கள் எனப் பல அம்சங்கள் சேர வேண்டும். இவை எதுவுமே இல்லாமல் மணல் எந்தக் கட்டுமானத்தையும் உருவாக்காது. சரோஜினியின் குடும்பம் வெறும் மணலாகத்தான் இருக்கிறது.

சென்னையில் எழுபதுகளில் இருந்திருக்கக்கூடிய ஒரு பிராமணக் குடும்பம். வீட்டில் அப்பாவும் மூத்த பிள்ளையும் சம்பாதித்தாலும் செலவுக்குக் கையைக் கடிக்கும் பொருளாதார நிலை. கடைசிப் பெண் சரோஜினி பள்ளி இறுதியாண்டு படிக்கிறாள். மருத்துவம் படிக்க வேண்டுமென்று அவளுக்கு ஆசை. மூத்தவனுக்கு இன்னும் கல்யாணம் ஆகவில்லை. அவனை அடுத்து ஓர் ஆண் பிள்ளை. அடுத்த மூன்று

பெண்கள். இரண்டு பேருக்குக் கல்யாணமாகிவிட்டது. சரோஜினி படித்துக்கொண்டிருப்பதால் அவள் கல்யாணத்துக்கு அவசரம் இல்லை. பெரியவனுக்கு வரன் பார்த்துக்கொண்டிருக்கிறார்கள். மூத்த அக்கா தன் இரு குழந்தைகளுடன் வந்திருக்கிறாள். அவளுக்கு வீட்டில் ஏதாவது பிரச்சினையா என்று சரியாகத் தெரியவில்லை. இரண்டாவது அண்ணா குழந்தைகளிடம் நன்றாகப் பழகுகிறான்.

அவர்கள் வாழ்க்கை சாவி கொடுக்கப்பட்ட கடிகாரம் போல ஒரே வட்டத்தில் சுழன்றுகொண்டிருக்கிறது. அம்மாவின் சமையலறைக் கடமைகளுக்கு ஓய்வே இல்லை. காலை, மதியம், மாலை, இரவு என்று சாப்பாட்டுக் கடைகளுக்கு நடுவில் வேறு பல வேலைகளும் உண்டு. போதாக்குறைக்குக் குழந்தைகளைக் கூட்டிக்கொண்டு பெரியவள் வேறு வந்துவிட்டாள். பெரியவனுக்கு வரன் தட்டிப்போகிறதே என்ற கவலையும் சேர்ந்துகொள்கிறது.

அந்த வீட்டில் இருக்கும் ஆண்கள் எல்லோரும் ஏன் அன்னியர்களைப் போல இருக்கிறார்கள்? ஏன் அவர்களுக்குள் பேச்சுவார்த்தையே அதிகம் இல்லை? அவர்கள் ஏன் சாப்பிடும் நேரம் தவிர மற்ற நேரங்களில் வெளியில் இருப்பதையே விரும்பு கிறார்கள்? வீட்டில் இருக்கும் பெண்களைப் பற்றி இவர்களுக்கு என்ன அபிப்பிராயம் இருக்கிறது? பெரியவன் ஏன் எப்போதும் தன் சைக்கிளை ஒழுங்கில்லாமல் நிறுத்துகிறான்? ஏன் தன் காலணிகளை எப்போதும் விசிறி அடிக்கிறான்? மாலை அலுவலகத்திலிருந்து வந்ததும் சிற்றுண்டி சாப்பிட்டுவிட்டு அவசர அவசரமாக எங்கே ஓடுகிறான்? இரண்டாம் பையன் எப்படிக் குழந்தைகளிடம் விளையாடுகிறான்? அவனுக்கும் பிறரிடம் பேச எதுவுமே இல்லாமல்போவது ஏன்? பேச வேண்டிய விஷயத்தைக்கூடப் பேசாமல் இருக்கிறான். அவனாவது காதலைப் பற்றிப் பேசாமல் இருக்கிறான். பெரியவனோ குடும்ப சகிதமாகப் பார்த்துவிட்டு வந்த பெண்ணைப் பிடித்திருக்கிறது என்றுகூடச் சொல்லாமல் இருக்கிறான்.

தங்கை படிப்பதற்காக மேசையை எடுத்துப் போடுவது, தங்கையின் குழந்தைகளுடன் விளையாடுவது என்பன போன்ற மிகச் சில தருணங்களிலேயே ஆண்கள் குடும்பத்திற்குள் இயல்பாக இருக்கிறார்கள். உறவுகளுடனான வாழ்வின் பொருளை உணர்ந்தவர்களாகத் தெரிகிறார்கள். மற்ற நேரங்களில் இறுக்கமான அன்னியர்களாகவே புழங்குகிறார்கள்.

இறுக்கங்களுடனும் அவஸ்தையுடனும் ஆண்கள் வந்து செல்லும் அந்த வீட்டில் பெண்கள் இயல்பாக இருக்கிறார்கள்,

பேச்சு, சிரிப்பு, அலுப்பு, வருத்தம் என்று இயல்பு வாழ்க்கையின் கூறுகள் அவர்களிடம் காணக் கிடைக்கின்றன. ஆனால் மணலைக் கட்டுமானமாக்க இந்த ஈரம் மட்டும் போதாது. சிமின்டும் ஜல்லியும் தேவை. ஆண்கள் உறுதியான ஜல்லியை உருவாக்கவில்லை. காற்றில் பறக்கும் மணல் துகள்கள் போல அல்லாடுகிறார்கள். அவர்களை அப்படி அல்லாடவைப்பது எது?

அசோகமித்திரன் எந்தப் பதிலையும் தருவதில்லை. அவர் தருவது சித்திரங்களை மட்டுமே. இறுக்கமும் அவஸ்தையும் பதற்றமும் நிரம்பிய வாழ்க்கைச் சித்திரங்கள். இவர்கள் ஏன் இப்படி இருக்கிறார்கள் என்று நீங்கள் கேட்கலாம். மணல் உங்களுக்குப் பதில் சொல்லாது. மணலைத் தோண்டிப் பார்த்து நீங்களே தெரிந்துகொள்ள வேண்டியதுதான். நீங்கள் தெரிந்துகொண்டதுதான் உண்மையான காரணமா என்று தெரிந்துகொள்ளவும் தரவுகள் இல்லை. பொருளாதார நெருக்கடி, இட நெருக்கடி, வாழ்க்கை நடைமுறைகள் சார்ந்த நெருக்கடி, பதற்றங்களைக் கையாளத் தெரியாத நிலை, புதிய பாதைகள் திறக்காத நிலை, உதவிகள் கிடைக்காத கையறு நிலை . . . இப்படிப் பல காரணங்களைக் கண்டுபிடிக்கலாம். ஆனால் இவைதாம் உண்மையான காரணங்கள் என்பதற்கு உத்தரவாதம் எதுவும் இல்லை. எல்லாம் மணலின் சலனங்கள். மணல் கோடுகள். ஈரமற்ற மணல் சித்திரங்கள்.

உணர்ச்சிகளில் தோயாமல் அவற்றைத் துல்லியமாகக் கையாளும் கலைஞன் அசோகமித்திரன். அம்மாவைப் பரிசோதிப்பதற்காக சரோஜினி டாக்டரை அழைத்துவரும் காட்சி எழுப்பும் ஆழமான அதிர்வுகள் அசோகமித்திரனின் கலையின் விளைவுகள். கதையின் ஒவ்வொரு சம்பவமும் இதுபோல ஏதேனும் ஒரு தருணத்தைக் கொண்டிருக்கிறது. ஒவ்வொரு தருணமும் வாசகருள் அதிர்வுகளை ஏற்படுத்துகிறது. அசோகமித்திரன் எதையும் தானாக உருவாக்குவதில்லை. அவர் யாரைப் பற்றியும் எந்த அபிப்பிராயத்தையும் முன்வைப்பதில்லை. எல்லோரையும் அவர் பார்த்துக்கொண்டிருக்கிறார். தன் பார்வைக்குப் படுபவற்றைச் சித்திரிக்கிறார். அந்தப் பார்வையின் தனித்துவம் அந்தச் சித்திரிப்பை நுணுக்கமான இழைகள் கொண்ட கோலமாக மாற்றுகிறது.

அன்றாட வாழ்வின் சமன்பாடுகளும், பயணங்களும் மாறும்போது அதற்கேற்ப வாழ்க்கை முறையிலும் மாற்றம் ஏற்பட வேண்டும். நிலம், கோவில், குடும்ப வணிகம் முதலானவை சார்ந்த வாழ்க்கை ஒரு விதமான வாழ்க்கை முறையை உருவாக்கியிருந்தது.

நவீன வாழ்வு அந்த வாழ்வின் அடிப்படைகளையே மாற்றியது. இந்த மாற்றத்திற்கேற்ற தகவமைப்பு வாழ்க்கை முறையில் போதிய அளவு நடைபெறாத காலகட்டத்தின் திணறலை மணலின் சித்திரங்கள் பிரதிபலிக்கின்றன. பண்டைய மரபு சார் வாழ்வில் ஊறிய மனம் நவீன வாழ்வுடன் உறவாடுவதில் கொண்ட அவஸ்தையின் வெளிப்பாடாகவும் இந்தக் குடும்பத்தின் தத்தளிப்பு களைப் பார்க்கலாம். அவ்வகையில் இந்தக் குடும்பம் ஒரு குறிப்பிட்ட காலகட்டத்தின் ஒரு குறிப்பிட்ட பிரிவினரின் வகை மாதிரிக் குடும்பம் என்று சொல்லலாம். அது எதிர்கொள்ளும் சிக்கல்களும் வகைமாதிரித் தன்மை கொண்டவையாகவே தோற்றம் கொள்கின்றன. எனவே இந்த ஒரு குடும்பத்தின் மூலம் பல்வேறு குடும்பங்களையும் மனிதர்களையும் காலப் பின்னணியோடு புரிந்துகொள்ள முடிகிறது. குறுநாவல் என்று சொல்லத்தக்க மணல் என்னும் இந்த நீண்ட கதை ஒரு வகையில் கால மாற்றத்தின் முக்கியமானதொரு தருணத்தை வாசகரின் அனுபவப் பரப்பிற்குள் கொண்டுவருகிறது.

மணல் குடும்பத்தைப் பார்க்கும்போது ஒரு விஷயம் புரிகிறது. எந்தச் சூழலிலும் பெண்கள் குடும்பத்தின் ஆதாரமாக இருக்கிறார்கள். அஸ்திவாரமாகவும் சுமைதாங்கியாகவும் இருக்கிறார்கள். உறவு நிலைகள் மீது பொருளாதாரம் தாக்கம் ஏற்படுத்தலாம். ஆனால் பொருளாதாரத்தின் மீது எந்த அதிகாரமும் அற்ற பெண்கள்தாம் பொருளாதார நெருக்கடிகளையும் பொருள் சார் உலகின் இதர பிரச்சினைகளையும் தாண்டிக் குடும்பத்தைத் தாங்குகிறார்கள். இதில் அவர்கள் இழப்பது தங்கள் தனித்தன்மையை. கனவுகளை, ஆசுவாசங்களை. சந்தோஷங்களை. நிம்மதிகளை. புறச் சூழலோடு போராடுவதற்கான உரிமைகளையும் அவர்கள் இழக்கிறார்கள். ஆனால் எவ்வளவு பலவீனமானதாக ஆகிவிட்டாலும் குடும்பம் என்ற அமைப்பின் அஸ்திவாரத்தை அவர்கள் தாங்கிப் பிடிக்கிறார்கள்.

ஆனால் நவீன வாழ்வின் தாக்கத்திற்கு உட்பட்ட தலைமுறையால் வெளியே தெரியாத அஸ்திவாரக் கல்லாக இருந்து அடையாளமற்று மறைந்துபோக முடியாது. அதன் வியர்த்தம அவர்களுக்குப் புரிந்துவிடுகிறது. அமைப்பைக் கட்டிக் காப்பத்தில் சகல தரப்பினரின் ஒத்துழைப்பும் தேவை என்பதை அவர்கள் உண்ர்கிறார்கள். கோபத்தைப் போலவே பொறுமையும் தியாகமும்கூடப் பொருளற்றதாகிவிட முடியும் என்பதை உணர்கிறார்கள். வெறுமையின் கல்லறையில் பொருளின்மையின் அமைதியில் உறங்க அவர்கள் விரும்பவில்லை. பாதுகாப்பற்றது எனினும் வெளியை அவர்கள் நாடுகிறார்கள். அது தரும்

வாய்ப்புகளைப் பயன்படுத்திக்கொள்ளவும் முன்வைக்கும் சவால்களை எதிர்கொள்ளவும் அவர்கள் தயாராகிவிட்டார்கள் தங்கள் வாழ்வைத் தீர்மானிக்கும் உரிமையையும் வாய்ப்பையும் ஆண்களிடமிருந்து மீட்டெடுக்க அவர்கள் தயாராகிவிட்டார்கள். இந்த மாற்றத்தின் அடையாளங்களும் மணல் பரப்பின்மேல் சிற்றலைகளாகச் சலனம் கொள்கின்றன.

பூங்காவிற்குச் செல்லும் சரோஜினியை எண்ணி நாம் மகிழ்ச்சி அடைய முடியாது. நான்கு சுவர்களுக்குள் தன் வாழ்வை வாழ்ந்து தீர வேண்டிய நிலையில் இருந்த அம்மாவை பதிலீடு செய்யும் வாழ்க்கையிலேயே அமிழ்ந்திருக்கும்படி அவளிடம் நம்மால் சொல்லவும் முடியாது. முன்முடிவுகளோ தீர்ப்புகளோ அற்று அவள் பயணத்தைப் பார்ப்பது மட்டுமே நமக்குச் சாத்தியம். சரோஜினி வீட்டை விட்டுச் சிறிது தூரமே வருகிறாள். ஆனால் இந்தப் பயணம் வரலாற்றில் மிகப் பெரிய பயணம். இந்தப் பயணத்தை அவசியமாக்கிய காரணிகளைப் புரிந்துகொள்ளும் தேடலைக் கதையின் முடிவிலிருந்து நாம் தொடங்கலாம்.

(2016)
('மணல்' பதிப்புக்கான முன்னுரை – காலச்சுவடு வெளியீடு)

12

படைப்பு என்னும் 'மானசரோவர்'

இலக்கியப் பரப்பில் நண்பர்களின் கதை புதிதல்ல. குறிப்பாக இந்தியப் பின்னணியில் இதிகாச காலம்தொட்டுப் பல கதைகள் நண்பர்களைச் சுற்றிப் பின்னப்பட்டுள்ளன. அசோகமித்திரனின் 'மானசரோவ'ரும் இரு நண்பர்களின் கதைதான். இவர்கள் பால்ய நண்பர்கள் அல்ல. வெவ்வேறு பின்னணியில் பிறந்து வளர்ந்து பெரியவர்களான பிறகுதான் இவர்களுக்கு அறிமுகமே ஏற்படுகிறது. இவர்களுக்கிடையில் இருக்கும் ஈர்ப்பின் காரணம் இருவருக்குமே தெளிவாகத் தெரியாது. பிரபல இந்தி நடிகன் சத்யன்குமாருக்கு அவன் நடிக்கும் தமிழ்ப் படத்தில் கதாசிரியனாக இருக்கும் கோபாலனைப் பிடித்துப்போனதற்கு ஒரு காரணம் தெரிகிறது. அவன் மிகவும் மதிக்கும் ஒரு சாமியாரின் முக ஜாடை கோபாலுக்கு இருக்கிறது. ஒத்த ரசனையும் அறிவுத் தேடலும் இருக்கின்றது. தான் இருக்கும் அதே துறையில் சுரணையற்ற பலரைப் பார்த்துச் சலித்த ஒரு நட்சத்திரத்துக்குக் கூறுள்ள ஒரு சக பயணியைப் பார்க்கும் ஆசுவாசம் கோபால்ஜியின் மூலம் கிடைக்கிறது. கோபாலைப் பொறுத்தவரை சத்யனுக்கு இருக்கும் அளவுக்கு நட்புணர்வு இருப்பதாகத் தெரியவில்லை. ஆனால் தன்னைப் போலவே இலக்கிய ரசனையும் வாசிப்பும் கொண்ட சத்யனோடு நட்புப் பாராட்டுவதில் அவனுக்கு எந்தப் பிரச்சினையும் இல்லை.

இவர்களின் நட்பு விசித்திரமானது. பொருளாதார ரீதியில் தடுமாறும் கோபால் நினைத்தால் சத்யனின் மூலம் அந்த நிலையை மாற்றிக்கொண்டுவிடலாம். சத்யன் உதவிசெய்யத் தயாராகவே இருக்கிறான். ஆனால் கோபாலுக்கு அப்படிக் கேட்கும் இயல்பு இல்லை. வலிய வந்து யாரவது உதவிசெய்தாலும் அதை ஏற்றுக்கொள்வதில் தயக்கங்கள் கொண்டவன். வாழ்வின் நெருக்கடிகளைத் தன்னளவில் எதிர்கொள்கிறான். தனக்கு அமைந்த சூழலில் தனக்குச் சாத்தியமான விதங்களில் போராடு கிறான். போராடுகிறான் என்பதுகூட கோபாலின் இயல்புக்கு முரணான கூற்றாகவே அமையும். கையாள்கிறான் என்று சொல்லலாம்.

தனக்கு வசதி இருந்தும் அவனுக்கு உதவ முடியவில்லையே என்று சத்யன் பரிதவிக்கிறான். கோபாலின் வாழ்க்கையில் வெளியில் சொல்ல முடியாதபடி எத்தனையோ நெருக்கடிகள் உருவாகிவிடுகின்றன. ஓரிரு நாட்களில் என்னென்னமோ நடந்து விடுகின்றன. நண்பனிடம் அதையெல்லாம் சொல்லி அவன் உதவி கேட்கவில்லை. ஒரு கட்டத்தில் அவன் யாரிடமும் சொல்லிக் கொள்ளாமல் தனியாகப் போய்விடுகிறான். தன்னிடம் எந்த உதவியும் கேட்கவில்லையே என்ற நியாயமான வருத்தத்துடன் கோபாலைத் தேடிச் செல்கிறான் சத்யன். இந்த வருத்தத்துக்கு அடியோட்டமாக வலுவான குற்ற உணர்வு – குற்றம் இழைத்த உணர்வு – சத்யன் குமாருக்கு இருக்கிறது. கோபாலைத் தேடிச் செல்வது அவனுக்கு உதவுவதற்காக மட்டுமல்ல. பாவ மன்னிப்பு கேட்பதற்காகவும்தான்.

பல இடங்களிலும் சுற்றி கோபாலைக் கண்டுபிடிக்கையில் கோபாலின் நிலை அவன் நினைத்ததைவிட மோசமாக இருக்கிறது. ஆனால் கோபால் யாரிடமும் எதையும் பகிர்ந்துகொள்ளும் நிலையில் இல்லை. சத்யனின் மீது கோபம்கொள்வதற்கு அவனுக்குக் காரணங்கள் இருக்கின்றன. சத்யனை அவன் தண்டிக்கவும் செய்யலாம். ஆனால் அவன் எதுவும் செய்யவில்லை. அமைதியாகவே எதிர்கொள்கிறான். குற்ற உணர்வின் பரிதவிப்பை ஆற்றுப்படுத்துகிறான்.

கோபால் வாழ்வின் போக்கில் சில எல்லைகளைக் கடந்துவிட்டிருக்கிறான். வாழ்க்கையில் எல்லா வசதிகளும் இருந்தும் வறுமைப்பட்டவன்போல் சத்யன் நிற்கிறான். வெறுமை அவனைச் சூழ்கிறது. நமது எல்லாச் செயல்களுக்கும் அர்த்தம் புரிந்துவிடுவதில்லை என்பதைப் போலவே எல்லாக் கேள்விகளுக்கும் பதில் கிடைத்துவிடுவதில்லை.

கோபாலிடம் சத்யன் எதிர்பார்க்கும் நெருக்கத்தின் கதகதப்பு அவனுக்குக் கடைசிவரை கிடைக்கவே இல்லை. அவனைச் சிறுமைப்படுத்தும் விதத்தில் கோபாலின் பெருந்தன்மை இருக்கிறது. அந்தப் பெருந்தன்மையைச் சாத்தியப்படுத்திய அனுபவத்தை அவனால் புரிந்துகொள்ள முடியவில்லை. சத்யம் தனிமைப்பட்டுச் சிறுமைப்பட்டு நிற்க, கோபால் எல்லைகளைத் தாண்டியவனாக, புரிந்துகொள்ள முடியாதவனாக விலகி நிற்கிறான்.

உண்மையில் கோபாலுக்கும் சத்யனுக்கும் இடையே நட்பு இருக்கிறதா? கோபால் எந்தச் சூழலிலும் தன் எல்லையை உணராமல் சத்யனுடன் உறவாடியதில்லை. சத்யனோ தனக்குத் தேவைப்படுமளவுக்குக் கோபாலிடம் நெருங்க முடிந்ததில்லை. கோபாலின் மீது அன்பும் மதிப்பும் இருந்தபோதிலும் கோபாலைத் துன்புறுத்தக்கூடிய, அவன் வாழ்வையே பாதிக்கக்கூடிய செயல்களை சத்யனால் தவிர்க்க முடியவில்லை. சத்யனை அப்படி நடந்துகொள்ள வைத்தது எது? தான் மிகவும் மதிக்கும் ஒருவன் விஷயத்தில் அவன் ஏன் இப்படி நடந்துகொள்ள வேண்டும்? இயல்பான பலவீனமா? அல்லது அவனுடைய அந்தஸ்தும் வசதியும் அவனுக்குள் ஏற்படுத்திய சுரணையின்மையா? இதற்குத் தெளிவான பதில் ஏதாவது இருக்கிறதா? யதார்த்த வாழ்வில் இல்லாததுபோலவே நாவலிலும் இதற்கெல்லாம் பதில் இல்லை.

திடீரென்று தனக்கு ஏற்பட்டுவிட்ட கடுமையான நெருக்கடிக்கும் வேதனைக்கும் சத்யனே காரணமாக இருக்கலாம் என்பது கோபாலுக்கும் தெரியும். ஆனால் அதை வைத்துக்கொண்டு சத்யனைப் பற்றி எந்த முடிவுக்கும் வர முடியாது என்பதும் அவனுக்குத் தெரிந்திருந்தது. அல்லது எந்த முடிவுக்கும் வர வேண்டாம் என நினைக்கும் பக்குவம் அவனுக்குக் கூடியிருந்தது. இந்தப் பக்குவம் அவன் அறிவின் எல்லைக்கு அப்பாற்பட்ட காரணிகளால் உருவானவை. அறிவின் எல்லைக்குள் அடங்க மறுக்கும் வாழ்வின் பரப்பை உணர்ந்த ஞானம் என்றும் அந்தப் பக்குவத்தை வரையறுக்கலாம். இப்படிப் பட்ட வியாக்கியானங்களில்கூட கோபாலுக்கு ஆர்வம் இல்லை. இத்தகைய நிலையை எட்டிவிட்ட கோபாலால் சத்யனின் குற்ற உணர்வைக் கூட்டத்தான் முடிந்தது, அது அவன் நோக்கமில்லை என்றாலும்.

தான் விரும்பும் அளவுக்குத் தன்னோடு கோபால் நட்புப் பாராட்டாதது குறித்த வருத்தத்துடன் அவனது அந்நியமாத லும் சத்யனைத் துன்புறுத்துகிறது. கூடவே குற்ற உணர்வும் சேர்ந்துகொள்கிறது. அவன் தனிமை நோய்க்கு மருந்தே

இல்லை. கோபாலுக்காவது சார்ந்திருக்கச் சில நம்பிக்கைகள் இருக்கின்றன. சத்யனுக்கு அதுவும் இல்லை. இருவரும் அருகில் இருந்தாலும் அவர்களுக்கிடையில் நெருக்கம் இல்லை. நெருக்கம் ஏற்படுவதற்கான காரணங்கள் வலுவாக இருந்தாலும் நெருக்கம் ஏற்படவே இல்லை. சத்யன் நண்பனிடம் பாவமன்னிப்பு கேட்டுக் கொள்ள வேண்டிய நிலையில் இருக்கிறான். இந்த ஒரு தவறை அவன் செய்யாமல் இருப்பதற்கான எல்லாக் காரணங்களும் இருக்கின்றன. ஆனால் அவன் செய்துவிடுகிறான். நிகழாமல் போன நெருக்கத்துக்கும் தவிர்க்கப்படாமல் போன தவறுக்கும் இடையே ஏதேனும் தொடர்பு இருக்கிறதா?

இருக்கலாம். எவ்வளவுதான் ஒத்த ரசனையும் கருத்தும் இருந்தாலும் அவர்கள் பின்புலங்களுக்கு இடையே இருக்கும் இடைவெளி கடக்க முடியாதது என்பதில் சந்தேகமில்லை. அதைக் கடப்பதற்கு எத்தனையோ வாய்ப்புகள் அமைந்தும் அது நடக்கவில்லை. மாறாக நடக்கக்கூடாதது நடந்துவிடுகிறது. ஏற்கெனவே போராட்டமயமான கோபாலின் வாழ்க்கையை அது சுக்குநூறாகக் கிழித்துப் போட்டுவிடுகிறது. தர்க்க ரீதியாக இதற்கு விளக்கம் எதுவும் இல்லை. தர்க்கத்துக்கு அப்பாற்பட்ட நெருக்கடிகளைத் தாண்ட தர்க்கத்துக்கு அப்பாற்பட்ட அம்சங்களே கைகொடுக்கின்றன. நம்பிக்கை, அவநம்பிக்கை குறித்த கேள்விகளுக்கு அப்பாற்பட்ட சரணாகதி ஆறுதல் தருகிறது. தர்க்கத்துள் சிக்காத நெருக்கடிகளைக் கையாள்வதற்கான தெம்பைத் கொடுக்கிறது. தர்க்க அறிவைச் சிறுமைப்படுத்திவிடும் அனுபவங்களின் வீர்யம் கேள்விகளின்றித் தஞ்சமடையும் கூரையாக விளங்குகிறது. காரண காரியச் சிந்தனைக்கு அப்பாற் பட்ட தளத்தில் தொழிற்படுகிறது. நடைமுறைத் தர்க்கத்துக்கு அப்பாற்பட்ட மொழியில் உரையாடுகிறது.

மனதைத் தூய்மைப்படுத்தும் மானசரோவர் ஏரி ஒவ்வொருவருக்கும் தேவைப்படுகிறது. வாழ்வின் கணிக்க வியலாத நெருக்கடிகளும் தர்க்கத்தால் விளக்கிவிட முடியாத அவற்றின் காரணிகளும் இந்த மானசரோவருக்கான தேவைகளை உருவாக்கியபடி இருக்கின்றன. மானசரோவருக்கான தேடல் என்பது ஓயாமல் அலைவுறும் வாழ்வின் விடுதலைக்கான தேடல் என்று சொல்லலாம். எல்லோருக்குமான மானசரோவர் என்று எதுவும் இல்லை. அவரவருக்கான மானசரோவரை அவரவர் அடையாளம் காண வேண்டும். கோபால் அதை அடையாளம் கண்டுகொண்டான். சத்யனுக்கு அது அடையாளம் காட்டப்படுகிறது. அந்த மானசரோவரை அவனால் விடுதலைக் கான வழிமுறையாகப் பார்க்க முடிந்ததா என்பது வேறு விஷயம்.

தர்க்கங்களின் ஆதிக்கத்திலிருந்து கோபால் விடுபட்டதுபோல சத்யனால் விடுபட முடிந்ததா?

'மானசரோவர்' நாவலை நண்பர்களின் கதை என்று சொல்வதைவிடவும் கணிக்கவியலா வாழ்க்கைக் கூறுகளின் கதை என்று சொல்லலாம். காரணமே தெரியாமல் அலைக்கழிக்கும் இந்த வாழ்க்கையை வெவ்வேறு மனிதர்கள் வெவ்வேறு விதமாக எதிர்கொள்கிறார்கள். பரிதவிப்பின் உச்சத்தில் ஏதேனும் ஒன்றைப் பற்றிக்கொள்கிறார்கள். சிலருக்கு இந்த அலைதல் ஏதோ ஒரு புள்ளியில் அமைதியை அடைகிறது. கோபால் அத்தகையவர்களில் ஒருவன். சத்யனுக்கு அதற்கான வாய்ப்பு கிடைக்கிறது. ஆனால் அது அவனுக்குப் பயன்படும் என்பதற்கான உத்தரவாதம் எதுவும் கிடையாது. ஏனென்றால் அவனுடைய வாழ்க்கை வேறு. அதை அவன் எதிர்கொள்ளும் முறை வேறு. ஒருவருக்கு வேலைசெய்யும் மருந்து இன்னொருவருக்குக் கேட்பதில்லை.

பகுத்தறிவின் எல்லையை உணர்வதிலும் உணர்த்துவதிலும் முக்கியப் பங்கு வகிப்பது 'மானசரோவர்' நாவலின் முக்கியமான பரிமாணம் என்று சொல்ல வேண்டும். நவீனத்துவத்தின் ஆதாரமான அறிவியல் பார்வையின் எல்லைகளை, போதாமை களைத் தெளிவாகவே கோடிகாட்டும் நாவல், விளங்கிக் கொள்ள முடியாத வாழ்வின் புதிர்களுக்கான பதில்களையும் நெருக்கடிகளுக்கான தீர்வுகளையும் பகுத்தறிவின் எல்லைக்கு அப்பாற்பட்டுத் தேடிச் செல்கிறது. பகுத்தறிவின் எல்லைக்கு வெளியே அது தீர்வையும் காண்கிறது. ஆனால் எல்லோருக்குமான தீர்வாக முன்வைக்காமல் அகவயமான அனுபவமாக, ஒரு சாத்தியமாக அதை அடையாளம் காட்டுகிறது. அந்த வகையில் இது அசோகமித்திரன் நாவல்களில் தனித்த இடத்தைப் பெறுகிறது. நாவலின் இந்தப் புள்ளி மேலும் விரிவாக விவாதிக்க வேண்டிய அவசியத்தையும் ஏற்படுத்துகிறது.

ஆதாரமான கதையும் அதைச் செலுத்தும் காரணிகளின் வலுவான முரணியக்கமும் ஒருபுறம் இருக்க, நண்பர்களின் பின்புலங்கள் சார்ந்த சித்திரங்கள் அவரவரது உளவியல் கூறுகளுடன் அற்புதமாகப் பதிவாகியிருக்கின்றன. இந்தச் சித்திரங்கள் இரு நண்பர்களின் துல்லியமான ஆளுமைச் சித்திரங்களாக உருப்பெறுகின்றன. ஒருவரது பின்புலமும் அனுபவங்களும் அவரது ஆளுமையையும் வாழ்வின் போக்கையும் வடிவமைக்கும் விதம் மிக யதார்த்தமாக வெளிப்படுகிறது. தாமரை இலை நீரை ஒத்த அசோகமித்திரனின் நடைச் சித்திரங்கள் சாத்தியப்படுத்தும் அகவுலகம் வாசக அனுபவத்தை அசல் வாழ்வனுபவத்துக்கு நெருக்கமாகக் கொண்டுவந்துவிடுகின்றன.

கதையின் ஆதாரமான சிக்கலையும் அதன் போக்கையும் பற்றிக்கூட ஒரு வாசகர் கவலைப்பட வேண்டியதில்லை. அசோகமித்திரனின் சித்திரிப்பு தரும் சித்திரங்கள் தம்மளவில் மேலான கலை அனுபவத்தைத் தருகின்றன. இவற்றைத் தாண்டிப் புனைவின் ஆதாரமான சிக்கலுக்குள் பயணிக்கும் வாசக மனம் பகுத்தறிவின் போதாமைகளையும் தீர்வுகளின் அகவயமான தன்மையையும் உணர்ந்து வாழ்வு குறித்த தன் பார்வையைச் செழுமைப்படுத்திக்கொள்ள முடியும்.

நாவலில் கோபாலுக்குப் பதில்கள் கிடைக்கின்றன. சத்யனுக்குக் கேள்விகள் மிஞ்சியிருக்கின்றன. ஒரு வாசகர் இந்தப் பதில்களையோ கேள்விகளையோ தன்னுடன் பொருத்திப் பார்த்துக்கொள்ளலாம். இரண்டுமே வாழ்வுடனான உறவைச் செழுமைப்படுத்தக்கூடியவை. இதைச் சாதிப்பதுதான் மானசரோவரின் முக்கியமான அம்சம். மனதைச் சுத்தமாக்கும் மானசரோவர் ஏரி என்பது உண்மையில் இருக்கிறதோ இல்லையோ படைப்பு அந்தக் காரியத்தைச் செய்துகொண்டு தான் இருக்கிறது.

2016
('மானசரோவர்' கிளாஸிக் பதிப்புக்கு எழுதிய முன்னுரை –
நூல் வெளியீடு காலச்சுவடு)

13

கலை நிகழ்த்தும் மாயம்

[வாஸந்தியின் தேர்ந்தெடுக்கப்பட்ட சிறுகதைகள் குறித்து]

நவீனத் தமிழ் இலக்கியப் பரப்பில் பெண் எழுத்தாளர்களின் பங்கு குறைவு என்பதில் ஆச்சரியப்பட எதுவும் இல்லை. சமூக அரங்கில் ஒரு பிரிவினருக்கு எந்த இடம் கிடைக்கிறது என்பதே புற உலகச் செயல்பாடுகளில் அவர்களது பங்கைத் தீர்மானிக்கிறது. கல்வியறிவு மறுக்கப்பட்ட, பொது வெளிகளில் புழங்குவதில் சம உரிமை மறுக்கப்பட்ட பெண்கள் சென்ற நூற்றாண்டின் முதல் பாதி வரையிலும் படைப்புலகில் அதிகப் பங்காற்ற முடியாமல் இருந்ததை அன்றைய யதார்த்தத்தின் விளைவு என்றுதான் சொல்ல வேண்டும். சென்ற நூற்றாண்டின் பிற்பாதியில் பெண்களுக்குக் கல்வி முதலான வாய்ப்புகள் கிடைக்க ஆரம்பித்த பிறகு படைப்புத் துறையில் அவர்களின் பங்களிப்புகள் அதிகரிக்கத் தொடங்கியது. புதிதாக எழுத ஆரம்பித்த பலர் வெகுஜன ஊடகங்களில் அதன் ரசனைக்கு ஏற்ப எழுதிவந்தாலும் அதுபோலவே வெகுஜன தளங்களில் செயல்பட்டுவந்தாலும் தீவிரமான படைப்புகளை உருவாக்குவதற்கான பிரயத்தனத்தைக் கொண்டிருந்த வெகு சிலரில் வாஸந்தியும் ஒருவர். இந்தத் தொகுப்பில் உள்ள கதைகளே அதற்குச் சான்று.

நவீனத் தமிழ், செழுமையான சிறுகதை மரபைக் கொண்டது. இதில் புதிதாகச் சிறுகதை எழுத வருபவருக்கு இரண்டு சவால்கள் உள்ளன.

ஒன்று புதிதாக ஏதாவது சொல்வது. இரண்டாவது இதுவரை நிகழ்த்தப்பட்ட சாதனைகளை இம்மியளவேனும் தாண்டிச் செல்வது. இவை இரண்டையும் சாதிக்க வேண்டும் என்பதுகூட இல்லை. அதற்கான தீவிர முனைப்பு இருந்தாலே போதும். அந்த முனைப்புதான் இந்த மரபுக்கு நாம் செலுத்தும் மரியாதை. இம்மரியாதையை வாஸந்தியின் கதைகளில் உணர முடிகிறது.

வாஸந்தியின் கதைகள் தமிழ்ப் புனைவுலகில் அதிகம் அறிமுகமாகியிராத விஷயங்களைப் பேசுகின்றன. புதிதாகச் சில மனிதர்களை, அவர்கள் வாழ்வினை, உணர்வுகளைக் காட்டுகின்றன. பெண் என்ற முறையில் அவரது அக்கறையும் கரிசனமும் பெண்களின் வாழ்நிலை மீது குவிவது இயல்பானதே. ஆனால் வாஸந்தியின் கவனம் வாழ்வின் வெவ்வேறு நிலைகளை யும் நாடிச் செல்கிறது. அவரது படைப்பூக்கம் அவரது பின்னணி வரையறுக்கும் எல்லைகளை மீறிச் செல்கிறது. சாதி, மதம், பால் அடையாளம், புவியியல் எல்லைகள் ஆகியவற்றைத் தாண்டி அவரது அக்கறைகள் விரிகின்றன. இந்தப் பயணம் அவருடைய புனைவுலகை விரிவாக்குகிறது. பன்முகத் தன்மை கொண்டதாக்கு கிறது. புதிய வாசக அனுபவங்களைச் சாத்தியமாக்குகிறது.

பத்துக் கதைகள். கிட்டத்தட்டப் பத்துக் களங்கள். பத்துவித மான பின்புலங்கள் ஒவ்வொரு கதையிலும் பல்வேறு விதமான மனிதர்கள். மகத்தான கலையைத் தன் வசமாக்கியும் இன அடையாளத்தின் சுமையைத் தாங்க முடியாமல் கூனிக் குறுகும் இசைக் கலைஞர்கள், துளசிச் செடிகளை நேசிக்கும் மனிதர்கள், சக மனிதர்களைச் சுமையாக நினைக்கும் மனிதர்கள். ஆண்மைய நிலப்பிரபுத்துவ உணர்வில் ஊறிப் போன பெரியவர், பெண் குழந்தை பிறந்தால் அதைக் கொன்றுவிடும்படி பணிக்கப்பட்ட ஆயா என்று பலவிதமான மனிதர்கள் நம்மோடு உறவாடுகிறார்கள். கதைகளைப் படிக்கும்போது உண்மையிலேயே அவர்களைப் பார்த்துப் பழகிய உணர்வை வாஸந்தியின் எழுத்து ஏற்படுத்திவிடுகிறது. இயல்பானதும் வலுவானதுமான சித்திரிப்பினால் தன் புனைவுலகின் களங்களையும் மனிதர்களையும் நமக்கு மிக நெருக்கத்தில் கொண்டுவந்து நிறுத்திவிடுகிறார் வாஸந்தி. ரங்கமணி, சொர்ணம், சோமையா தாத்தா, கூன் விழுந்த தாத்தா, சுருங்கிய தோலைக் கொண்ட அவரது மனைவி, சாதியை அடிப்படையாக வைத்துக் கலைஞர்களைப் பாகுபடுத்தும் சூழல், தங்களது பண்பாட்டை யும் வளங்களையும் காப்பதற்காகத் தங்களுக்குத் தாங்களே கட்டுப்பாடுகளை விதித்துக்கொண்டு வாழும் மக்கள் எனப் பலவிதமான பின்புலங்களும் மனிதர்களும் வாஸந்தியின் எழுத்தின் மூலம் நமக்கு நெருக்கமாகிவிடுகிறார்கள். மேளச்

சத்தத்தைக் கேட்கும்போது செல்லப்பாவின் அப்பாவை நினைக்காமல் இருக்க முடியாது. மானைப் பார்க்கும்போது அந்தப் பெண்ணை நினைக்காமல் இருக்க முடியாது. பெண் குழந்தைகளைப் பார்க்கும்போது ரங்கமணி நினைவுக்கு வந்தேதீருவார், மரபார்ந்த கூட்டுக் குடும்பத்தின் மாண்புகளை யாராவது சிலாகித்துக்கொள்ளும்போது பள்ளிக்குப் போக இயலாத செல்லத்தின் சோகம் நினைவுக்கு வராமல் போகாது. வாஸந்தி தரும் சொற்சித்திரங்களின் துல்லியமும் அழுத்தமும் அவற்றை நம் மனதில் அழியாச் சித்திரங்களாக்கிவிடுகின்றன.

வாஸந்திக்குக் கோபம் இருக்கிறது. நியாயமான கோபம் அது. பெண்களைத் தங்களைப் போன்ற ஓர் உயிரினமாக மதிக்காத ஆண்கள் மீது. பிறப்பை அடிப்படையாகக் கொண்டு மரியாதையை வரையறுக்கும் சமூக அமைப்பின் மீது, மரபுச் செல்வங்கள், இயற்கை வளங்கள் ஆகியவற்றின் மீதான உதாசீனத்தின் மீது ... பலவிதமான நியாயமான கோபங்கள் இருக்கின்றன. ஆனால் அவருடைய கலை உணர்வு அவர் கதைகளை இந்தக் கோபங்களின் எல்லைகளை மீறிச் செல்ல வைக்கிறது. அனைத்து மனிதர்களையும் அவரவர் நிலைகளில் வைத்துப் பார்க்க உதவுகிறது. பெண் குழந்தையைக் கொல்ல முனைபவர்களும் காப்பாற்ற முனைபவர்களும் அநீதிக்குப் பழிவாங்க நினைப்பவரும் தத்தமது நியாயங்களுடன் நம் பார்வைக்குப் புலப்படுகிறார்கள். பாத்திரங்களின் அனுபவங்களும் உணர்வுகளும் செயல்பாடுகளும் சித்திரிக்கப்படும் விதத்தில் அவர்களுடைய பதைப்பும் அவசரமும் ஏக்கமும் உற்சாகமும் நமதாகின்றன. கீழ்மைகள், மேன்மைகள், சராசரித்தனங்கள் என யாவும் தத்தமது நிலைகளில் இயல்பாக வெளிப்பட வாஸந்தியின் கலை நுணுக்கம் கைகொடுக்கிறது. இந்தத் தன்மை கதையுலகை ஆசிரியரின் கண் வழியே பார்க்காமல் வாசகர்கள் தன்னுடைய பார்வையின் வழியே பார்க்க வழிசெய்கிறது. இந்தச் சித்திரிப்பைச் சாத்தியப்படுத்துவது ஆசிரியரின் பார்வைதான் ஆனால் ஆசிரியரின் அகவயப்பட்ட பார்வையால் பாதிக்கப்படாத வண்ணம் வாசகர் தனக்கென ஒரு பார்வையை உருவாக்கிக் கொள்ள முடிகிறது. இதுதான் கலை நிகழ்த்தும் மாயம்.

வாஸந்தி எல்லாக் கதைகளிலும் வாசகருக்கு மன நெருக்கடியை ஏற்படுத்திவிடுகிறார். ஒரு கணமேனும், மனம் கசிய வைத்துவிடுகிறார். ரசனையும் அழகியலும் இழையோடினாலும் மன நெருக்கடியே இவரது சித்திரிப்பில் முனைப்புக் கொள்கிறது. வெளிப்படையான விமர்சனமோ கண்டனமோ புலம்பலோ போதனைகளோ இன்றி அவரால் இதைச் சாதிக்க முடிகிறது. ஒரு கதையில் ஒரு பாத்திரத்தின் மீது மட்டுமின்றி ஒவ்வொரு பாத்திரத்தின் மீதும் அவர் கவனம் குவிகிறது.

வாஸந்தியின் பார்வையில் எந்த ஒரு தரப்புக்கும் தனி மரியாதை இல்லை. பல கதைகளில் குறிப்பிட்ட ஒரு விஷயம் குறித்துப் பல தரப்புகள் பிரதிநிதித்துவம் பெறுகின்றன. 'சின்னம்' கதையை இதற்கு நல்ல உதாரணமாகச் சொல்லலாம். இதில் ஒவ்வொரு பாத்திரமும் ஒவ்வொரு தரப்பு. கதாசிரியரின் மனச்சாய்வு ஒரு சில தரப்புகளின் மீது கூடுதலாக விழுந்தாலும் கதையின் சமநிலையைக் குறைக்கும் அளவுக்குப் போகவில்லை. 'கொலை' கதையில் நிலப்பிரபுத்துவ ஆணாதிக்க மதிப்பீடுகளில் ஊறித் திளைக்கும் தாத்தா, அவரால் பாதிக்கப்படும் பெண்கள், எந்தப் பக்கமும் முடிவெடுக்க முடியாத ஆண்கள், என்ன நடக்கிறது என்று தெரியாமலேயே ஏங்கும் குழந்தைகள் ஆகியோரைச் சமநிலையோடு சித்திரிக்க அவரால் முடிகிறது. இந்த இரு கதை களிலும் மரணத்தின் மூலம் கதையை முடிப்பது சற்று ஏமாற்றம் தருகிறது என்றாலும் அந்த மரணங்கள்யாவும் கதைகள் எழுப்பும் கேள்விகளுக்கான பதில்களாக முன்வைக்கப்படாதது ஆறுதல் தருகிறது. வாஸந்தியின் கதைகளில் பொதுவாகவே மைய அல்லது முக்கியக் கதாபாத்திரத்திற்குத் தரப்படும் முக்கியத்துவம் மற்ற கதாபாத்திரங்களைப் பலவீனமாக்கிவிடும் அளவுக்குச் செல்வதில்லை.

வாஸந்தியின் கதையுலகில் மரபுக்குள்ள இடம் குறிப்பிட்டுச் சொல்ல வேண்டியது. இருபதாம் நூற்றாண்டின் நவீனத்துவப் பார்வையும் பெண்ணிய நோக்கும் ஜனநாயக, சமத்துவ உணர்வும் இவரது கதைகளில் பிரதிபலிக்கவே செல்கின்றன. மரபின் மிது இவருக்கு விமர்சனம் இருக்கிறது. உதாசீனம் இல்லை. சங்கீதம், நடனம் எனக் கலை சார்ந்த மரபின் மீது மட்டுமல்ல. துளசிச் செடியுடனான உறவு சார்ந்த மரபின் மீதும் அவருக்கு மதிப்பு இருக்கிறது. கதையுலகில் ஒவ்வொரு அம்சமும் பிரதிபலிக்கும் விதம் கருத்து நிலைக்கு உட்பட்டிருந்தால் அது பிரச்சாரம். அதைத் தாண்டிச் செல்வது கலை. அது வாஸந்திக்கு வசப்பட்டிருக்கிறது. அவரது கலை நோக்கு, மரபு, மத நம்பிக்கை முதலான விஷயங்களைக் கருத்துக்களின் சட்டகத்தில் அடைத்துப் பார்ப்பதைத் தவிர்த்துவிடுகிறது. இது மனிதர்களை அவர்களது பின்னணிகளோடும் உளவியலோடும் புரிந்துகொள்ள உதவுகிறது. கடவுள், சம்பிரதாயம், சமூக நம்பிக்கைகள் ஆகியவை குறித்த தனது கருத்துகளைச் சொல்லக் கதைகளைப் பயன்படுத்தும் விபத்து வாஸந்திக்கு நேரவில்லை.

வாஸந்தியின் கதைகளில் மாற்றங்கள் பெரும்பாலும் பின்னோக்கில் நினைவுகூரப்படுகின்றன. மாற்றத்தின் போக்கு அது நிகழும் விதத்தில் அனுபவமாவதில்லை. பாத்திரங்களின் நினைவினூடே அது சொல்லப்படுகிறது. சில சமயம் நினைவு

களாக சிலசமயம் பின்னூட்டக் காட்சிகளாக. இந்தப் பொதுவான போக்கிற்கு விதிவிலக்காக இருப்பது 'மறதி' என்னும் கதை. கூன் விழுந்த முதுகு கொண்ட கிழவர் கண்களைக் கட்டிய நிலையில் ஸ்பரிசத்தை வைத்துத் தன் மனைவியை அடையாளம் காண வேண்டிய சவாலை எதிர்கொள்கிறார். நீட்டப்படும் கரங்களில் ஆக மென்மையான, இளமையான கரங்களைத் தன் மனைவியினுடையது என்று சொல்கிறார். தன் நிஜ மனைவியின் கைகளில் உணரும் சுருக்கமும் முதுமையும் அவருக்கு அறிமுக மாகாதவை. மனைவியின் 'மல்லிப்பூ' போன்ற கைகள்தாம் அவர் மனதில் இருக்கின்றன. அந்தப் 'பூக்கை'தான் அவர் நினைவில் இருக்கிறது. 59 வருடத் தாம்பத்ய வாழ்வில் அந்தப் பூக்கைகளை அதிகபட்சம் 20, 25 ஆண்டுகளுக்கு உணர்ந்திருப்பாரா? மீதியிருந்த ஆண்டுகளில் அந்தக் கைகளுக்கு நேர்ந்த மாறுதல் அவர் கண்களுக்கோ கைகளுக்கோ ஏன் தெரியவில்லை? இளமை நீங்கியதும் ஸ்பரிசமும் காணாமல் போய்விடுவது ஏன்? கணவன் – மனைவி ஸ்பரிசம் என்பது காமம் – இளமை சம்பந்தப்பட்டது மட்டும்தானா? ஒரு கட்டத்திற்குப் பிறகு ஸ்பரிசத்தின் எல்லா விதமான தேவைகளையும் வாய்ப்புகளையும் அவர்கள் துறந்து விட்டார்களா? வாழ்க்கை அதற்கான வாய்ப்பை அவர்களுக்கு வழங்கவே இல்லையா? எனில் 59 ஆண்டுக்கால வாழ்வுக்கு என்ன பொருள்? இருவரையும் இணைத்துவைத்த கண்ணி எது? உடல் ஸ்பரிசம் மட்டுமின்றிக் கண்களின் ஸ்பரிசம்கூட அற்றுப்போன தாம்பத்யம் என்றால் அது எப்படிப்பட்ட தாம்பத்யம்? 59 ஆண்டுக்கால தாம்பத்யம் என்று சொல்லும்போது ஆழமான தளத்தில் அதன் பொருள் என்ன?

ஒரே ஒரு ஸ்பரிசமும் அது சார்ந்த மனப்பதிவும் இப்படிப் பல்வேறு கேள்விகளை எழுப்புகின்றன. இந்திய வாழ்வில் தாம்பத்திய உறவின் தன்மைகள், வெவ்வேறு கட்டங்களில் மாறிவரும் அதன் இயல்புகள், அதில் பெண்களின் நிலை ஆகியவை பற்றிப் பல உண்மைகளை உணர உதவுகின்றன. மிகவும் நுட்பமாக எழுதப்பட்டுள்ள கதை இது.

சமூக யதார்த்தங்களைச் சித்தரிக்கும்போதும் இந்த நுட்பம் வெளிப்படுகிறது. மாபெரும் மேள வாத்தியக் கலைஞர் மேட்டுக்குடியினரால் இழிவுபடுத்தப்படும் காட்சி மிகவும் அடங்கிய தொனியில் அழுத்தமாக வெளிப்படுகிறது. மேளம் வாசிப்பவருக்கு உணவு வழங்கப்படும் காட்சியின் எளிய சித்திரிப்பு எல்லாவற்றையும் சொல்லிவிடுகிறது. கோஷங்களோ உணர்ச்சிப் பிசுக்கேறிய வெளிப்பாடுகளோ இல்லாமல் சித்திரிக்கப்படும் இந்த யதார்த்தம் வாசக அனுபவப் பரப்பின் ஒரு பகுதியாக மாறிவிடுகிறது.

பல்வேறு வாழ்நிலைகளின் பின்னணியில் பல்வேறு பிரச்சினைகளைக் கையாளும் வாஸந்தி ஆகிவந்த முடிவுகளை நோக்கிக் கதையை நகர்த்திச் சொல்வதில்லை. சில கதைகளின் முடிவுகளில் நாடகீயமான திருப்பங்கள் இருந்தாலும் கதையின் போக்கில் அவை பொருந்திப் போகின்றன. நம்பிக்கை தர வேண்டும் என்பதற்காக யதார்த்தத்தைச் சிதைப்பதில்லை. பாதிப்பை உணர்த்துவதற்காக மிகைப்படுத்துவதும் இல்லை. 'வாக்குமூலம்' கதையில் வெளிப்படும் யதார்த்தம் ஒரு கணம் நம்மை ஸ்தம்பிக்கவைக்கிறது. சமூக யதார்த்தத்தின் முன்னிலையில் காவல் துறை, நீதி அமைப்பு ஆகியவை எல்லாம் எவ்வளவு பெரிய பாவனைகள் என்பதை உணரவைத்து, உறையவைக்கிறது. இந்த யதார்த்தம், மிகைப்படுத்தல், தழுதழுப்பு, கோஷம் ஆகியவை இல்லாமல் பக்குவமான தளத்தில் உரிய மௌனங்களுடன் பதிவாகிறது.

சமூகப் பிரச்சினைகள் சார்ந்த கோபம் கலையுணர்வின்றி வெளிப்படும்போது அங்கே அழகுணர்ச்சிக்கு இடம் இருக்காது. இந்த விபத்தும் வாஸந்தியின் கதைகளுக்கு நேரவில்லை. காட்சிகளின் அழகில் லயிக்க அவரது கலை அவருக்கு இடமளிக்கிறது. ரசனையை வெளிப்படுத்தும் தன்மை இயல்பாகக் கூடியிருக்கிறது. "சலனமற்ற வானில் நீல வானம் இறங்கியிருந்தது" என்பன போன்ற கவித்துவமான படிமங்கள் ஆங்காங்கே வெளிப்படுகின்றன.

பத்துக் கதைகளையும் தனித்தனியே எடுத்துக்கொண்டு அலசும்போது அவற்றின் நிறைகுறைகளை மேலும் விரிவாகப் பேசலாம். இந்தக் கதைகள் அனைத்தும் வாழ்வுடன் ஒரு கலைஞர் கொண்டுள்ள தீவிரமான உறவின் வெளிப்பாடாக அமைந்துள்ளது இந்தக் கதைகளைப் படிக்க வேண்டியதன் அவசியத்தை உணர்த்துகிறது. உத்தி சார்ந்த பரிசோதனைகளோ கலை சார்ந்த பாவனைகளோ இல்லாத இந்தக் கதைகள் வாசகரோடு இயல்பாகவும் நேரடியாகவும் உறவாடுகின்றன. மேலெழுந்தவாரியாக எளிய தோற்றம் கொண்டிருந்தாலும் இயல்பான சித்திரிப்பு, கருத்து நிலைகளை முன்னிறுத்தாத அணுகுமுறை, பல்வேறு தரப்புகளிடையே பேணும் சமநிலை, மரபுடனான உறவு, சரளமான கதை கூறும் முறை, நுட்பங்கள் ஆகியவற்றால் இந்தக் கதைகள் நல்ல வாசிப்பு அனுபவத்தைத் தருகின்றன.

2016

(வாஸந்தியின் 'முத்துக்கள் பத்து' நூலுக்கு எழுதிய முன்னுரை)

14

பாரதி படைப்புகள் பொதுவுடைமையான கதை

உலக வரலாற்றில் தமிழகத்தில்தான் ஒரு எழுத்தாளரின் படைப்புகளுக்கான பதிப்புரிமை அரசாங்கத்தால் வாங்கப்பட்டு, பிறகு பொது வுடைமை ஆக்கப்பட்டது. காந்தி, நேரு, தாகூர் உட்பட யாருடைய படைப்புகளுக்கும் கிடைக்காத இந்தத் தனிப் பெருமை சுப்பிரமணிய பாரதிக்கு எப்படிக் கிடைத்தது? இதற்கு வித்திட்ட நிகழ்வுகள், இதற்காக நடந்த முயற்சிகள், ஏற்பட்ட திருப்பங்கள் ஆகிய அனைத்தையும் ஆவண ஆதாரங்களுடனும் வரலாற்றுப் பார்வையுடனும் நம் கண் முன் நிறுத்து கிறார் வரலாற்றாய்வாளர் ஆ.இரா. வேங்கடாசலபதி.

'பாரதி: கவிஞனும் காப்புரிமையும்' என்னும் தனது நூலில், பாரதியின் படைப்புகள் பொது வுடைமை ஆக்கப்படுவதற்கான தேவை அல்லது கோரிக்கை எப்படி எழுந்தது என்பதை சலபதி துடிப்புடன் விவரிக்கிறார். பாரதி காலத்தில் பாரதி பாடல்களுக்கு இருந்த சமூக, அரசியல் மதிப்பு அவருக்குப் பிறகு சுதந்திரப் போராட்டம் உச்சம் பெற்ற காலகட்டத்தில் பல மடங்கு உயர்கிறது. பாரதி பாடல்களைப் பயன்படுத்துவதற்கான தேவை சமூகத்தில் பல தரப்பினருக்கும் பெருகுகிறது. இந்தச் சூழலில்கூட பாரதியின் ஆக்கங்களைப் பொதுவுடமை ஆக்க வேண்டும் என்னும் கோரிக்கை எழவில்லை. அது எழுந்ததற்குக் காரணம் ஒரு வழக்கு. திரைப்படம் ஒன்றில் பாரதி பாடலை டி.கே.எஸ். சகோதரர்கள் பயன்படுத்தியதை எதிர்த்து ஏ.வி. மெய்யப்பச் செட்டியார் தொடுத்த வழக்கு.

பாரதியின் படைப்புகளைப் பொதுவுடைமை யாக்க வேண்டும் என்ற கோரிக்கை எழுந்து, அது

வேகமாக வலுப்பெற்று, மாபெரும் மக்கள் இயக்கமாக மாறிய கதையை சலபதி துல்லியமாக விவரிக்கிறார். ஜீவா, நாரண துரைக்கண்ணன், அவினாசிலிங்கம் செட்டியார் போன்றவர்களின் பங்கு, அரசாங்கம் இதை அணுகிய முறை ஆகியவற்றை ஆவண ஆதாரங்களுடன் முன்வைக்கிறார். பாரதியாரின் தம்பி விஸ்வநாத ஐயருக்கும் (பாரதியின் தந்தையின் இரண்டாம் மனைவியின் புதல்வர்) பாரதியின் மனைவி செல்லம்மாளுக்கும் இதில் என்ன பங்கு இருந்தது என்பதையெல்லாம் விருப்பு வெறுப்பற்ற முறையில் சலபதி விரிவாகச் சொல்கிறார்.

பொதுப்புத்தியில் உறைந்திருக்கும் பல கருத்துக்களை இந்த நூலின் ஆதாரங்கள் தகர்க்கின்றன. ஏ.வி. மெய்யப்பச் செட்டியார் தன்னிடமிருந்த உரிமைகளைப் பெருந்தன்மையோடு விட்டுத்தந்தார் என்று பலரும் நினைத்துக்கொண்டிருக்கிறார்கள். உண்மையில், அவரிடம் இருந்தது பாரதி பாடல்களின் ஒலிபரப்பு உரிமை மட்டும்தான். பாரதி படைப்புகளின் பதிப்புரிமை விஸ்வநாத ஐயரிடம்தான் இருந்தது (பதிப்புரிமை செல்லம்மாளிட மிருந்து இவருக்கு எப்படிப் போனது என்பதையும் நூல் சொல்கிறது). பாரதியின் படைப்புகள் நேர்த்தியாகப் பதிப்பிக்கப் படக் காரணமாக இருந்த விஸ்வநாத ஐயர் பொதுப் பார்வையில் வில்லனாகக் கட்டமைக்கப்பட்டதையும் அவர் அதை எதிர் கொண்ட விதத்தையும் நூல் பதிவுசெய்கிறது. விஸ்வநாத ஐயரின் தரப்பை விவரிக்கும் இடம் காவியத் தன்மை பெற்று மிளிர்கிறது.

பல்வேறு காரணிகளும் ஒன்று திரண்டு, பல தரப்பினரும் ஆளுமைகளும் ஓரணியில் நின்றதில் நாட்டுடைமைக் கோரிக்கைக்கு வலுக் கூடிய விதம் விறுவிறுப்பான நாவல்போல வெளிப்படுகிறது. கொட்டாவிகளின் உற்பத்திக் கிடங்காக இருந்துவரும் வரலாற்று ஆய்வு நூல் என்னும் வகையை உயிர்ப்பு கொண்டதாக மாற்றுகிறது வேங்கடாசலபதியின் எழுத்து. தகவல்களின் துல்லியத்தன்மையிலும் நுட்பமான விவரங்களிலும் சமரசம் செய்துகொள்ளாமல் இதைச் சாதிக்கிறார்.

பாரதி வரலாறு குறித்த ஆய்வில் பெரும் பங்களிப்பு செலுத்தி யிருக்கும் வேங்கடாசலபதி, வரலாற்றை அணுகும் முறைமையில் பெற்றுள்ள தேர்ச்சியும் இந்த நூலின் வலிமைக்குக் காரணமாக அமைந்துள்ளது. நிகழ்வுகளை அடுக்கிச் செல்லுவது தட்டையான வரலாற்றுப் பதிவு. நிகழ்வுகளைப் புறவயமான வரலாற்று, சமூகக் கண்ணோட்டத்தோடு முன்வைப்பது படைப்பூக்கம் கொண்ட செயல்பாடு. இத்தகைய பதிவு நிகழ்வுகளின் மேற்பரப்பில் தெரியாத நுட்பமான பல உண்மைகளை வெளிப்படுத்தக்கூடியது. ஆ. இரா. வேங்கடாசலபதியின் இந்நூல் அத்தகையது.

2017

***தி இந்து* (தமிழ்)**

15

ஒரு சிறுவன், ஒரு சிற்றூர், ஒரு உலகம்

[சுகுமாரனின் 'வெல்லிங்டன்' நாவலைப் பற்றி]

வாசிப்பவரின் நினைவுகளில் ஆழப் பதியக்கூடிய பல கவித்துவமான சொற்களையும் படிமங்களையும் படைத்த ஒரு கவிஞரின் முதல் நாவல் இது. ஒரு கவிஞராக சுகுமாரன் ஏற்படுத்தும் தாக்கத்துக்கு முக்கியமான காரணம் கச்சிதமும் செறிவும் கூடிய அவருடைய அழகான மொழி. இத்தகைய மொழி கைவரப்பெற்ற ஒருவரது நாவல் எப்படி இருக்கும் என்னும் ஆவலுடன் அதைப் படிக்கத் தொடங்கியதும் பெரும் வியப்பு ஏற்படுகிறது. கவித்துவமான சொற்களோ படிமங்களோ கவித்துவ மொழியோ அவ்வளவாக இல்லாத உரைநடையில் நாவல் எழுதப்பட்டிருக்கிறது. சொல்லப்போனால், கவிஞர் சுகுமாரன்தான் நாவலாசிரியர் சுகுமாரன் என்று நம்ப முடியவில்லை என யாராவது சொன்னால் அந்தக் கூற்றை எளிதில் புறந்தள்ள முடியாது.

உரைநடைக்கும் கவிதைக்கும் இடையில் இருக்கும், இருக்க வேண்டிய வேறுபாட்டை உணர்ந்ததன் வெளிப்பாடாகவே இதைக் காண வேண்டும். 300க்கும் மேற்பட்ட பக்கங்களில் விரியும் இந்த நாவலில் கவித்துவமான படிமங்களை அடுக்கிச் செல்வதற்கான வாய்ப்பு பல இடங்களில் இருக்கிறது. ஒரு கவிஞருக்கு மிக எளிதான செயல் இது. அப்படிச்

செய்திருந்தால், கவிதைக்கான அடையாளத்துடனும் கவிதைக்கே உரிய அழகுடனும் பல இடங்களில் புரியாமையுடனும் நாவல் வெளிப்பட்டிருக்கும். கவித்துவமான படிமங்களின் மீது ஒவ்வொருவரும் தனக்குத் தோன்றும் பொருள்களைப் போட்டு அழகு பார்த்துக்கொள்ளலாம். இப்படிப்பட்ட பன்முக அர்த்தங்களுக்காகவே அந்த நாவல் மேலும் அதிகமாகப் பேசப்பட்டிருக்கலாம்.

அப்படி எதுவும் இந்நாவலுக்கு நடக்கவில்லை. புனைவுக்கான உரைநடையை நேர்த்தியுடன் கையாண்டுள்ள இந்த நாவல், நாவலின் சாத்தியங்கள் சிலவற்றை நன்கு பயன்படுத்திக் கொண்டுள்ளது.

O

ஒரு வசதிக்காக இந்த நாவலின் வடிவத்தை மூன்றாகப் பிரித்துப் பார்க்கலாம். வரலாறு, தொன்மம், சமகால யதார்த்த வாழ்வு ஆகிய மூன்றையும் 'வெல்லிங்டன்' தன் தேவைக்கேற்பக் கையாண்டுள்ளது. மூன்றும் தத்தமது இயல்புக்கு ஏற்ப வெவ்வேறு தொனிகளைக் கொண்டிருக்கின்றன. மூன்று பகுதிகளையும் இணைக்கும் புள்ளியாக நாவலின் நிலப்பரப்பு உள்ளது. ஊட்டியில் உள்ள வெல்லிங்டன் என்னும் சிறிய ஊரை மையமாகக் கொண்டு விரியும் இந்த நாவல், அப்பகுதியின் சமகால வாழ்வை உயிர்த் துடிப்புடன் சொல்கிறது. ஒரு காலத்தில் அவ்வளவாக மனித வாடை படாமல் இருந்த இந்த இடம் எவ்வாறு இப்படியானதென்பதை வரலாற்றுத் தகவல்களையும் தொன்மக் கதைகளையும் கொண்டு சொல்கிறார் சுகுமாரன்.

இம்மூன்று பகுதிகளிலும் சமகால வாழ்வு குறித்த பகுதியே நாவலின் கணிசமான பகுதியைப் பிடித்துக்கொண்டிருக்கிறது. அடுத்த இடம் வரலாற்றுக்கு. தொன்மத்துக்கு மிகச் சிறிய இடமே தரப்பட்டுள்ளது. இந்த மூன்று கூறுகளுக்கும் தரப்பட்டுள்ள இடத்தை, நாவலின் ஆதார நோக்கம் சார்ந்த நாவலாசிரியரின் பார்வையின் வெளிப்பாடாகவும் கருதலாம்.

வரலாறும் தொன்மமும் கலந்த பின்புலச் சித்தரிப்பு முடிந்த பிறகு இன்றைய யதார்த்த உலகின் சித்திரம் தொடங்குகிறது. ஜான் சல்லிவன் என்னும் ஆங்கிலேய அதிகாரியின் கனவும் அசாத்தியமான முயற்சியும் சேர்ந்துதான் நீலகிரி மலைப் பகுதியில் இத்தகையதொரு வசிப்பிடத்தையும் அதன் விளைவான வாழ்க்கையையும் உருவாக்கியிருக்கின்றன. அசாத்தியமானது எனக் கருதப்படுபவற்றைச் சாத்தியமாக்கத்

துடிக்கும் சாகச உணர்வின் செயல் வடிவமாக உருக்கொள்ளும் ஆங்கிலேயர்களின் முயற்சிகள் இந்தப் பகுதியில் பதிவாகின்றன. சாகச உணர்வுடன் அதிகார வேட்கையும் இயற்கையின் மீதான பற்றும் கலந்திருப்பதையும் இந்தப் பகுதி கோடிகாட்டத் தவற வில்லை.

19ஆம் நூற்றாண்டில் நடக்கும் ஜானின் முயற்சிகள் குறித்த சித்திரங்கள் சுருக்கமாக இருந்தாலும் தனியானதொரு நாவலுக்கான கூறுகளைக் கொண்டிருக்கின்றன. இந்தப் பகுதியை மட்டும் விரித்து எழுதினால் அதுவே முழுமையான நாவலாக அமையக்கூடும் என்றே தோன்றுகிறது. சுகுமாரனால் அப்படி ஒரு நாவலை எழுதியிருக்க முடியும். அதற்குத் தேவையான தரவுகளும் அந்தக் காலகட்டத்தை மறு உருவாக்கம் செய்வதற்கான கற்பனை வளமும் புனைவு மொழியும் அவரிடம் உள்ளன.

அதுபோலவே நீலகிரியின் பூர்வகுடிகளான படகர்களைப் பற்றிய தொன்மக் கதைகளும் தகவல்களும் புனைவு மொழியில் சிறப்பாகப் பதிவாகியுள்ளன. இந்தப் பகுதி மிகச் சிறியதாக இருந்தாலும் சுகுமாரனால் இதையும் விரித்து எழுதியிருக்க முடியும் என்றே தோன்றுகிறது. ஆனால், அவரே பின்னுரை யில் சொல்வதுபோல, அவரது நோக்கம் "வரலாற்றை ஆவணப் படுத்துவதல்ல". தனக்குப் பிடித்தமான கடந்த காலத்தை வாழ்ந்து பார்ப்பது, பிடித்தமாக இருந்த மனிதர்களை நினைவுகூர்வது ஆகியவைதாம் அவரது நோக்கங்கள். எனவே நாவல் விரைவி லேயே 20ஆம் நூற்றாண்டுக்கு வந்து அங்கே தன் காலை வலுவாக ஊன்றியபடி அங்கு வாழ்ந்த மனிதர்களின் கதையைச் சொல்கிறது. அவர்கள் வாழ்ந்த காலகட்டம், அன்றைய சமூக, அரசியல் சூழல்கள் ஆகியவற்றின் பின்னணியில் அவர்களுடைய கதைகளைச் சொல்கிறது.

அந்தக் காலத்துக்கும் பின்னணிக்கும் ஏற்ற மொழியுடனும் பாத்திரங்களின் குரல்களுடனும் குரல்களுக்கு இடையில் இருக்கும் மவுனங்களுடனும் நாவல் சென்ற நூற்றாண்டின் நடுப் பகுதியில் வெல்லிங்டனில் நிலவிய வாழ்க்கையைச் சொல்கிறது. அந்த மனிதர்களை அடையாளம் காட்டுகிறது. புறத் தோற்றங்களுக்குப் பின்னால் மறைந்திருக்கும் ரகசியங்களைத் திரை விலக்கிக் காட்டுகிறது. மனித மனம் செயல்படும் விதங்களையும் மனித உறவுகளில் இருக்கும் ஊடாட்டங்களையும் பேசுகிறது. அன்பு, சுயநலம், தியாகம், பொறுப்பு, பொறாமை, காமம், வறுமை, துரோகம், அப்பாவித்தனம், குழந்தைமை முதலான பல கூறுகளையும் அனுபவ ரீதியாக நமக்குள் கடத்துகிறது.

கதையுலகில் வரும் மனிதர்களோடு நேரடியாக நாம் வாழ்ந்து பெற்ற அனுபவமாக இந்தக் கூறுகள் நமது நினைவுகளில் சேகரமாகும் அளவுக்கு சுகுமாரனின் சித்திரிப்பு இருக்கிறது.

நாவலாசிரியர் சுகுமாரன் நாவலில் அனேகமாக எங்குமே நேரடியாகப் பேசவில்லை என்பது அவரது எழுத்தின் முக்கியமான தொரு தன்மையாக எனக்குத் தோன்றுகிறது. இடங்கள், மனிதர்கள் குறித்த தகவல்கள் காட்சிச் சித்திரிப்புகளினூடே இயல்பாகச் சொல்லப்படுகின்றன. மனித இயல்புகள், அவர்கள் நடந்துகொள்ளும் விதம், அவர்களது வாழ்வையும் அதன் திருப்பங்களையும் தீர்மானிக்கும் காரணிகள், நிகழ்வுகள் ஆகியவற்றை எந்த மெனெக்கெடலும் இன்றி இயல்பாக வெளிப்படச்செய்கிறார். அந்த மனிதர்களை நாம் அருகில் இருந்து பார்ப்பதுபோன்ற உணர்வை ஏற்படுத்தும்படியான இந்தச் சித்திரிப்பு நாவலை நம் அனுபவப் பரப்புக்கு நெருக்கமாகக் கொண்டுவந்துவிடுகிறது.

இந்த நாவல் சில மனிதர்களை, அவர்களின் இயல்பை, அவர்களுடைய வாழ்வின் போக்குகளை, உறவுகளை, நல்லதும் அல்லாததுமான ஊடாட்டங்களை, சில மரணங்களைச் சொல்லிச் செல்கிறது. பாபு என்னும் சிறுவனின் பார்வையிலேயே மிகுதியும் விரியக்கூடிய நாவல், பாபுவின் பால்ய கால வாழ்வின் மாறுதல்களையும் சொல்கிறது. ஒரு சிறுவன் மெல்ல மெல்லப் பெரியவனாவதைச் சொல்கிறது. ஒரு மொட்டு மலர்வதைக் காணும் அனுபவத்தைத் தரும் விதத்தில் பாபுவின் மாற்றம் பதிவாகியிருக்கிறது.

வெல்லிங்டன் என்னும் நிலப்பரப்பும் பாபு என்னும் சிறுவனும் இந்த நாவலின் பல்வேறு கதாபாத்திரங்களை இணைக்கும் சரடுகளாக இருக்கிறார்கள். பாபுவின் உலகம்தான் நாவல் என்றுகூடச் சற்றே மிகைப்படுத்திச் சொல்லிவிடலாம். அந்த அளவுக்கு பாபுவின் வாழ்க்கை துல்லியமாகவும் விவரமாக வும் பதிவாகியிருக்கிறது. பாபுவின் நண்பர்கள், அத்தை, மாமா, அக்கம்பக்கத்து வீட்டுக்காரர்கள், ஊர்க்காரர்கள், டீச்சர், கோயில் பூசாரி, சகுந்தலா, விமலா, பிரபாகரன், ஜானு, வசந்தி, தெரேசா, தேவகி, நந்தகோபால், மம்மூது, பாபுவின் நண்பர்கள் என நாவலில் வரும் மனிதர்கள் நாம் பார்த்துப் பழகிய மனிதர் களாகவே உருப்பெறுகிறார்கள். ஒவ்வொருவரிடமும் ஒரு கதை இருக்கிறது. மறைத்துக்கொள்ள வேண்டிய ஏதோ ஒன்று இருக்கிறது. ஆதங்கம், ஆற்றாமை, விரக்தி, வலி என ஏதேனும் ஓர் உணர்ச்சி வலுவாக இருக்கிறது. இவற்றுக்கு நடுவேதான் அவர்களுடைய வாழ்க்கை இயங்கிக்கொண்டிருக்கிறது. உறவுகள்

சாத்தியமாகின்றன. அன்பும் கோபமும் வெறுப்பும் உதவிகளும் பரிமாறிக்கொள்ளப்படுகின்றன.

நாவல் பல அதிர்ச்சிகளைத் தன்னுள் வைத்திருக்கிறது. ஆனால் ஒவ்வொரு அதிர்ச்சியும் வெளிப்படும் விதத்தில் மிகுந்த நம்பகத்தன்மையுடன் உருப்பெற்றிருக்கிறது. இந்த மனிதர்களும் அவர்களுடைய இயல்புகளும் நடவடிக்கைகளும் ரகசியங்களும் சோகங்களும் குமுறல்களும் ஏக்கங்களும் நமது அனுபவங்களாக உருமாறும் ரசவாதத்தை சுகுமாரனின் கலை நிகழ்த்துகிறது. நந்தகோபால், தெரேசா, சகுந்தலா, ஜானம்மா ஆகியோரின் வாழ்க்கைப் போக்குகள் பெரும் சோகத்தைக் கவியச் செய்கின்றன. பாபுவின் குழந்தைத்தனமும் சூழலை அவதானிப்பதில் அவனுக்கு இருக்கும் கூர்மையும் கவர்கின்றன. முன்முடிவுகள் இல்லாமல் தன்னைச் சுற்றியுள்ள மனிதர்களையும் சூழலையும் அணுகும் அவனுக்கு அவனுடைய அனுபவங்களே புதிய தரிசனங்களை அளிக்கின்றன. அவற்றை முழுமையாக உள்வாங்கிக்கொள்ளக்கூடிய வயது அல்ல என்றாலும் புரிந்து கொண்ட அளவில் அவையாவும் அவன் ஆளுமையில் மாற்றத்தை ஏற்படுத்துகின்றன. பின்னாளில் அவன் ஆளுமையைச் செதுக்கக் கூடியவையாக இந்த அனுபவங்கள் அமையக்கூடும் என்று நாம் யூகிக்கலாம்.

முற்றிலும் எதிர்பாராத அனுபவங்களுக்கு ஆளாகும் பாபு, அந்த அனுபவங்களாலேயே தன் பால்யத்தைக் கடந்து வருகிறான். எனினும் மோசமான அனுபவங்கள் அவனுடைய ஆளுமையில் கசப்பைக் கலந்துவிடவில்லை. பிறர் மீதான அன்பையும் அக்கறையையும் இயற்கையுடனான நெருக்கத்தையும் இழந்துவிடாமல் ஒரு சிறுவன் தன் அனுபவங்களைப் பற்றிக் கொண்டு வாழ்வின் அடுத்த கட்டத்துக்கு நகர்கிறான். அதன் பிறகு அதே மனிதர்களை எப்படிப் பார்க்கிறான் என்பதை நாவல் நமக்குச் சொல்லவில்லை. நாவல் அவனுடைய பாலியத்தின் எல்லையில் நின்றுவிடுகிறது. ஆனால் கசப்பு, துயரம், ஏமாற்றம், அதிர்ச்சி, இழப்பு, பிரிவு ஆகிய அனுபவங்கள் அவனிடத்தில் கசப்பை விதைக்காமல் பக்குவப்படுத்தியிருக்கும் என்ற முடிவுக்கு நாம் வர முடியும். இயல்பாகவே குறைவாகப் பேசி அதிகமாகக் கவனிக்கும் அவனின் சுபாவம் புற அளவில் மேலும் மௌனத்தை நோக்கிச் சென்றிருக்கும் என யூகிக்கலாம். இந்த முடிவுகளுக்கு நாம் வர நாவலின் சித்தரிப்பு இடம் தருகிறது என்று சொல்லலாம்.

பாபுவின் பிற்கால வாழ்வை நோக்கி நம் சிந்தனை விரிய வேண்டிய காரணம் என்ன என்னும் கேள்வி எழலாம்.

அனுபவங்கள் ஒரு மனிதனுக்கு எதைத் தருகின்றன, அனுபவங் களுக்கும் ஆளுமைக்குமான தொடர்பு என்ன, ஒரே விதமான அனுபவங்களை வெவ்வேறு நபர்கள் வெவ்வேறு விதமாக உள்வாங்கி அவற்றுக்கு எதிர்வினை ஆற்றும் காரணம் என்ன என்பவை வாழ்க்கை குறித்த நிரந்தரமான, முக்கியமான கேள்விகள். அந்தக் கேள்விகளுக்கு வாழ்க்கையை முன்னிட்டு விடைகாண முயலும்போது நமக்குப் புதிதாகச் சில தரிசனங்கள் கிடைக்கக்கூடும். அத்தகைய தரிசனங்களைச் சாத்தியப் படுத்தும் தன்மையை இந்த நாவல் கொண்டிருக்கிறது. பாபுவின் சொல்லப்பட்ட வாழ்க்கை சொல்லப்பட்ட விதம், சொல்லப் படாத வாழ்க்கை குறித்த பல சமிக்ஞைகளை அளிக்கிறது. நாவல் தன் மொழியின் மூலமாகவும் மவுனங்கள் மூலமாகவும் சாத்தியப்படுத்தும் அனுபவம் இது.

நாவலில் வரும் பெண்கள் அனைவருமே குறிப்பிடத்தக்க பாத்திரங்களாக இருக்கிறார்கள். அம்மு, கௌரி, விமலா, தெரேசா, அம்மாயி, சகுந்தலா, ஜானம்மா என ஒவ்வொருவரும் வித விதமான ஆளுமைப் பண்புகள் மூலம் கவனம் ஈர்க்கிறார்கள். இந்தப் பாத்திரங்கள் தம்மளவில் முழுமை யானவையாக உருப்பெற்றிருக்கின்றன. ஜானம்மா, சகுந்தலா ஆகியோரின் வாழ்க்கை நம் மனதைப் பிழிவதாக இருக்கிறது. கௌரி, விமலா ஆகியோரின் மௌனங்கள் நம்முள் பல அதிர்வுகளை ஏற்படுத்துகின்றன. இவர்களுடைய இயல்புகளும் நடந்துகொள்ளும் விதமும் இவர்களுடைய உறவுகளும் ரகசியங்களும் ஆற்றாமைகளும் வாழ்வு குறித்த ஆழமான பல கேள்விகளை எழுப்புகின்றன. பதின் பருவத்தைக் கடக்கும் நிலையில் அல்லது கடந்துவிட்ட பருவத்தில் இருக்கும் பெண்கள் சிறுவர்களிடம் பழகும் விதம் ஈரம் கசியும் யதார்த்தச் சித்திரங்களாக வெளிப்பட்டுள்ளன. இந்த உறவில் இருக்கும் மெல்லிய மர்மத்தன்மை இந்தச் சித்திரங்களின் நிழலாக வெளிப்படுகிறது.

நாவலில் வரும் பெரும்பாலான ஆண்களுக்கும் மறைத்துக் கொள்ள வேண்டிய பெரிய விஷயம் ஏதோ ஒன்று இருக்கிறது. வெளியில் தெரியும் வாழ்க்கையின் பரிமாணங்களும் தெரியாத வாழ்க்கையின் கூறுகளும் சேர்த்தே இவர்களுடைய ஆளுமை களையும் செயல்பாடுகளையும் தீர்மானிக்கின்றன.

நாவல் தரும் ஒட்டுமொத்த அனுபவம் ஒருபுறம் இருக்க, நாவலின் பகுதிகள் தரும் அனுபவங்கள் நீங்காத சித்திரங்களாக மனதில் தங்கிவிடுகிறன. அதிகம் பேசாமல் இருக்கும் கண்ணனின்

ரகசியம் வெளியே தெரியும் தருணம், கௌரியின் மறைக்கப்பட்ட முகம் அம்பலமாகும் இடம், சகுந்தலா பாலாஜியிடம் கொண்ட அதீதமான காதல், கௌரி, விமலா, சகுந்தலா போன்ற பெண்களுடன் பாபுவுக்கு உள்ள உறவு, வாழ்வின் பல்வேறு சிக்கல்களும் பணம், காமம் ஆகிய இரண்டில் ஏதேனும் ஒன்றுடன் தொடர்பு கொண்டிருக்கும் தன்மை எனப் பல அம்சங்கள் ஆழ்ந்த சலனங்களை ஏற்படுத்துகின்றன.

நாய் முதலான விலங்குகளிடத்திலும் இயற்கையுடனும் மனிதர்களுக்கு ஏற்படும் உறவின் ஆழத்தையும் நாவல் அழகாகச் சித்திரிக்கிறது. இத்தகைய உறவுகள் அவர்கள் வாழ்வின் பரிமாணங்களைக் கூட்டுவதுடன், மனித உறவுகளில் அவர்கள் உணரும் போதாமையை ஈடுகட்டும் காரணிகளாக விளங்குவதையும் நாவல் அமைதியாகக் காட்டிவிடுகிறது. தனித்துத் தெரியும் அடையாளம் கொண்டவையாக அல்லாமல், உணர்வுபூர்வமான இருப்பாக இவை உள்ளன. நாவலை வாசிப்பவர் மலைகளையும் பசுமையையும் குளிர்ச்சியையும் மழையையும் நெருக்கமாக உணரும் அளவுக்கு இந்த இருப்பு வலுவாக உள்ளது. அதே சமயம் தனித்து அடையாளம் காண இயலாத அளவுக்குக் கதையாடலில் இயல்பாகக் கலந்திருக்கிறது.

○

இரண்டு நூற்றாண்டுகளுக்கு முன்பு வெல்லிங்டனில் இருந்த சூழல் இப்போது மாறிவிட்டது. அங்குள்ள மலைகள் மாறிவிட்டன. மரங்கள் குறைந்துவிட்டன. மனிதர்கள் மாறிவிட்டார்கள். அதன் பூர்வகுடிகளைச் சிறுபான்மையினராக்கும் அளவுக்கு அங்கு பல விதமான மனிதர்கள் பெருகிவிட்டார்கள். கட்டுமானங்கள் மாறிவிட்டன. பாதைகள், கோயில்கள், பள்ளிக்கூடங்கள், ரயில்கள் எல்லாமே மாறிவிட்டன. ஆனால் வெல்லிங்டன் என்னும் பெயர் மட்டும் மாறவில்லை. அந்த ஊரில் இவ்வளவும் நடப்பதற்குக் காரணமான ராணுவ மையம் அங்கு இருக்கிறது. எல்லாமே மாறிவிட்டாலும் அந்த இடம் பிரிட்டிஷ் ஆட்சியின் காலனி ஆதிக்கத்தின் அடையாளமாக, அதை நிலைநிறுத்துவதற்கு உதவக்கூடிய ராணுவ மையமாகத்தான் உருப்பெற்றது என்னும் வரலாற்றைச் சொல்லும் விதத்தில் அந்தப் பெயர் மாறாமல் இருக்கிறது. அந்தப் பெயர் அந்த இடத்துக்கு வருவதற்கு முன்பு இந்தப் பிரதேசத்தில் மனித வாடையைப் பெருக்குவதற்கான முயற்சிகளை மேற்கொண்ட ஆங்கிலேயர்களின் கனவையும் உழைப்பையும் காட்டும் குறியீடாக அந்தப் பெயர் இன்னமும் அங்கு இருக்கிறது. மண்ணும் சூழலும் மனிதர்களும் மாறினாலும் மாறாத அந்தப் பெயர் வரலாற்றின் சாட்சியமாக நிற்கிறது.

நீலகிரி மாவட்டத்தில் உள்ள சிறிய ஊர் என்று சொல்லும் போது நம் மனதில் தோன்றக்கூடிய சித்திரம் வேறு. வெல்லிங்டன் என்று சொல்லும்போது உருப்பெறும் சித்திரம் வேறு. அது ஜான் சல்லிவனையும் அவனுடைய ஆட்களையும் அவர்களுடைய அசாத்தியமான உழைப்பையும் இயற்கையை வெல்லும் அவர்களின் போராட்டத்தையும் நினைவுபடுத்திவிடுகிறது. வரலாற்றின் நிழலில் மறைந்துபோன படகர்களின் கதையையும் அது நினைவுபடுத்துகிறது. அந்த வகையில் நாவலின் வெவ்வேறு பகுதிகள் பரஸ்பரம் தொடர்புகொண்டு ஒன்றயொன்று முழுமை செய்கின்றன என்று சொல்லலாம்.

நீலகிரி மாவட்டத்தில் மலைகளின் நடுவே குளிர் நிரம்பிய பசுமைச் சூழலில் வாழும் இந்த மனிதர்களைப் போலத்தான் வெவ்வேறு நிலப்பகுதிகளில் மாறுபட்ட தட்பவெப்ப நிலைகளில் வாழும் மனிதர்களும் இருக்கிறார்கள். அப்படிப் பார்க்கும்போது இது வெல்லிங்டனின் கதையாக மட்டும் அல்லாமல் பொதுவான கதையாக உருப்பெறுகிறது. மனிதர்களின் சூழல் மாறினாலும் அவர்களுடைய இயல்புகளும் செயல்பாடுகளும் பெருமளவில் மாறிவிடுவதில்லை எனபதை இது உணர்த்துகிறது. அந்த வகையில் இது வெல்லிங்டனின் கதையாக அல்லாமல் எந்த ஊரின் கதையாகவும் இருக்கக்கூடிய பொதுத் தன்மையைக் கொண்டிருக்கிறது.

நாவல் ஒரு சிற்றூரையும் ஒரு சிறுவனையும் அவனுடைய உலகத்தையும் பற்றிச் சொல்கிறது. ஒரு மனிதன், ஒரு வீடு ஒரு உலகம் போல இந்த நாவல், ஒரு சிறுவன், ஒரு சிற்றூர், ஒரு உலகம் என விரிகிறது. இந்த ஊரும் அங்கு வசித்த இந்தச் சிறுவனும் அவன் உலகத்தில் இருந்த மனிதர்களும் பெற்ற அனுபவங்களும் பொதுத்தன்மை பெற்று விரிவடைவதை உணர முடிகிறது. சொல்லப்பட்ட வாழ்க்கையினூடே சொல்லப்படாத வாழ்க்கை குறித்த பயணத்தைச் சாத்தியப்படுத்துகிறது சுகுமாரனின் எழுத்து.

(2017)

சுகுமாரன் 60 – கருத்தரங்கில் வாசிக்கப்பட்ட கட்டுரை

16

விழித்திருக்கும் மனசாட்சியின் கதை

[அசோகமித்திரனின் 'இந்தியா 1948' நாவல் பற்றி]

அசோகமித்திரனுடைய 'இந்தியா 1948' நாவல், அடிப்படையில் மனசாட்சி பற்றிய கதை. மனசாட்சி, மனசாட்சியால் உருவாகக்கூடிய குற்ற உணர்ச்சி ஆகியவை நாவலின் அடிச்சரடாக ஓடுகின்றன.

விரும்பியோ விரும்பாமலோ சில முடிவுகளை நாம் எடுத்துவிடுகிறோம். அது சரியா, தவறா என்பது அப்போது தெரியாது. சில முடிவுகளுக்கு வாழ்நாள் முழுவதும் பொறுப்பேற்க வேண்டியிருக்கும். அந்தப் பொறுப்பை அனைவருமே ஒரே மாதிரி ஏற்றுக்கொள்வதில்லை. இந்த நாவலில் வரும் மையக் கதாபாத்திரம் தன் முடிவுக்கான முழுப் பொறுப்பை ஏற்கிறான். தன்னைச் சுற்றி உள்ள யாரையும் புண்படுத்தாமல் அந்த விஷயத்தை எப்படிக் கையாள்வது என்று பார்க்கிறான். இதனால், அந்தப் பொறுப்பின் சுமை குற்ற உணர்ச்சியாக மாறுகிறது.

அந்தக் காலகட்டத்தைச் சேர்ந்த சராசரியான ஆணாக அவன் நடந்துகொண்டிருந்தால் அவனுக்கு எந்தப் பிரச்சினையும் இருக்காது. மனசாட்சியின் உறுத்தல் இருந்திராவிட்டாலும் பிரச்சினை இருக்காது. ஆனால், அவனால் அப்படி நடந்து கொள்ள முடியாது. இதுதான் இந்தக் கதையைச் சாத்தியமாக்குகிறது.

ஒரு மனிதனின் மனசாட்சி, அதனால் ஏற்படும் குற்ற உணர்ச்சி, தன்னைச் சேர்ந்தவர்கள் தொடர்பாக அவன் ஏற்றுக்கொள்ளும் பொறுப்பு, யாரையுமே அலட்சியப்படுத்த முடியாத இயல்பு. இவற்றைக் கொண்ட ஒருவனுடைய கதை இது. மனசாட்சியின் கதை.

இதே மனசாட்சிதான் தர்மபுத்திரனை வழிநடத்தியது. நச்சு கலந்த நீரை அருந்தி வீழ்ந்து கிடக்கும் நான்கு தம்பிகளில் யார் உயிர் பிழைக்க வேண்டும் என்று விரும்புகிறாய் என யட்சன் கேட்கும்போது, நகுலனை மட்டும் உயிர்ப்பித்துக் கொடுத்தால் போதும் என்று தர்மனைச் சொல்ல வைத்தது இந்த மனசாட்சி தான். எல்லாக் காலகட்டங்களிலும் எல்லாச் சூழல்களிலும் செயல்படும் மனசாட்சி இது. இந்த மனசாட்சியின் தவிப்பு, பயணம், அனுபவங்கள், அதிர்வுகள் ஆகியவற்றை இந்த நாவலில் நாம் உணரலாம்.

குடும்பங்களில் பெண்களின் நிலையையும் அசோகமித்திரன் இணைகோடாகக் கொண்டு வருகிறார். முடிவுகள் மேலிருந்து திணிக்கப்பட்ட காலம் அது. எது குறித்தும் தேர்வு செய்வதற்கான வாய்ப்புகள் இளம் தலைமுறையினருக்குக் குறைவு. குறிப்பாகப் பெண்களுக்கு மிகவும் குறைவு. அவர்கள் தங்களுக்குக் கொடுக்கப் படும் வாழ்க்கையை ஏற்றுக்கொண்டு அதைப் பொறுப்பாக நடத்திச்செல்ல வேண்டும். பெண்களுக்கு எதுவும் தெரியாது என்பதல்ல. இந்த நாவலில், தன் மகனைப் பார்த்ததுமே அவனுக்கு ஏதோ பிரச்சினை என்பது அவன் அம்மாவுக்குத் தெரிந்துவிடுகிறது. தன் அண்ணன் சாமியாராகப் போனதிலும் அந்த அம்மாவுக்குக் கருத்து இருக்கிறது. அவர் எதையுமே வெளிப்படையாகப் பேசுவதில்லை. பெண்கள் எல்லாவறையும் அறிகிறார்கள். எல்லாவற்றையும் தாங்கிக்கொள்கிறார்கள்.

அந்தக் காலத்திலேயே பெண்களில் படித்தவர்கள், கார் ஓட்டத் தெரிந்தவர்கள் எல்லாம் இருந்திருக்கிறார்கள். ஆனால், அவர்களுடைய திறமைக்கும் அறிவுக்கும் ஏற்ற பங்கைக் குடும்பம் அவர்களுக்குத் தராது. ஆண்கள் தரும் சுமைகளையும் அவர்களுடைய மீறல்களையும் பொறுத்துக்கொண்டு குடும்பத்தின் ஆணிவேராகச் செயல்படுகிறார்கள். இந்தப் பரிமாணத்தையும் நாவல் அழுத்தமாகச் சொல்கிறது.

'இந்தியா 1948' அடிப்படையில் ஒரு தனிமனிதனின் கதைதான். அதேசமயம், அந்தக் காலகட்டத்தின் கதையும்கூட. நாடு சுதந்திரம் அடைந்த சமயத்தில் தொழில், அதிகாரவர்க்கம் ஆகியவை வளர்ந்துவந்த விதம், அதிகாரவர்க்கம் அரசியல்வாதிகளையும்

மற்றவர்களையும் பார்த்த விதம், சர்வதேச உறவுகள், அமெரிக்காவின் நிலை, தாராவி போன்றதொரு இடத்தின் குரூரமான யதார்த்தம் எனப் பல்வேறு விஷயங்களை நம் அனுபவப் பரப்புக்குள் அசோகமித்திரன் கொண்டுவந்துவிடுகிறார். அசோக மித்திரன் பொதுவாக எதையும் சொல்வது இல்லை. இயல்பாகக் காட்டிவிடுவார். இந்த நாவலிலும் அப்படித்தான்.

அசோகமித்திரனின் புனைவுகளில் கதைச் சரடைப் பிடித்துக்கொண்டு பிரதியினூடே பயணிப்பதில் எந்தச் சிக்கலும் இருக்காது. ஆனால், கதையோட்டத்தினூடே அவர் தரும் நுட்பமான சங்கதிகளை உள்வாங்குவதற்குக் கவனமான வாசிப்பு தேவைப்படுகிறது. இந்த நாவலும் அத்தகைய கவனமான வாசிப்பைக் கோருகிறது. மனசாட்சி குறித்த ஆழமான கேள்விகளை எழுப்பிக்கொள்ளத் தூண்டும் இந்த நாவல், ஒரு காலகட்டத்தின் கதையை நுட்பமாகச் சொல்லும் விதத்தில் முக்கியத்துவம் பெறுகிறது.

தி இந்து, ஏப்ரல் 2017

17

பிரபஞ்ச ராமாயணம்

இந்திய இதிகாசங்களில் மகாபாரதம் கவர்ந்த அளவுக்கு ராமாயணம் நவீன எழுத்தாளர்களைக் கவரவில்லை. புதுமைப்பித்தன் முதல் எஸ். ராமகிருஷ்ணன், ஜெயமோகன்வரையிலும் மகாபாரதத்தின் மீதான படைப்பூக்கம் கொண்ட எதிர்வினைகள் இங்கே இருக்கின்றன. ஆனால், ராமாயணத்தின் மீதான படைப்பாளிகளின் எதிர்வினை என்பது அந்த அளவுக்கு இல்லை. இந்தப் பின்னணியில் பிரபஞ்சனின் 'ராமாயணம்' முக்கியத்துவம் பெற்றுத் தனித்து நிற்கிறது.

இதற்கு முன்பு மகாபாரதம் குறித்த நூலை எழுதிய பிரபஞ்சன் தற்போது ராமாயணத்தை எழுதி யிருக்கிறார். மகாபாரதத்தை விமர்சனபூர்வமான அலசலுக்கு உட்படுத்திய பிரபஞ்சன் ராமாயணத்தை ரசனைபூர்வமான அணுகுமுறைக்கு உட்படுத்துகிறார். மகாபாரதக் கதையின் அடர்த்தியும் பல்வகைப் பாத்திரங்களும் படைப்பாளிகளைக் கவரக்கூடியவை. பாத்திரங்களின் பரிமாணங்களும் அகச் சிக்கல்களும் வியக்கவைக்கும் கதை முடிச்சுகளும் தீவிரமான சிந்தனைக்கும் அலசலுக்கும் இயல்பாகவே வழி வகுப்பவை.

இந்தப் பன்முகத்தன்மையையும் அடர்த்தியை யும் அகச் சிக்கல்களையும் உள்வாங்கித் தனது பிரதிபலிப்பை நிகழ்த்திய பிரபஞ்சன் ராமாயணத்தை முற்றிலும் மாறுபட்ட கண்ணோட்டத்தில் அணுகு கிறார். விமர்சனப் பார்வையையோ அறிவுபூர்வமான அலசலையோ செலுத்தாமல் ரசனையுடனும்

நெகிழ்ச்சியுடனும் அணுகுகிறார். மகாபாரதம் அவருடைய சிந்தனையையும் ராமாயணம் அவருடைய ரசனையையும் தூண்டியிருக்கின்றன என்று சொல்லலாம்.

ராமாயணம் லட்சிய நிலைகளின் கதை. கிட்டத்தட்ட அனைத்துப் பாத்திரங்களுமே தத்தமது நிலைகளில் ஆதரிசமாக விளங்குகிறார்கள். அரசன், அரசி, கணவன், மனைவி, தந்தை, மகன், நண்பன், சேவகன், குரு, சிஷ்யன் ஆகிய நிலைகளில் ஒவ்வொன்றும் தனது உச்சத்தைத் தொடுவதை ராமாயணத்தில் காணலாம். எதிரியும்கூட ஆதரிச நிலையைப் பெற்றிருப்பதை உணரலாம். ராமாயணத்தின் ஆதார சுருதியான இந்த லட்சிய நிலையை நன்கு உள்வாங்கிக்கொண்ட பிரபஞ்சன், இந்த ஆதரிசங் களின் ஊடாட்டமாக விளங்கும் காவியத்தின் தன்மைக்குத் தன்னை முழுமையாக ஒப்புக்கொடுத்துவிடுகிறார்.

மகாபாரதக் கதையின் காலப் பின்னணி, விழுமியங்கள் ஆகியவற்றைக் கணக்கில் எடுத்துக்கொண்டாலும் சமகாலப் பார்வையுடன் மகாபாரத நிகழ்வுகளையும் பாத்திரங்களையும் கேள்விக்கு உட்படுத்தும் பிரபஞ்சன் ராமாயணத்தை அதன் எல்லைக்குள் நின்று ரசிக்கிறார். தன் ரசனையின் அனுபவங்களை நம்மோடு பகிர்ந்துகொள்கிறார்.

வேடன் வால்மீகியாக மாறுவதிலிருந்து தொடங்கி ராமாயணக் கதையைக் கூறும் பிரபஞ்சன், ஒவ்வொரு கட்டத்தையும் நிறுத்தி நிதானமாக ரசித்துச் சொல்லியபடி செல்கிறார். ஒவ்வொரு கட்டத்தையும் வால்மீகி, கம்பர், துளசிதாசர் ஆகியோர் எப்படிக் கையாண்டிருக்கிறார்கள் என்பதையும் விவரிக்கிறார். கம்பருக்கு முன்பே ராமாயணத்தின் கணிசமான பகுதியை எழுதியிருக்கும் குலசேகர ஆழ்வாரின் பாடல்களிலிருந்தும் ராமாயணச் சித்திரிப்பை எடுத்தாள்கிறார். பல்வேறு பகுதிகளில் புழங்கிவரும் ராமாயணக் கதைகளையும் பொருத்தமான இடங்களில் சேர்த்துச் சொல்கிறார். அகலிகைக் கதைக்கு உள்ள பல்வேறு வடிவங்களையும் சொல்கிறார். இவர் தரும் விவரங்கள் அனைத்தும் சேர்ந்து ராமாயண வாசிப்பைப் பன்முகத்தன்மை கொண்டதாக ஆக்குகின்றன.

பொதுவாகவே செவ்வியல் பிரதிகளைப் படிப்பவர்களுக்குப் பல ஐயங்களும் கேள்விகளும் எழக்கூடும். உதாரணமாக, சத்தியவிரதம் காக்கும் அரிச்சந்திரனுக்குக் கடவுள்கள் ஏன் இவ்வளவு சோதனைகளைத் தருகிறார்கள்? ஒரு பாவமும் அறியாத நளன் ஏன் இத்தனை துன்பங்களுக்கு ஆளாகிறான்? இதுபோன்ற கேள்விகளுக்குப் பகுத்தறிவால் மட்டும் விடைகண்டு விட முடியாது. கதையின் அமைதியை அதன் பின்னணியோடும்

அது பிரதிபலிக்கும் விழுமியங்களோடும் காவியச் சுவையோடும் உள்வாங்கிக்கொள்பவர்களாலேயே இவற்றின் மெய்ப்பொருளை அறிய முடியும்.

காவியத்தில் இடம்பெறும் ஒரு நிகழ்வைக் காவியம் குறித்த ஆழமான புரிந்துணர்வுடன் காவிய எல்லைக்குள் வைத்துப் பார்க்கும் அணுகுமுறை தேவை. விமர்சனப் பார்வையும் கூட இப்படிப்பட்ட புரிந்துணர்வின் அடிப்படையில் அமையும் போதுதான் நியாயமான விமர்சனமாக அமையும். அப்படி அமைந்ததால்தான் புதுமைப்பித்தன் ‘சாப விமோசனம்’ கதையில் ராமனைக் கேள்விக்கு உட்படுத்துவது முக்கியத்துவம் பெறுகிறது.

காவியத் தன்மையை உள்வாங்கிய வாசிப்பின் வலிமையைப் பிரபஞ்சனின் ஒவ்வொரு சொல்லிலும் காணலாம். பல களம் கண்ட வீரன் தசரதனை விட்டுவிட்டு 16 வயதே ஆன ராமனை விஸ்வாமித்திரர் தனது யாகத்தைப் பாதுகாக்க அழைத்துச் சென்றது ஏன் என்னும் கேள்விக்குப் பொருத்தமான பதிலை அவரால் தர முடிவதற்குக் காரணம் காவியத்துடன் அவருக்கு இருக்கும் நெருக்கம்தான். ராமாயணக் காவியத்தில் அவருக்கு இருக்கும் மனத்தோய்வும் ராமாயணத்தின் பல்வேறு பிரதிகளைக் கற்றுணர்ந்த அனுபவமும் சேர்ந்திருப்பதால்தான் அவரால் ராமனைக் காட்டுக்கு அனுப்பும் நிகழ்வை தசரதன், கைகேயி, மந்தரை, கோசலை, ராமன், லட்சுமணன், பரதன், சுமத்திரா ஆகியோரின் கண்ணோட்டங்களில் பார்க்க முடிகிறது.

சாதாரணமாக ராமாயணத்தைப் படிப்பவர்களின் கண்களிலும் கருத்திலும் படாமல் போகக்கூடிய பல அம்சங்களைத் துல்லியமாகவும் காரண–காரிய விவரிப்புடனும் சொல்வது இதனால்தான் அவருக்குச் சாத்தியமாகிறது. இவையெல்லாம் சாத்தியமாவதால்தான் இந்தப் புத்தகம் வெறும் ராமாயணக் கதையாக மட்டுமல்லாமல் ராமாயணத்தைப் பல்வேறு கோணங்களுடன் உணர்த்தும் பிரதியாக மாறுகிறது.

ராமாயணக் கதையை அதன் உள்ளார்ந்த அமைதி மாறாமல் சொல்லும் பிரபஞ்சன், காவியத்திலோ மொழியிலோ தனக்கிருக்கும் புலமையை முன்னிறுத்தாமல் தன் ரசனையை அழகும் எளிமையும் மிகுந்த மொழியில் படையலாக்குகிறார். வாசகருடன் நட்பார்ந்த முறையில் பேசுவதுபோன்ற அவரது நடை வாசிப்பதற்குச் சுகமான அனுபவத்தைத் தருகிறது. சின்னச் சின்ன வாக்கியங்கள், உரையாடல் தொனி, அழகு ததும்பும் வர்ணனைகள் ஆகியவற்றுடன் மகாகவிகளின் கவித்துவ தரிசனங்களை சிநேகமான முறையில் தருகிறார்.

கதையை மட்டுமல்லாமல் கதைப் போக்கின் சூட்சுமங்களையும் காவியச் சுவையையும் ராமாயணத்தை எழுதிய கவிகளின் மேன்மையையும் உணர்த்தும் இந்தப் பதிவைப் பிரபஞ்சன் விரிவுபடுத்த வேண்டிய தேவை உள்ளது. ராமாயணத்தின் தொடக்கக் கட்டங்களை மிக நிதானமாகச் சொல்லிச் செல்லும் பிரபஞ்சன், அதன் பிற்பகுதிகளை அவசரமாகக் கடந்துவிடுகிறார். அயோத்தியா காண்டம் அளவுக்குப் பிற காண்டங்கள் பிரபஞ்சனின் பார்வையில் விரிவுபெறவில்லை. மார்க்ஸிய, பெரியாரியவாதியாக அறியப்படும் பிரபஞ்சன் ராமாயண காவியத்தில் கொண்டிருக்கும் மனத்தோய்வை இந்த நூல் அழகாகக் காட்டுகிறது. பகுத்தறிவுப் பார்வை என்பது காவிய நுகர்ச்சிக்குத் தடையல்ல என்பதை நிரூபிக்கும் இந்தப் பிரதியைப் பிரபஞ்சன் விரிவுபடுத்தி எழுதினால் அது தமிழுக்கு அவர் செய்யும் இன்னொரு முக்கியமான பங்களிப்பாக இருக்கும்.

தி இந்து, மே 2017

18

அசோகமித்திரன் படைப்புலகம்: சுருக்கமான அறிமுகம்

சுமார் 60 ஆண்டுகளுக்கும் மேலாக எழுதிவந்த அசோகமித்திரனின் படைப்புலகம் மிகவும் வெளிப்படையானது. சிறப்பான முயற்சி எதுவுமின்றி யார் வேண்டுமானாலும் படித்துவிடுமளவுக்கு எளிமையான மொழியும் நேரடியான சித்திரிப்பும் கொண்டது. ஆனால், பார்க்க எளிமையாகத் தோற்றமளிக்கும் அசோகமித்திரன் படைப்புகள் உண்மையில் மிகவும் கனமானவை; நுட்பமானவை.

சாதாரண மனிதர்கள், அன்றாடச் சம்பவங்கள் ஆகியவற்றை எளிமையான மொழியில் நேரடியாக முன்வைக்கும் அசோகமித்திரன், இவற்றின் வாயிலாக அசாதாரணமான படைப்புகளை உருவாக்கு கிறார். வாழ்வின் மகத்தான உண்மைகளை உணர வைக்கிறார். வாசிப்பவரின் உளவியலில் ஆழமான பாதிப்புகளை ஏற்படுத்துகிறார்.

இதை அவர் எப்படிச் சாதிக்கிறார்? அசோக மித்திரன் நிகழ்வுகளையும் உணர்வுகளையும் ஒளிப்பதிவுக் கருவி படமெடுப்பதுபோல இயல்பான ஒளியில் யதார்த்தமான காட்சிப் படிமங்களாக மாற்றிவிடுகிறார். பாத்திரங்களை இயல்பாக நடமாட விடுகிறார். உணர்ச்சிகளை வெளிப்படுத்துவதிலும் கிட்டத்தட்ட இதே அணுகுமுறையையே கொண்டிருக்கிறார். உணர்வுகள், எண்ணங்கள் ஆகியவற்றை அவை உருவாகிவரும் விதத்திலேயே கூற முனைகிறார். சம்பவங்களுக்கு வலிந்து

அழுத்தம் தருவதில்லை. சாதாரணமான நிகழ்வுகளில்கூட நாம் காணத் தவறும் பெரும் தரிசனங்கள் ஒளிந்திருக்கக்கூடும். அந்த தரிசனங்களை நமக்கு உணர்த்தும் வகையில் இவரது சித்திரிப்பு அமைந்திருக்கிறது.

ஓரிரு உதாரணங்களின் மூலம் இதைப் புரிந்துகொள்ள முயற்சி செய்யலாம். 'காத்திருப்பு' என்னும் கதை இயக்கம் / கொள்கை சார்ந்த பிடிப்புகள் ஒரு தருணத்தில் பொருளிழந்து போவதைக் காட்டுகிறது. இயக்கச் செயல்பாடுகளில் தோய்ந்தவரின் மனம் உலகை அந்த இயக்கத்தின் கண்கொண்டு மட்டுமே பார்க்கிறது. அந்தப் பிடியிலிருந்து அவர் விடுபட்ட பிறகு உலகமே வேறாகத் தெரிகிறது. இந்தக் கதையில் வரும் இளைஞனுக்கு இயக்கத்திலிருந்து வெளிவந்த மறுநாள் காலையில் டீக்கடையில் தெரியும் காட்சிகூட மாறிவிடுகிறது. இயக்கம் நமது பார்வையின் மீது செலுத்தும் அழுத்தமான தாக்கத்தை மிக எளிமையாக, மிகக் குறைவான வரிகளில் அசோகமித்திரன் காட்டிவிடுகிறார். நன்றாகக் கவனியுங்கள். அசோகமித்திரன் இதைச் சொல்லவில்லை. காட்டுகிறார்.

திருப்பம் என்னும் கதையில் பெரும் நெருக்கடியிலிருந்து மனம் விடுபடும் மாயத் தருணத்தை வெளிப்படுத்துகிறார். இதையும் அவர் சொல்வதில்லை. காட்டுகிறார். அவருடைய சித்திரிப்பு அவரது கதை மாந்தரின் அனுபவத்தை நம் அனுபவ மாக மாற்றிவிடுகிறது. ஐந்நூறு கோப்பைத் தட்டுகளில் வரும் சையது, முறைப்பெண் கதையில் வரும் இளைஞன், மாலதி கதையில் வரும் மாலதி முதலானோரின் உணர்வுகளையும் அனுபவங்களையும் நம்முடைய உணர்வுகளாகவும் அனுபவமாக மாற்றும் விதத்தில் அவர்களை நம் கண் முன் நிறுத்துகிறார். எதையும் சொல்லாமல் எல்லாவற்றையும் நம் முன் நிகழச் செய்கிறார்.

அசோகமித்திரனின் எளிமை என்பது வெறும் தோற்றம்தான். அவரது கதைகளைக் கவனமாகப் படித்தால் பல்வேறு நுட்பங்களை உணரலாம். உதாரணமாக, 'குழந்தைகள்' என்னும் கதையில், ரயிலில் வழியனுப்ப வருபவர்களுக்கு எதிர்வினையாற்றும் பயணி குறித்த சித்திரிப்பைத் தரும் ஓரிரு வரிகள்கூடப் பல செய்திகளைப் பொதிந்து வைத்திருக்கின்றன.

அசோகமித்திரன், வாழ்வின் இயல்பான போக்கில் குறுக்கிடாமல் தனது கோணத்தின் வழியே வாழ்வைச் சித்திரிக்கிறார். எனவே, இவர் கதைகளில் முன்முடிவுகள் மட்டுமன்றிப் பின்முடிவுகளும் இருப்பதில்லை. புறத்திலும்

அகத்திலும் உள்ள நிலவரம் குறித்த முடிவுகளை விடவும் நிலவரத்தின் வெவ்வேறு சாத்தியக்கூறுகளை ஆராய்வதுதான் அசோகமித்திரனின் அணுகுமுறை.

வாசகரிடத்தில் பாதிப்பை ஏற்படுத்த வேண்டும் என்று அசோகமித்திரன் மெனக்கெடுவதில்லை. ஆனால், அவர் வாழ்வையும் மனிதர்களையும் அவர்களுடைய உணர்ச்சிகளையும் சித்திரிக்கும் விதத்தில் தாக்கம் இயல்பாகவே உருவாகிவிடுகிறது. அவருடைய 'கோலம்' என்னும் கதையைச் சற்றேனும் கவனமாக வாசித்தவர்களால் அதன் பிறகு எந்தக் கோலத்தையும் எளிதில் கடந்து சென்றுவிட முடியாது. 'முறைப்பெண்' கதையைப் படித்தவர்களால் அதன் பிறகு யாரையும் அளவுக்கதிகமாக உபசரிக்க முடியாது. 'அம்மாவுக்கு ஒரு நாள்' கதையைப் படித்த பிறகு பெற்றோரின் சில அற்ப ஆசைகளை எளிதாக எடுத்துக்கொள்ள முடியாது. 'வரவேற்பு அறையில்' கதையைப் படித்தவர்களால் வரவேற்பறைகளிலும் வீட்டு வாசல்களிலும் காத்திருக்கும் கவலை தோய்ந்த முகங்களை எளிதாகக் கடந்து சென்றுவிட முடியாது. மிகையோ, அழுத்தமோ இன்றி முன் வைக்கப்படுவதாலேயே இந்தக் கதைகள் அதிகபட்ச நம்பகத் தன்மையைப் பெற்று வலுவான பாதிப்பை ஏற்படுத்துகின்றன.

அசோகமித்திரனின் கதையுலகம் நகர்ப்புற நடுத்தர மற்றும் கீழ் நடுத்தர வர்க்கத்து மனிதர்களை மையமாகக் கொண்டது எனப் பொதுவாகச் சொல்லப்படுகிறது. ஆனால், நடுத்தர வர்க்கத்துடன் மட்டும் அவர் கதைகளைக் குறுக்கிவிட முடியாது. நடுத்தர வர்க்கத்து வாழ்க்கை, குழந்தைகள், உளவியல், தத்துவம், அமானுஷ்யம், நகைமுரண், வெறுமை, செகந்திராபாத், சினிமா, மாறுதல், பெண்கள், அங்கதம், உறவுகள் எனப் பல அம்சங்கள் அவர் எழுத்தில் விரவிக் கிடக்கின்றன.

வாழ்வின் இயக்கத்தை, அதன் சூழ்நிலையை, வெளிச்சங்களை, இருட்டுகளை, நிழல்களை அசோகமித்திரன் பதிவுசெய்கிறார். இந்த இயக்கத்தில் சினிமாக்காரர்கள், ஆங்கிலோ இந்தியர்கள், நிஜாம் காலத்து செகந்திராபாத் முஸ்லிம்கள், குழந்தைகள், பெண்கள், முதியவர்கள் என்று பலரும் முகம் காட்டுகிறார்கள். இவர்களில் ஒரு பிரிவாகத்தான் நடுத்தர வர்க்கத்தினரும் வந்து போகிறார்கள்.

தமிழ்ப் புனைவுலகில் அதிகம் பதிவுபெறாத சில பிரிவினரின் வாழ்க்கையும் சில இடங்களும் அசோகமித்திரனின் கதையுலகில் இருக்கின்றன. சிறு வயதில் செகந்திராபாத்தில் இருந்த இவர் செகந்திராபாத் வாழ்க்கையை அதன் மதம், அரசியல், சமூக உறவுகள் ஆகிய கூறுகளுடன் பதிவுசெய்திருக்கிறார்.

குறிப்பாக நிஜாம் காலத்திலும் அதற்குப் பிறகும் அங்கு நிலவிய முஸ்லிம்களின் வாழ்க்கையைப் பதிவுசெய்திருக்கிறார். இந்தியா சுதந்திரம் பெற்ற நேரத்தில் ஹைதராபாதில் நடந்த நிகழ்வுகளை மையமாகக்கொண்டு '18ஆவது அட்சக்கோடு' என்ற நாவலை எழுதினார். நிஜாமின் ஆட்சி முடிவுக்கு வந்த பிறகு அங்கிருந்த முஸ்லிம்களின் வாழ்க்கையில் ஏற்பட்ட மாற்றங்களைப் பல சிறுகதைகளில் காட்டுகிறார். நிஜாமுக்கும் இந்திய அரசுக்கும் இடையே நிகழ்ந்த மோதலில் அறிந்தும் அறியாமலும் மாட்டிக் கொண்டு சாமானிய முஸ்லிம்கள் பட்ட அவதிகளை இவரது வரிகளினூடே உணர முடிகிறது.

அசோகமித்திரனின் முக்கியக் கதாபாத்திரங்களுக்குள் ஒரு ஒற்றுமை இருக்கிறது. அனேகமாக எல்லோருமே ஏதோ ஒரு வகையில் பாதிக்கப்பட்டவர்களாக, அனுதாபத்துக்குரியவர்களாக இருக்கிறார்கள். தெருவில் நடந்து செல்லும் ஒருவன் சும்மா நடந்து போகாமல் ஒரு கல்லைக் காலால் தட்டிவிடுகிறான் என்று வைத்துக்கொள்வோம். அசோகமித்திரனின் கதை இவனைப் பற்றியதாக இருக்காது. அந்தக் கல் யார்மீது படுகிறதோ அந்த அப்பாவியைப் பற்றியதாக இருக்கும். ஒரு வேளை உதைப்பவன் இசகுபிசகாக உதைத்துக் காலைச் சுளுக்கிக் கொண்டானானால், அப்போது அவனுக்கு அசோகமித்திரன் கதையில் முக்கிய இடம் கிடைத்துவிடும். இப்படி ஏதோ ஒரு காரணத்தால் பாதிப்புக்கு ஆளாகிறவர்கள்தாம் அசோகமித்திரனின் கவனத்துக்கு உரியவர்கள் ஆகிறார்கள்.

அசோகமித்திரனின் கதையுலகில் பொருளாதார ரீதியாகப் பின்தங்கியவர்களின் வறுமையையும் துயரத்தையும் கணிசமான அளவில் பார்க்க முடிகிறது. இந்த வறுமையும் உணர்ச்சிகரமான சொற்களில் உருப்பெறாமல் தேர்ந்த ஓவியரின் எளிய கோடுகளில் உருவாகும் தத்ரூபமான காட்சிப் படிமமாய் உருக்கொள்கிறது. இந்தச் சித்திரங்கள் உயிர்பெற்று நடமாடத் தொடங்குகையில் வறுமை நமது கழிவிரக்கத்தைத் தூண்டுவதற்குப் பதில் நம் அனுபவமாக மாறி மனத்தில் கனத்தை ஏற்றுகிறது.

வாழ்வின் துயரங்களை மட்டுமன்றி அதன் ஒளிமயமான பகுதிகளையும் அசோகமித்திரன் காட்டுகிறார். எத்தனையோ கஷ்டங்களுக்கு மத்தியிலும் பிறருக்கு உதவுபவர்களைக் காட்டுகிறார். தான் மிகவும் மதிக்கும் ஒரு ஆளுமையைக் கேவலமாகத் திட்டுபவன் மீதுகூடக் கோபம் கொள்ளாமல் நிதானமாக யோசிப்பவனை காந்தி கதையில் அறிமுகப்படுத்துகிறார். ஜாதி, மதம், சமூக அந்தஸ்து ஆகியவற்றைத் தாண்டிய அன்பையும் நட்பையும் பல கதைகளில் அடையாளம் காட்டுகிறார்.

அசோகமித்திரன் கதைகளில் பெண்களுக்கு மிக முக்கியமான இடம் உண்டு. கீழ்மட்ட நடுத்தர வகுப்புக் குடும்பங்களில் பெண்களின் நிலை ஆண்களின் நிலையைவிட மோசமானது. வாழ்நிலை சார்ந்த துயரங்கள் போதாதென்று ஆண்களின் சுயநலம், கையாலாகாத்தனம், அற்பத்தனம் ஆகியவற்றின் விளைவுக்களையும் சேர்த்துச் சுமக்க வேண்டிய நிலையில் இப்பெண்கள் இருக்கிறார்கள். துயரத்தை மௌனமாகத் தாங்கிக்கொண்டு குடும்பத்தை நடத்தும் பொறுப்பையும் ஏற்றுக்கொள்ளும் சராசரி இந்தியப் பெண்ணின் பிரதிநிதிகள் அசோகமித்திரனின் கதைகளில் நடமாடுகிறார்கள்.

எப்போதாவது இவர்களுக்குக் கோபம் வந்தாலும் பொதுவாக இவர்கள் பொறுமையின் சிகரங்கள். புலம்பலோ கழிவிரக்கமோ வெறுப்போ இல்லாமல் வாழ்க்கையை எதிர்கொள்பவர்கள். தமக்கு வாய்த்த வாழ்க்கையின் எல்லைக்களைத் தம்மளவில் புரிந்துகொண்டு அதை எதிர்கொள்பவர்கள். கோபமோ கழிவிரக்கமோ எந்த மாற்றத்தையும் கொண்டுவந்துவிடாது என்னும் பக்குவத்துடன் வாழ்க்கை இயந்திரத்தின் துருப்பிடித்த இண்டு இடுக்குகளில் தம்மால் இயன்ற அளவு எண்ணெய் வார்த்து அதன் ஓட்டத்தை ஓரளவேனும் சரளமாக்கும் முயற்சியில் பற்றற்ற துறவிபோல் ஈடுபட்டுவருபவர்கள். அசோகமித்திரனின் பெண்களைப் புரிந்துகொண்டால் பெருவாரியான இந்தியப் பெண்களைப் புரிந்துகொள்ள முடியும்.

அசோகமித்திரனின் நகைச்சுவை அவரது படைப்புலகின் முக்கியமான ஒரு பரிமாணம். யாரையும் புண்படுத்தாத அங்கதம் அசோகமித்திரனுடையது. யாருமே பரிகசிப்புக்குள்ளாக்கப் படுவதில்லை. யாரும் முட்டாளாக ஆக்கப்படுவதில்லை. வாழ்வின் முரண்பட்ட தருணங்களின் வினோதத் தன்மையும் இயல்பான நிகழ்வுகளின் விசித்திரமான பரிமாணங்களும் இவரது அங்கதத்தினூடே திரை விலக்கிக் காட்டப்படுகின்றன.

‘திருப்பம்’ கதையில் கார் ஓட்டக் கற்றுத் தருபவர் தப்புத் தப்பாகத் தெலுங்கில் பேசுவதையொட்டிய சித்திரிப்பில் வெளிப்படும் அங்கதமும் ‘முறைப்பெண்’ கதையில் உபசரிப்பு என்கிற இயல்பான நிகழ்வினூடே நிகழும் விபரீதத்தின் வழியே வெளிப்படும் அங்கதமும் வேறு வேறு இயல்புகளைக் கொண்டவை. ஒன்று வலியினூடே எழும் சிரிப்பைச் சொல்கிறது. இன்னொன்று சிரிப்பினூடே எழும் வலியைச் சொல்கிறது.

அசோகமித்திரனின் அங்கதம், படிப்பவருக்குச் சில சமயம் குபீரென்று சிரிப்பை வரவழைக்கும். சில சமயம் மெல்லிய முறுவலை மட்டும் துளிர்க்க வைக்கும். சில சமயம் அந்த

வரிகளை நினைவுகூர்தலினூடே சிரிப்பு வரும். ஆனால், சிரிப்பு அடங்கிய பிறகு அந்த வரிகள் வேறு வடிவம் எடுக்கும். வேறு பொருள் கொடுக்கத் தொடங்கும். அதனூடே பயணிக்கும் வாசக மனம் வேறு பல பொருள்களைக் கண்டடையும்போது சிரிப்பு முற்றாக மறைந்து மனத்தில் கனம் கூடிவிடும். குறிப்பிட்ட தருணம் குறித்த தரிசனம் ஏற்படுத்தும் கனம், சிரிப்புக்குப் பின் ஒளிந்திருக்கும் அவலம் ஏற்படுத்தும் கனம், இழப்பின் வலியை, கண்டடைதலின் பரவசத்தை, மறைத்திருக்கும் அங்கதத் திரை விலகும் கணத்தில் இந்த அங்கதம் வெறும் சிரிப்பூட்டும் வரிகள் அல்லவென்று தெளிவாகும். அவை அங்கத உருவில் வெளிப்படுவனவாகும்.

விருப்பு – வெறுப்பைத் தாண்டிய நிலையில் வாழ்க்கையோடு உறவுகொள்ளும் முயற்சியே அசோகமித்திரனின் தத்துவக் கண்ணோட்டம் என்று சொல்லலாம். இது அவர் கதைகளில் இரண்டறக் கலந்திருக்கிறது. பாத்திரங்களின் உணர்ச்சிகளில் பட்டுக்கொள்ளாமல், அவற்றில் தோயாமல், அவற்றை யதார்த்தமான சொற்சித்திரங்களாக மாற்றி முன்வைக்கிறார்.

நம்மவர் – அயலர், நல்லவர் – கெட்டவர், மகான் – அஞ்ஞானி என்பன போன்ற இருமைகளை அசோகமித்திரன் அங்கீகரிப்ப தில்லை. மனிதர்களின் நடத்தை சூழல், இயல்பு, பழக்கம், நிர்பந்தம் ஆகியவற்றைப் பொறுத்து அமைகிறது. இதைத் தனது அளவுகோல்களால் அசோகமித்திரன் அளப்பதில்லை. ஹைதராபாதில் தேசியக் கொடி ஏற்றுபவன் விதந்தோதப்படுவ தில்லை. ரஜாக்கர் படையில் இருப்பவன் வில்லனாகிவிடுவதில்லை. அசோகமித்திரனின் சித்திரிப்பில் ஏமாற்றப்படுபவன் மீது அனுதாபம் வருகிறது; ஏமாற்றுபவன்மீது கோபம் வருவதில்லை. அவரது கதையுலகில் கதாநாயகர்களோ வில்லன்களோ இல்லை. எல்லோரும் அவரவருக்குச் சாத்தியப்பட்ட வாழ்க்கையை வாழ்ந்துகொண்டிருக்கும் மனிதர்கள். சிலர் மையப்படுத்தப் பட்டாலும் யாரும் மகிமைப்படுத்தப்படுவதில்லை; சிறுமைப் படுத்தப்படுவது இல்லவே இல்லை.

பக்குவமான மனநிலையின் இயல்பாக இந்தியத் தத்துவ மரபின் பல்வேறு சிந்தனைகள் கூறும் ‘பற்றற்ற நிலை’ அசோக மித்திரனின் கலைப் பார்வையின் அடிப்படை. இதுவே அவரது நடையிலும் சித்திரிப்பிலும் காணப்படும் பட்டுக்கொள்ளாத தன்மைக்குக் காரணம் என்று சொல்லலாம்.

பெரும் இரைச்சல், மிகையான அழுத்தம், உணர்ச்சிகரமான வெளிப்பாடுகள், தத்துவப் பீறிடல்கள், கொள்கைப் பிரகடனங்கள், வாசகரைப் பிரமிப்புக்குள்ளாக்கும் ஆசைகள் போன்றவற்றை

முற்றாகத் தவிர்த்து விட்டு, வேண்டுதல் –வேண்டாமை என்னும் சார்புகள் இன்றி, காய்தல், உவத்தல் இன்றி, உணர்ச்சிப் பிசுக்கு இன்றி வாழ்க்கையைச் சித்திரிக்கும் அசோகமித்திரனின் கலை, மிகவும் பக்குவமான ஒரு நிலையிலிருந்து பிறக்கிறது. 'பெரியோரை வியத்தலும் இலமே; சிறியோரை இகழ்தல் அதனினும் இலமே' என்று சொன்ன சங்க காலப் புலவரின் மரபில் இது இயல்பாகப் பொருந்திப்போகிறது.

உண்மையின் தரிசனம் என்பது அசாதாரணமான சூழல்கள், தருணங்கள், முயற்சிகள் ஆகியவற்றோடு தொடர்பு கொண்டதாக இருக்க வேண்டும் என்பதில்லை. அன்றாட வாழ்வின் சாதாரணத் தருணங்களே வாழ்வின் அடிப்படை உண்மையை நமக்குக் காட்டக்கூடியவை. அசோகமித்திரனின் கலை அந்த உண்மைகளைப் பார்க்க நமக்குக் கற்றுத்தருகிறது. எளிமையின் மொழியில், சமநிலை கொண்ட அணுகுமுறை கொண்ட அசோகமித்திரனின் கதைகள் என்றென்றும் வாசிக்கத் தக்கவையாக இருப்பதன் முக்கியமான காரணங்களில் ஒன்று இது.

மின்னம்பலம், செப்டம்பர் 2017

19

கடலுக்கும் மணலுக்கும் நடுவில் சில தரிசனங்கள்!
(அசோகமித்திரனின் கலை)

மணற் பரப்பு சலனமற்று இருக்கிறது. அதைத் தாண்டிச் சென்றால் கடலலைகள் பொங்கி வந்து அடங்கும் காட்சியைக் காணலாம். கடலுக்குள் சில அடிகள் நடந்து சென்று திரும்பிப் பார்த்தால் மணற் பரப்பு அலைகளாகத் தோற்றமளிக்கிறது. பார்த்துக்கொண்டே இருக்கும்போது அந்த அலைகள் அசைகின்றன. மாலை நேர ஒளியில் மணலின் நிறம் வசீகரமாக இருக்கிறது. அசையும் அலைகளுக்கு நடுவே 'வைரக் கற்கள்' பளிச்சிடுகின்றன. திரும்பிக் கடலைப் பார்க்கும்போது பொன்னிற அலைகள் பொங்கி வருகின்றன. கடலுக்குள் இருக்கும் தீராத ரகசியங்களை ஸ்பரிசித்துவிட்டு வந்திருக்கும் இந்த அலைகள் அந்த ரகசியங்களை நுரைகளாக நம் காலடியில் படரவிட்டுச் செல்கின்றன.

கடற் பரப்பும் மணற் பரப்பும் சேரும் இடம் என்பது உலகின் அற்புதமான இடங்களில் ஒன்று. அந்த இடம் தரும் தரிசனங்கள் எண்ணற்றவை. உணர்த்தும் ரகசியங்கள் ஆழமானவை. பார்க்கப் பார்க்க நம் மன அரங்கில் பெருகிவரும் பேரனுபவம் அது.

அசோகமித்திரனின் எழுத்தைப் படிக்கும் போதெல்லாம் கடற்கரை தரிசனம் நினைவுக்கு வருகிறது. மேற்பரப்பில் சலனமற்றுக் காட்சியளிக்கும் கதைப் பரப்பு சற்று கவனத்துடன் பார்க்கையில்

பல ரகசியங்களைச் சொல்கிறது. பல தரிசனங்களைக் காட்டுகிறது. மாபெரும் ரகசியங்களை உள்ளடக்கிய கடலுக்கும் மாறுபட்ட கோலங்களின் எண்ணற்ற சாத்தியப்பாடுகளைக் கொண்ட மணல் வெளிக்கும் இடையில் நிற்கும் அனுபவத்தைத் தருபவை அசோகமித்திரனின் கதைகள்.

அன்றாட வாழ்வின் சாதாரணத் தருணங்களையே அசோகமித்திரன் பெரும்பாலும் தனது கதைப் பொருள்களாக எடுத்துக்கொள்கிறார். வீடு வீடாகச் சென்று சோப்பு விற்கும் பெண்ணொருத்தியின் ஒரு நாளின் ஒரு சில மணித்துளிகள், கோலம் போடும் பெண், வண்டி ஓட்டக் கற்றுக்கொள்ளும் இளைஞன், சாலையில் விளையாடும் சிறுவர்கள், நூலகத்துக்குப் போகும் வழியில் கிரிக்கெட் ஆட்டத்தை வேடிக்கை பார்க்கும் இளைஞன் …

இந்த நிகழ்வுகள் அனைத்துமே மிகச் சாதாரணமான, அன்றாட அனுபவங்கள். இவற்றைத் தனியாக எடுத்துப் பார்த்தால் படைப்புக்கான பொறி என்று எதுவும் இந்த அனுபவங்களில் பளிச்சிடுவதில்லை. மொழியிலோ விவரணைகளிலோ சிக்கலை ஏற்றி, தத்துவப் பூச்சு கொடுத்து இந்த அனுபவங்களை அசாதாரண நிகழ்வுகளாக மாற்றும் வேலையையும் அசோகமித்திரன் செய்வ தில்லை. சாதாரண அனுபவங்களைச் சாதாரண அனுபவங் களாகவே சித்திரிக்கிறார். அந்தச் சித்திரிப்பினூடே எங்கே, எப்போது என்று சட்டென்று உணர முடியாத விதத்தில் ஒரு ரசவாதம் நிகழ்கிறது. அந்த ரசவாதம் இந்தச் சாதாரண அனுபவத்தைப் பேரனுபவமாக மாற்றுகிறது.

கதையில் உள்ள சம்பவத்தைத் தனியாக எடுத்துப் பார்த்தால் சாதாரணமான சம்பவம்தான். ஆனால், அசோகமித்திரனின் சித்திரிப்பினூடே பார்க்கும்போது அது வேறு வடிவம் எடுக்கிறது. சாதாரணமான கணங்களில் புதைந்திருக்கும் அசாதாரணமான அனுபவங்களை உணர்த்திவிடுகிறது. இத்தகைய அனுபவத்துக்கு உள்ளாகும் ஒரு வாசகர் அன்றாடம் தான் தாண்டிச் செல்லும் பல்வேறு அனுபவங்களில் பொதிந்திருக்கும் பேருண்மைகளை உணர்வது சாத்தியப்படும். அசோகமித்திரன் கதையை ஆழ்ந்து படிக்கும் ஒருவருக்கு அதன் பிறகு தனது அன்றாட அனுபவங் களைச் சாதாரண அனுபவங்களாகக் கடந்து செல்ல முடியாமல் போகலாம்.

உதாரணமாக, கோலம் சிறுகதை. சிரத்தையாகக் கோலம் போடும் பெண்களுக்கு நம் ஊரில் பஞ்சமில்லை. அதுவும் அசோகமித்திரன் கதை எழுதிய காலத்தில் தெருவுக்குப் பத்துப்

பேராவது இருந்தார்கள். அந்த சிரத்தைக்குப் பிறர் உலகில் என்ன பொருள்? அவர்கள் அதற்குத் தரும் மதிப்பு என்ன? அன்றாட உழலுதலுக்கிடையில் அந்தக் கோலம் பிறருக்குத் தருவது என்ன? அது தரக்கூடிய காட்சி அனுபவம், அழகுணர்ச்சி, பிரமிப்பு ஆகியவை மிகப் பெரும்பாலானோரைச் சிறிதும் தொடாமல் போவதென்ன? நமது அன்றாடச் சலனங்களின் புழுதியில் அந்தக் கோலம் கரைந்து போவதன் பொருள் என்ன? அந்தக் கோலத்தைப் போட்ட பெண்ணுக்கு அந்தப் புழுதி சொல்லும் செய்தி என்ன?

இந்தக் கேள்வி எதையும் அசோகமித்திரன் எழுப்பவில்லை. ஆனால், அவருடைய கதையைப் படிப்பவர் மனதில் இந்தக் கேள்விகளும் இன்னும் பல கேள்விகளும் எழக்கூடும். இந்தக் கேள்விகளுக்கான பதில்கள் நபருக்கு நபர் வேறுபடலாம். சிலருக்குப் பதில் என்று எதுவும் தோன்றாமலும் போகலாம். ஆனால், அதன் பிறகு வாழ்வில் எந்தக் கோலத்தையும் எளிதில் கடந்து செல்ல முடியாது. கோலம் என்பது வெறும் கோடுகளும் வளைவுகளும் கொண்ட தரைச் சித்திரம் அல்ல. அது சிரத்தை யின் வெளிப்பாடு. அழகுணர்ச்சியின் வெளிப்பாடு. சிறப்பான பயிற்சியோ மெனக்கெடலோ இல்லாமல் சிந்திக்கும் அபாரமான கலைத் திறனின் வெளிப்பாடு. நம் ரசனையை உணர்த்தக்கூடிய கண்ணாடி. கோலத்தின் தரிசனம் என்பது ஓயாமல் இயக்கம் கொள்ளும் நமது அன்றாட உழற்சிகளுக்கிடையே நம்மை ஒருகணம் அசையாமல் நிற்க வைக்கும் மந்திரத் தருணம். அத்தகைய மந்திரத் தருணமாக, தரிசன வெளியாக மாறும் கோலத்தை நம்மால் அவ்வளவு எளிதில் கடந்து சென்றுவிட முடியாது.

ஒரு கணம்தான். தலையைச் சிலுப்பிக்கொண்டு பார்த்தால் வெறும் கோடுகளும் வளைவுகளும் வண்ணங்களும் காட்சி யளிக்கும். ரகசியங்களை நுரைகளாக மாற்றித் தரும் கடலலைகள் போல.

❍

இந்திராவுக்கு வீணை கற்றுக்கொள்ள வேண்டும் என்றொரு கதை. இந்திராவுக்கு வீணை கற்றுக்கொள்ள முடியவில்லை என்று இன்னொரு கதை. இரண்டையும் தனித்தனியாகப் படித்தால் தனித் தனிக் கதைகளாக அனுபவம் தரக்கூடிய கதைகள். அடுத்தடுத்துப் படித்தால் ஒன்றையொன்று வலுவூட்டி முற்றிலும் மாறுபட்ட உருவம் எடுக்கும் கதைகள். இந்திராவின் ஆசை நிராசையாவதற்கான காரணத்தைச் சொல்லும் இந்தக்

கதைகள் கழிவிரக்கத்தின் சாயை சிறிதும் படாமல் இந்திராவின் வாழ்நிலையைக் காட்சிப்படுத்துகின்றன. அதோடு நிற்காமல், நிராசையை அவள் எதிர்கொள்ளும் விதத்தைக் காட்டுவதன் மூலம் கீழ் நடுத்தரக் குடும்பங்களின் வாழ்க்கைப் போக்கைக் காட்டிவிடுகிறார் அசோகமித்திரன். வீணை கற்றுக்கொள்ளும் ஆசை, அதற்கு வசதியில்லாத நிலை, அதனால் ஏற்படும் நிராசை ஆகியவற்றை விடவும் அதை அவள் எதிர்கொள்ளும் விதம் முக்கியமானதாகிவிடுகிறது. இதன் பின்னணியில் இவ்வனுபவங்கள் எடுக்கும் வடிவம் முற்றிலும் மாறுபட்டதாக இருக்கிறது.

இங்கே பொருளாதாரப் போதாமை அசோகமித்திரனின் கதைப் பொருளாகவில்லை. அந்தப் போதாமையை வாழ்நிலை யாகக் கொண்டவர்கள் அதை ஏற்றுக்கொள்ளும் விதம் கதைப் பொருளாகிறது. கதையில் அதற்கு மிகச் சிறிய இடம் மட்டுமே கொடுக்கப்பட்டிருக்கிறது. ஆனால், மொத்தக் கதையையும் புரட்டிப்போடும் தருணமாக இது திரண்டு வருகிறது. ஒளி பெற்ற தருணம் அல்ல, நம் பார்வையில் ஒளியேற்றும் தருணம். மணலுக்குள் ஒளிந்திருக்கும் ‘வைரம்’போல. கடலின் ரகசியம் சுமந்து வரும் அலைபோல.

இந்திரா அமைதியாகப் படுத்து உறங்கும் காட்சியைப் பார்க்கும்போது இவை எதுவுமே தெரியவில்லை. ஆனால், ஒளியேற்றும் இத்தருணத்தின் வெளிச்சத்தில் பார்க்கும்போது சாத்தியமாகும் அகப்பார்வை மறக்க இயலாதது.

❍

காட்சி என்னும் கதையில் போகும் வழியில் எரியும் ஒரு சிதையைக் கடக்கும்போது அந்தச் சிதை பல்வேறு சிதைகளை ஒருவனுக்கு நினைவுபடுத்துகிறது. நெருப்பின் தழல்களில் ஓராயிரம் பிணங்கள் எரிகின்றன. அந்தச் சிதைக்குள் கீழ்வெண்மணியில் எரிந்த உடல்களும் யூத முகாம்களில் கருகிய உடல்களும் காட்சி யாகின்றன. உடல்கள் எரிகின்றன. சிதைகள் அணைவதே இல்லை. ஒரு சிறிய காட்சிப் பொறி பெரும் நினைவுத் தீயைப் பற்றவைக்கும் அதிசயத்தை நிகழ்த்தும் மாயத் தருணம் இது.

பிரயாணம் என்னும் கதையில் பாலைவனத்தின் அடர் இருளில் சீறி வரும் ஓநாய்களிடமிருந்து தன் குருநாதரின் சடலத்தைக் காப்பாற்றும் முயற்சியில் ஒரு சீடன் தோல்வி யடைகிறான். மயக்கம் தெளிந்து எழும்போது அவன் காணும் குருநாதரின் நிலை அவனுக்கு உணர்த்தும் உண்மை அவனுக்கு

மிகப் பெரிய அனுபவமாக மாறக்கூடியதாக உள்ளது. மேற்பரப்பில் தெரிவது சாதாரணமான காட்சிதான். உற்றுப் பார்க்கையில் அதில் உறைந்திருக்கும் உண்மையை உணர முடிகிறது.

சொல்லிக்கொண்டே போகலாம். காலமும் ஐந்து குழந்தை களும், முறைப்பெண், மஞ்சள் கயிறு, ஐந்நூறு கோப்பைத் தட்டுக்கள், பிப்லப் சௌத்ரியின் கடன் மனு, சதுரங்கம்... அநேகமாக அசோகமித்திரனின் எல்லாக் கதைகளுமே இத்தகு சாத்தியப்பாட்டைக் கொண்டவை.

மாறுபட்ட களங்கள், புதிய உலகங்கள், வியப்பூட்டும் மனிதர்கள், பிரமிக்கவைக்கும் வாழ்நிலைகள், மலைப்பூட்டும் தருணங்கள் போன்றவற்றை அசோகமித்திரனிடம் அதிகம் காண முடியாது. சாதாரணமான நாள்கள், சாதாரணமான மனிதர்கள், சாதாரணமான அனுபவங்கள், சாதாரணமான நிகழ்வுகள், சாதாரணமான அபிலாஷைகள் ஆகியவற்றைத்தான் அதிகம் காண முடியும். ஆனால், கலைஞனின் கோணம் தரும் நுட்பமான ஓர் இடையீடு இந்தச் சாதாரணங்கள் அனைத்தையும் அசாதாரணங்களாக மாற்றுகிறது. நமது அன்றாட வாழ்வுக்குப் புத்தம் புதிய அர்த்தத்தைக் கொடுத்துவிடுகிறது. எல்லாமே சாதாரணமானவைதாம். ஆனால், எதுவுமே சாதாரணமானதல்ல என்னும் உணர்வை ஏற்படுத்திவிடுகிறது.

கதை சொல்லும் விதம், காட்சிகளைச் சித்திரிக்கும் நேர்த்தி, நிகழ்வுகளிலும் மனித இயல்புகளிலும் பிரதிபலிக்கும் யதார்த்தம், வெளிப்படும் மனிதர்களின் வகைமைகள், உணர்ச்சிவசப்படாத தன்மை, கழிவிரக்கம் இன்றிக் கஷ்டங்களைப் பதிவுசெய்வது, குற்றம் சுமத்தாமல் பிழைகளை அணுகுவது, பிரமிக்காமல் நல்லியல்புகளைப் பிரதிபலிப்பது, தத்துவம் பேசுவதையோ அறிவுரை கூறுவதையோ அறவே தவிர்ப்பது, வாசகரின் சட்டையைப் பிடித்து உலுக்காமல், தோள் மீது கை போட்டுக் கொண்டு மென்மையாகப் பேசுவது எனப் பல அம்சங்களை அசோகமித்திரனின் கதைகளை முன்னிட்டுப் பேசலாம். ஒவ்வொன்றுமே நுட்பமான அவதானிப்பையும் விரிவான அலசலையும் கோருபவை. ஒவ்வொன்றுமே படைப்புத்தன்மையின் ஆதார சுருதியோடு இசைந்து நிற்பவை. இவை அனைத்தையும் தாண்டி, பிரத்யேகமான, நுட்பமான கோணம் தரும் தாக்கம் அவருடைய கதைகளை நம் கதைகளாக மாற்றிவிடுகிறது. நம் வாழ்க்கையை மாறுபட்ட கோணத்தில் பார்க்கவும் அதுவரை அறியப்படாத பல்வேறு உண்மைகளை உணரவும் உதவுகிறது.

"ஒரு நிகழ்வின் மாறுபட்ட சாத்தியங்களை யோசிக்கிறேன். அதுதான் அனுபவங்களைக் கதையாக மாற்றுகிறது" என்று அசோகமித்திரன் ஒரு முறை குறிப்பிட்டிருக்கிறார். வாழ்வின் முடிவற்ற சாத்தியங்களின் எண்ணற்ற சாத்தியப்பாடுகளை நம் வாழ்வின் ஒவ்வொரு கணமும் சுமந்து நிற்பதை உணர்த்தும் எழுத்து அசோகமித்திரனின் எழுத்து.

இப்படிச் சொல்வதுகூட அவரது கதைகளின் தாக்கம் குறித்த ஒரு சாத்தியப்பாடுதான். அசோகமித்திரன் கதைகள் தரும் அனுபவத்தினூடே பார்க்கையில் இதற்கு மேல் அழுத்தம் கொடுத்து எதையும் சொல்ல முடியாது.

மின்னம்பலம், மார்ச் 2018

20

சு.ரா.வின் புனைவுலகில் பெண்கள்: ஒரு பார்வை வீச்சில்

சுந்தர ராமசாமியின் சிறுகதைகளில் வரும் எண்ணற்ற பெண் பாத்திரங்களில் ரத்னாபாய் (ரத்னாபாயின் ஆங்கிலம்), 'எங்கள் டீச்சர்' கதையில் வரும் டீச்சர்கள், 'மேல் பார்வை' படத்தில் வரும் ஒரு பெண், 'மறியா தாமுவுக்கு எழுதிய கடிதம்' கதையில் வரும் மறியா ஆகியோர் அழியாத சித்திரங்களாக மனதில் நிற்கிறார்கள்.

சு.ரா.வின் பெண் பாத்திரங்களில் ரத்னாபாய் சற்றே வித்தியாசமானவள். விசேஷமான ஆங்கில அறிவும், வலிமையான தன்னுணர்வும் கனவுலகில் சஞ்சரிக்கும் தன்மையும் கம்பீரமும் இவளைத் தனித்துக் காட்டுகின்றன. தோல்வியிலும் தன் ரசனையையும் கம்பீரத்தையும் இழக்காதிருக்கும் ஆளுமையான ரத்னாபாயின் உளவியல் எளிய கணக்குகளுக்கு அப்பாற்பட்ட உள் அடுக்குகள் கொண்டது.

எங்கள் டீச்சரில் வரும் டீச்சர்கள் இருவரும் எவ்வளவு அருமையான டீச்சர்கள். இருவரையும் பார்க்கும்போது நமக்கு இப்படி ஒரு டீச்சர் இல்லையே என்னும் எண்ணம் ஏற்படும். திறமை, அறிவு, ஆளுமை, வசீகரம் ஆகியவை கொண்ட இவர்களுக்குள் வலுவான நட்பும் இருப்பது நம்மைக் கூடுதலாக வசீகரிக்கிறது. ஆனால், அடியோட்டமாக இவர்களுக்கிடையே ஓடும் பொறாமை உணர்வு இவர்களுடைய ஆளுமைகளின் ஒளியை மங்கச் செய்யும் கிரகணமாகப் படிந்துவிடுகிறது. ஒளி

வட்டம் சூழந்த ஆளுமைகளாக இருந்தாலும் இவர்களும் சாமானிய மனிதர்கள்தான் என்பதை இயல்பாக உணர்த்தும் நுட்பம் இந்தக் கதையில் வெளிப்படுகிறது. ஒளி வட்டம் சற்றே மங்கிய நிலையிலும் இவர்கள் மீதான வசீகரம் நமக்குக் குறையவில்லை என்பது இவர்களுடைய சிறப்பு.

‘பிள்ளை கெடுத்தாள் விளை’யில் வரும் ஆசிரியைகூட திறமையும் வசீகரமும் மிக்கவள். பெரும் பழிக்கு ஆளாகி ஊரை விட்டு ஒதுக்கப்படும் இந்த ஆசிரியை தன் தரப்பு என்னவென்பதைச் சொல்லும் வாய்ப்பு மறுக்கப்பட்டவள். அந்தப் பழியுடனேயே வாழ விதிக்கப்பட்டவள். ஒதுக்கப்பட்ட நிலையிலும் தன் நிலையிலிருந்து கீழே இறங்காமல் கம்பீரமாகவே வாழ்ந்துவிட்டுப் போகிற இந்தப் பெண் பல்வேறு காரணங்களால் விசாரணையின்றித் தண்டிக்கப்பட்டு மௌனியாக்கப்படும் பெண்களின் பிரதிநிதி. இந்தப் பாத்திர வார்ப்பில் மௌனத்தின் வலிமையை சுந்தர ராமசாமியின் எழுத்து உணர்த்துகிறது.

‘மேல் பார்வை’யில் வரும் பெண்ணின் தன்மை பெண்மையின் கம்பீரத்துக்கும் வசீகரத்துக்கும் உதாரணமாகச் சொல்லலாம். புகழ்பெற்ற அரசியல் தலைவர் ஒருவருடன் ஒப்பிட்டுப் பேசப்பட்ட இந்தப் பாத்திரத்தைப் பற்றி அதிகத் தகவல்கள் நமக்குக் கிடைக்கவில்லை. அவளுடைய வாழ்க்கையைப் பற்றி நமக்கு எதுவும் தெரியவில்லை. பொது வெளியில் ஒரு குறிப்பிட்ட சூழலில் வெளிப்படும் இந்தப் பெண் செயல்திறனின் சகல வலிமைகளையும் வெளிப்படுத்திப் பொது வெளியின் மீது தன் ஆளுகையை இயல்பாகச் செலுத்துகிறாள். பெண்ணின் ஆளுமை வசீகரத்தின் வலிமை எத்தகையது என்பதை அனாயாசமாக உணர்த்தும் இந்தக் கதையும் பாத்திரம் பொது வெளியில் நாம் காணும் வலுவான பெண் ஆளுமைகளைப் புரிந்துகொள்ள உதவுகிறது.

‘மறியா தாமுவுக்கு எழுதிய கடிதம்’ என்னும் கதையில் வரும் மறியாவை சுராவின் சிறுகதைகளில் வரும் பெண்களிலேயே சிறந்த கதாபாத்திரம் என்று சொல்லலாம். மனிதர்கள் மீது மட்டுமின்றி விலங்குகள் மீதும் தீராத அன்பு கொண்ட ஒரு பெண்ணின் நெகிழ்ச்சியூட்டும் இந்தக் கதையில் மறியாவின் உளவியலும் சிந்தனைப் போக்கும் துல்லியமாக வெளிப்படுகின்றன. ஆகிவந்த எல்லைகளைத் தாண்டிச் செல்லும் ஆளுமைகளால் ஆரவாரமின்றி அதைச் செய்ய முடியும் என்பதைக் காட்டும் பாத்திரம் இது. மகத்தான சிந்தனைகள் கொண்டவர்களும் தன்னுடைய செயல்பாடுகளில் தீவிரமான பற்றுறுதி கொண்டவர்களும்கூட உணர்வுபூர்வமான தத்தளிப்புக்கும் நெகிழ்ச்சிக்கும் ஆளாகக்கூடும் என்னும் யதார்த்தத்தை உணர்த்தும் கதாபாத்திரம் இது.

தாமுவுக்கு எழுதும் கடிதத்தில் மறியாவின் வாழ்முறையும் அதற்கு அடிப்படையான பார்வைக் கோணமும் துலங்கும் விதம் விடியல் நேரத்தில் சாம்பல் போர்வை நீங்கி உலகம் துலங்கும் காட்சி இன்பத்துக்கு ஒப்பானது.

❍

சு.ரா.வின் முதல் இரண்டு நாவல்களில் பெண் பாத்திரங்களின் எண்ணிக்கையும் முக்கியத்துவமும் மிகவும் குறைவு. அதற்கு ஈடுகட்டும் விதத்தில் 'குழந்தைகள் பெண்கள் ஆண்கள்' நாவலில் பெண்களின் இருப்பும் முக்கியத்துவமும் அதிகம். இவர்களைப் பற்றிச் சுருக்கமாகப் பார்க்கலாம்.

எஸ்.ஆர்.எஸ்.ஸின் மனைவி லட்சுமியின் நிலை பரிதாபகரமானது. நோயை மட்டுமின்றி, ஒரு மனைவியால் கணவனுக்குத் தேவையான எதையும் தர முடியவில்லை என்னும் குற்ற உணர்வையும் சுமந்துகொண்டும் வாழும் வாழ்க்கை அவளுடையது. மனிதர்களைப் புரிந்துகொள்வதிலும் நிதானமான முடிவெடுப்பதிலும் அவள் தேர்ந்தவள். புதிய வாழ்வைத் தழுவிக்கொள்ள விழையும் தன் தங்கையை நன்கு புரிந்துகொண்டு அவளுக்கு உரிய விதத்தில் வழிகாட்டும் அளவுக்குச் சிந்தனைத் தெளிவு கொண்டவள். தன் கணவனின் தயாள குணத்துக்குக் குறுக்கே நிற்கும் அற்ப புத்தி கிடையாது. உறவினர்களின் குழந்தைகளையும் தன் குழந்தைகளாகவே நினைக்கும் பக்குவமும் அவளுக்கு உண்டு. கணவனிடம் தனக்கிருக்கும் எதிர்பார்ப்புகளைத் தெளிவாகச் சொல்லத் தெரியும். ஆனால் அப்படிச் சொன்னால் அவர் மனம் காயம்படும் என்பதால் கூடியவரையிலும் அதைத் தவிர்க்கும் மனத் திடம் அவளுக்கு உண்டு. ஒரு மனைவியாகத் தன் கணவனுக்குத் தரக்கூடிய பல விஷயங்களைத் தர முடியாமல் இருப்பதையும் அதை அவர் பெரிதுபடுத்தாமல் இருப்பதையும் அவள் உணர்ந்திருக்கிறாள். வீட்டிலேயே தங்கி வேலை செய்யும் ஆனந்தம் என்னும் இளம் பெண் மீது தன் கணவருக்கு இருக்கக்கூடிய ஈர்ப்பையும் அவள் உணர்ந்தே இருக்கிறாள். தனது அசாத்தியமான பக்குவத்தால் முழுமையான மௌனத்தின் மூலம் அதை எதிர்கொள்ள அவளால் முடிகிறது.

தன் நோயினாலும் குடும்பம், சாதி போன்ற கட்டுக்களாலும் தனக்குள்ள போதாமைகளை ஏற்று ஓர் எல்லைக்குள்ளேயே நடமாடுகிறாள் லட்சுமி. அதுவே தன் தலை விதி என்பதை ஏற்றுக்கொள்ளவும் செய்கிறாள். கூடியவரையிலும் பிறரது கஷ்டங்களை உணர்ந்து அவர்களுக்கு அனுசரணையாக நடந்து கொள்ள முயல்கிறாள். உண்மையைச் சொல்ல வேண்டிய

சந்தர்ப்பங்களில் பிறர் மனம் புண்படாமல் அதைச் சொல்ல அவளுக்குத் தெரிகிறது. குழந்தை விஷயமாகத் தன் கணவன் நடந்துகொள்ளும் விதம் குறித்த தனது விமர்சனங்களை வலியச் சென்று சொல்வதில்லை. ஆனால் சொல்ல வேண்டிய சந்தர்ப்பங்களில் சொல்லவும் தவறுவதில்லை.

இந்திய மரபு குடும்பம், சாதி சார்ந்த தனது கட்டுப்பாடுகள் அனைத்தையும் பாதுக்காக்க வேண்டிய பெரும் பொறுப்பைப் பெண்கள் மீது சுமத்தியிருக்கிறது. குறிப்பாகக் குடும்பத் தலைவிகள் மீது. இந்தப் பொறுப்பைத் துறப்பது மிகப் பெரிய அத்துமீறல் என்பது ஆழப் பதிந்த, பதியவைக்கப்பட்ட உணர்வு. ஆனந்தத்தின் நியாயமான ஆசையையும் வள்ளியின் இயல்பான ஈர்ப்பையும் நன்கு புரிந்துகொண்டும் அவற்றைப் புறக்கணிக்கச் சொல்லிக்கொடுப்பது இந்தச் சுமைதான்.

இந்தச் சுமையை மீற ஆனந்தத்தால் முடிகிறது. வள்ளியால் முடியவில்லை. தான் தனிக்கட்டையாக இருப்பதும் செல்லப்பா துணிந்த கட்டையாக இருப்பதும் ஆனந்தத்திற்குச் சாதகமாகிறது. வள்ளி எல்லா விதங்களிலும் தன் பெற்றோரைச் சார்ந்திருப்பதால் அவளால் மீற முடியவில்லை. அவளுக்குக் கல்வியும் நவீன அறிவும் தர விழையும் குடும்பச் சூழல் அவள் எல்லை தாண்டும் சமயத்தில் எச்சரிக்கை பெற்று அவளை மீண்டும் வளைக்குள் தள்ளிவிடுகிறது. உணர்வுகள் நசுக்கப்படுகின்றன. மரபு காப்பாற்றப்படுகிறது.

தன்னை விடவும் அழகான, தன்னைவிடவும் இளமையான, தான் பிறந்த சாதியிலேயே பிறந்த இளம் விதவையான ஆனந்தம் திருமணம் ஆகாமல் தனிக்கட்டையாகக் கருகுவதில் எந்த நியாயமும் கிடையாது என்பது லட்சுமிக்குத் தெரியும். வள்ளிக்கு ஸ்ரீதரன் மீது ஏற்படும் ஈர்ப்பு இயல்பானதும் நேர்மையானதுமாகும் என்பதும் அவளுக்குத் தெரியும். ஆனால் மரபைக் காப்பாற்ற வேண்டிய பொறுப்பை அதே மரபு தன்னிடம் அளித்திருக்கிறது என்பதும் அவளுக்குத் தெரியும். அதை மீறத் தன்னால் ஆகாது என்று அவள் நினைக்கிறாள். அடுத்த தலைமுறையைச் சேர்ந்த சுகன்யாவும் வள்ளியும் அதை ஒப்பீட்டளவில் எளிதாக மீறுகிறார்கள். லட்சுமியின் சமகாலத்தவளான ஆனந்தம் தன் சூழல் காரணமாக அதை மீறுகிறாள். லட்சுமியால் இவற்றை அங்கீகரிக்க முடியவில்லை. அவளுடைய சிந்தனைகளையும் பக்குவத்தையும் பார்க்கும்போது அவளுடைய ஆழ்மனம் வள்ளியையும் ஆனந்தத்தையும் ஆதரிக்கவே செய்யும் என்பதை உணர முடிகிறது. ஆனால் அதைவிடவும் ஆழமான தளங்களில் வேரூன்றியிருக்கும் மரபின் விலங்கு அவளது கைகளைக் கட்டி

விடுகிறது. தன் கருத்தை நடைமுறைப்படுத்த அவளால் முடியாது. முடியாது என்பது அவளுக்குத் தெளிவாகத் தெரியும் என்பதால் தான் செய்ய வேண்டியது என்ன என்னும் குழப்பமும் கிடையாது.

வள்ளியும் காதலிக்கிறாள். ஆனந்தமும் காதலிக்கிறாள். இருவருக்குமே காதல் பிரச்சினையாகிறது. ஒருத்திக்கு ஜாதி பிரச்சினை. இன்னொருத்திக்கு அவள் விதவையாக இருப்பது பிரச்சினை. அவர்கள் இருவர் மீது அன்பும் அனுதாபமும் கொண்ட லட்சுமியால் அவர்களது காதலுக்கு ஆதரவு தெரிவிக்க முடியவில்லை. காரணம், மரபு அவள் கையைக் கட்டிப்போடுகிறது. அதே மரபில் வந்த அவள் கணவரால் இரண்டு காதல்களையும் ஏற்க முடிகிறது. சாதி, மதச் சடங்கு களின் ஈரமற்ற பிடியிலிருந்து விடுபடும் அளவுக்கு அவர் நவீனமானவர்தான். ஆனால் அவராலும் அவர்கள் இருவரது விருப்பங்களை நிறைவேற்ற முடியவில்லை. திருமணங்களை முன்னின்று நடத்த முடியவில்லை. காரணம், மரபின் மீது தன் மனைவிக்கு இருக்கும் பிடியை அறுக்க அவரால் முடியாது. அவருடைய வாசிப்பு, விவாதங்கள், தெளிவுகள் ஆகிய எதுவும் இங்கே செல்லுபடி ஆவதில்லை. அவை வெறும் சிந்தனைகள். நடைமுறையில் அவற்றுக்கு எந்த மதிப்பும் இல்லை. விதவை மறுமணம் கூடாது, கலப்புத் திருமணம் கூடாது என்னும் மரபின் கட்டளை மனைவியின் மூலம் வரும்போது கருத்து சொல்லிவிட்டு ஒதுங்கிக்கொள்ளத்தான் அவரால் முடிகிறது.

○

ஆனந்தம், சாவித்திரி ஆகியோருக்கு ஏற்படும் நெருக்கடிகள் புற உலகால் அவர்கள் மீது திணிக்கப்பட்டவை. ஆனந்தம் விஷயத்தில் இது நேரடியாகத் தெரிவதுபோலச் சாவித்திரி விஷயத்தில் தெரிவதில்லை. லட்சுமியின் பிரச்சினைகள் வெளிப்படையானவையாகத் தெரியும் அதே நேரத்தில் அவளால் தன் கணவனுடன் மனம் விட்டு ஏன் பேச முடிவ தில்லை என்னும் கேள்வியை எழுப்பிக்கொண்டால் அவள் ஆளுமையும் சிக்கலான்துதான் என்பது விளங்கும். ஆனந்தம், வள்ளி ஆகியோரின் உணர்வுகளை நன்கு புரிந்துகொண்டும் அவளால் ஏன் அவர்களை ஆதரிக்க முடியவில்லை என்பதை யோசிக்கும்போது அவள் வாழ்க்கை முழுவதும் அவள் கையில் இல்லை என்பது புரியும்.

○

இந்த நாவலில் வரும் பெண்கள் சூழ்நிலைக் கைதிகளாகவும் சூழ்நிலையை உருவாக்க முனைபவர்களாகவும் இருக்கிறார்கள்.

இந்தியச் சமூகம் பெரும் மாற்றங்களுக்கு உள்ளாகிக்கொண்டிருந்த காலகட்டத்தில் (1940களின் இறுதி) அந்த மாற்றத்தில் பெண்களின் பங்கையும் அவர்களுடைய எல்லைகளையும் பீடித்திருந்த தளைகளையும் இக்கதாபாத்திரங்களின் வாயிலாகத் தரிசிக்கலாம். இந்தியக் குடும்பங்களின் சாரமான தன்மைகளைப் புரிந்து கொள்ளலாம். மரபின் வலிமையையும் அதன் சிக்கல்களையும் புரிந்துகொள்ளலாம்.

○

சுந்தர ராமசாமியின் பெண்கள் 'பெண்ணியவாதிகள்' அல்லர். புரட்சிக் குரல் எழுப்பும் அரசியல் பிரக்ஞை கொண்டவர்களும் அல்லர். சாதாரணமான வாழ்க்கையை வாழ்பவர்கள். ஆனால், தன்னுணர்வு கொண்டவர்கள். அமைதியானவர்கள். பணிவானவர்கள். அடங்கிப்போகிறவர்கள் அல்ல. மாற்றத்துக்காக மெனக்கெடுபவர்கள் அல்லர். ஆனால், இருப்பதை அப்படியே ஏற்றுக்கொண்டு போகிறவர்களும் அல்ல. தங்கள் நிலவரம், சூழல் ஆகியவை குறித்து அவர்களுக்கு விழிப்பும் தெளிவும் உண்டு. இந்தியக் குடும்ப அமைப்பில் தங்கள் எல்லை எது என்பதையும் தெளிவாக அறிந்தவர்கள். உரக்க எந்த முழக்கத்தையும் எழுப்பா தவர்கள். பெரும் கூற்று எதையும் முன்வைக்காதவர்கள்.

மாற்றத்துக்கான விழைவு, நதியின் போக்கிலேயே போய் விடுவதுதான் நல்லது என்னும் போக்கு, சூழல் மீதான செல்வாக்கு, மனித பலவீனங்களுக்கு ஆட்பட்ட தன்மை, கனவுலகில் கழியும் வாழ்க்கை எனப் பல விதமான பெண்கள் சுந்தர ராமசாமியின் கதைகளில் வருகிறார்கள். எத்தகைய சூழலிலும் உள்ளார்ந்த அமைதியை இவர்களில் பலரும் தக்கவைத்துக்கொண்டுவிடுகிறார்கள். அந்த அமைதியினின்றும் வலிமையின் மூலம் தங்கள் சூழலை இவர்கள் தாங்குகிறார்கள். சுந்தர ராமசாமியின் பெண் கதாபாத்திரங்களின் ஆதாரமான அம்சமாக இதைச் சொல்லலாம்.

2017

21

இன்னமும் செத்துவிடாத யதார்த்தத்தின் அற்புதம்

19ஆம் நூற்றாண்டின் இறுதியில் தமிழில் தொடங்கிய நாவல் என்னும் கலை வடிவம் 20ஆம் நூற்றாண்டில் பெருமளவில் மாற்றத்துக்கு உள்ளாகியது. நவீனக் கலை வடிவமாக நாவலை உள்வாங்கி மேற்கொள்ளப்பட்ட ஆக்கங்கள் மணிக்கொடி எழுத்தாளர்களின் காலத்தில்தான் தொடங்கியது. அதுவரை எழுதப்பட்ட நாவல்கள் பெரிய கதைகள் என்னும் அளவில்தான் இருந்தன. சமூக, அரசியல் தளங்களில் அவற்றுக்கு முக்கியத்துவம் இருந்தாலும், படைப்பு நுட்பங்கள் கூடிவந்தாலும், நவீனக் கலை வடிவமான நாவல் குறித்த பிரக்ஞை அற்ற படைப்புகளாகவே இருந்தன. எனவே மணிக்கொடி காலத்திலிருந்தே தமிழின் நவீன நாவல் போக்கு தொடங்குவதாகக் கொள்ள வேண்டும். குறிப்பாக, க.நா. சுப்பிரமணியனின் நாவல்களை இதற்கு உதாரணமாகச் சொல்லலாம். இந்தக் காலகட்டத்தின் ஆக்கங்கள் 1940களில் தொடங்கிவிட்டாலும் 60களில் பெரிய அளவில் எழுச்சி ஏற்பட்டது.

மணிக்கொடி காலம் தொடங்கி வளர்ந்துவந்த தமிழ் நாவலின் பயணம், நவீன நாவல் வடிவப் பிரக்ஞையும் புதுமை நாட்டமும் பேசாப்பொருள்களைப் பேசும் துணிவும் கொண்டதொரு தொடர் இயக்கத்தின் விளைவு. நவீனத்துவம் குறித்த பிரக்ஞையுடன் நவீனத்துவப் பார்வையுடன் வெளிப்பட்ட இந்தப் போக்கினை நவீனத்துவ அலை எனக் குறிப்பிடலாம்.

நவீனத்துவத்தின் போதாமைகளை உணர்ந்தவர்களும் நவீனத் துவத்தின் பார்வையோடு முழுமையாக உடன்படாதவர் களும்கூட நாவல் வெளிப்பாட்டில் நவீனத்துவப் போக்கையே கைக்கொண்டார்கள் என்பதால் இந்தக் காலகட்டத்தை நவீனத்துவ அலை என்று தயங்காமல் குறிப்பிடலாம். 40களில் தொடங்கிய இந்தப் போக்கு 90கள் வரையிலும் தொடர்ந்தது.

நவீனத்துவ அலை

நாவல்களில் நவீனத்துவ அலையைத் தொடங்கியவர்களில் முக்கியமானவர் எனக் க.நா.சு.வைக் குறிப்பிடலாம். குறிப்பாக அவருடைய 'பொய்த்தேவு' நவீனத்துவ அலையின் தொடக்கக் கட்டச் சாதனைகளில் ஒன்று. இந்த அலையை வரையறுத்து அதை வலுவான போக்காக மாற்றிய நாவலாசிரியர்கள் என சுந்தர ராமசாமி, ஜெயகாந்தன், அசோகமித்திரன், தி. ஜானகிராமன், கி. ராஜநாராயணன் ஆகியோரைக் குறிப்பிடலாம். உள்ளடக்கம், மொழி, உத்திகள், படைப்பு நுட்பங்கள், படைப்பின் வீச்சு முதலானவற்றில் தம் சமகாலத்தின் வரையறைகளை இவர்கள் விரிவுபடுத்தினார்கள். நாவலின் சாத்தியப்பாடுகளையும் அதன் மூலம் விரிவுபடுத்தினார்கள். தமிழின் சிறந்த நாவல்களுக்கான எத்தகைய பட்டியலிலும் இவர்களுடைய ஆக்கங்கள் இன்றளவிலும் இடம்பெறுகின்றன.

தமிழ் நாவல் பரப்பில் 20ஆம் நூற்றாண்டின் தமிழ்ச் சமூகத்தின் பல விதமான முகங்களையும் பிரதிபலித்தவை ஜெயகாந்தனின் நாவல்கள். வாழ்நிலைகளைக் கலாபூர்வமான சித்திரங்களாகவும் விவாதப் புள்ளிகளாகவும் மாற்றியவர் ஜெயகாந்தன். மாறிவரும் காலத்தின் போக்குடன் இயைந்து செல்வதில் தனிமனிதர்களுக்கு ஏற்பட்ட திணறலைக் கலை யாக்கியவை அசோகமித்திரனின் நாவல்கள். மரபார்ந்த மனம் நவீனத்துவ வாழ்வை எதிர்கொள்வதில் ஏற்படும் ஊடாட்டங்களை விலகலான மனநிலையுடன் பதிவுசெய்யும் நாவல்கள் இவை. மரபின் வேர்களில் ஆழமாகக் காலூன்றி நின்று நவீன வாழ்வைப் புன்சிரிப்புடன் வேடிக்கை பார்க்கும் தி. ஜானகிராமனின் நாவல்கள், மனித வாழ்வின் உணர்வுபூர்வமான பரிமாணத்துக்கு மிக முக்கியமான இடத்தை வழங்குகின்றன.

சுந்தர ராமசாமியின் நாவல்கள் நவீனத்துவப் போக்கை வடிவமைப்பதில் முக்கியப் பங்காற்றின. 'ஜே.ஜே: சில குறிப்புகள்' மூலம், நவீனத்துவச் சட்டகத்தை மீறுவதிலும் அவர் குறிப்பிடத்தக்க பங்காற்றியிருக்கிறார். மண்வாசனையின் நவீன

இலக்கிய அடையாளம் என்று சொல்லத்தக்க நாவல்களை எழுதியிருக்கும் கி. ராஜநாராயணன் அசலான வாழ்வின் பதிவுகளைக் கலையாக்கியவர்.

இந்தக் காலகட்டத்தின் போக்கை வடிவமைத்ததில் இந்த ஐவருக்கும் கணிசமான பங்குண்டு. 60கள் முதல் 90கள் வரை உருவான பெரும்பாலான நாவல்களும் இவர்கள் வரையறுத்த பரப்பினுள்ளேயே இயங்குபவை என்பதால் இருபதாம் நூற்றாண்டின் தமிழ் நாவல் இயக்கத்தின் மைய அச்சாக இவர்களுடைய ஆக்கங்களைக் குறிப்பிடலாம். பின்நவீனத்துவ அலையையும் தாக்குப்பிடித்து இன்றுவரை நாவல் கலைக்கான உதாரணங்களாகவும் பல்வேறு வாசிப்புகளுக்கு இடம் தருபவை யாகவும் விவாதத்துக்குரியவையாகவும் விளங்குவதிலிருந்தே இவர்களுடைய நாவல்களின் முக்கியத்துவத்தை உணரலாம்.

இவர்களுடைய காலகட்டத்தில் உருவான மாற்றுப் போக்குகள் சிலவற்றையும் சுருக்கமாகக் குறிப்பிட வேண்டும். நாவலின் பேசுபொருளிலும் வடிவத்திலும் புதிய பரிசோதனைகளைச் செய்த நகுலன், தனி மனிதனின் சாகச விழைவையும் வரலாற்றின் ஒரு கண்ணியாக அவன் மாறும் விதத்தையும் கட்டவிழ்ந்த பாணியில் கலையாக்கிய ப.சிங்காரம், விளிம்பு நிலை மனிதர் களை உள்ளிருந்து பார்க்கும் கோணத்திலிருந்து சித்திரித்த ஜி. நாகராஜன், மாறுபட்ட வாழ்நிலைகளை அதிராத குரலில் பதிவுசெய்த வண்ணநிலவன், ஒடுக்கப்பட்டோர் வாழ்வை அதன் யதார்த்தத்தின் வெம்மை குறையாமல் பதிவுசெய்த பூமணி ஆகியோர் முக்கியமான சலனங்களை நிகழ்த்தியிருக்கிறார்கள். நவீனத்துவப் பரப்பில் ஆன்மிக அனுபவங்களைக் கையாண்ட தனி மரம் லா.ச. ராமாமிர்தம்.

கருத்துகள் ஏற்படுத்திய உடைப்புகள்

80களின் பாதியிலிருந்து தமிழ் எழுத்துப் பரப்பில் புதிய குரல்கள் ஒலிக்கத் தொடங்கின. புதிய கோட்பாடுகளும் பார்வைகளும் முன்வைக்கப்பட்டன. விமர்சனங்களின் வரையறைகள் விரிவடைந்தன. கோட்பாட்டு ரீதியாகவும் ரசனை சார்ந்தும் படைப்புகளை மதிப்பிட்டுவந்த தமிழ் விமர்சகர்களின் போக்கி னின்று மாறுபட்ட போக்குகள் உருவாயின. அதுவரையிலான கோட்பாட்டு விமர்சனமும் நவீனத்துவ மரபின் கலைப் பார்வைகளையே சார்ந்திருந்தன. 90களின் புதிய போக்கு அதில் உடைப்பை ஏற்படுத்தியது. நவீனத்துவ அலையின் முக்கியக் கூறான யதார்த்தவாதம் என்பதையே கேள்விக்கு

உட்படுத்தியது. பகுத்தறிவு சார்ந்த பார்வையின் வரையறைகளை கவனப்படுத்தியது. அதுவரையிலுமான இலக்கியக் கட்டமைப்பு களைக் கேள்விக்கு உட்படுத்தியது. நவீனத்துவப் பார்வை கிட்டத்தட்ட முற்றாக ஒதுக்கியிருந்த தொன்மங்களின் முக்கியத் துவத்தைக் கவனப்படுத்தியது. சமூகம், அரசியல், பண்பாட்டுக் கூறுகள் என அனைத்திலும் விளிம்பு நிலை இருப்புகளின் முக்கியத்துவத்தை அடிக்கோடிட்டுக் காட்டியது. விளிம்பு நிலை வாழ்வு குறித்த பதிவுகளின் போதாமையைச் சுட்டிக்காட்டிக் கேள்வி எழுப்பியது. தேர்வுகள், விடுபடல்கள் ஆகியவற்றின் அரசியலை அம்பலப்படுத்தியது.

இந்தப் பார்வைகள் தமிழில் முக்கியமான உடைப்பை ஏற்படுத்தின. கிட்டத்தட்ட அதே காலகட்டத்தில் விளிம்பு நிலைகளைச் சேர்ந்த பலர் எழுதத் தொடங்கினார்கள். பாலினம், சாதி, மதம், வாழ்விடம், தொழில் முதலானவை சார்ந்து எழுத்துப் பரப்பில் அதுவரையிலும் இருந்த எல்லைகள் நெகிழ்ந்தன, விரிந்தன. எழுத்தின் மீதான புதிய பார்வையிலான விமர்சனமும் விளிம்பு நிலை மாந்தரின் எழுச்சியும் கிட்டத்தட்ட ஒரே நேரத்தில் எழுந்தது. புதிய எழுத்தாளர்கள், புதிய கதைகள், புதிய வாழ்நிலைகள், புதிய சொல்லாடல்கள், புதிய வடிவங்கள் என 90களில் மாற்றத்தின் காற்று வலுவாக வீசத் தொடங்கியது.

இந்த மாற்றம் இரு பெரும் கூறுகளைக் கொண்டது. ஒன்று எழுத்து வகைமை, எழுதுமுறை சார்ந்தது. இன்னொன்று பேசுபொருள் சார்ந்தது. அதுவரையிலுமான பெரும்போக்கான யதார்த்தவாத எழுத்து வகை பெரிதும் விமர்சிக்கப்பட்டதில் யதார்த்தச் சட்டகத்தை மறுக்கும், நெகிழ்த்தும் கூறுமுறைகள் முன்னுக்கு வந்தன. தமிழ் எழுத்தின் மீதான பகுத்தறிவின் பிடி தளர்ந்தது. தனிநபர் உளவியல் சார்ந்து ஆழமான பிரதிகளை உருவாக்கிவந்த நவீனத்துவ எழுத்து, சமூக அளவில் பரப்பிலோ ஆழத்திலோ சில அடுக்குகளை, எல்லைகளைத் தாண்டிச் செல்லவில்லை. பின் நவீனத்துவ அலை இதில் மாற்றத்தை ஏற்படுத்தியது. சமூக வாழ்வின் அதுவரையில் பதிவுபெறாத சில அடுக்குகள் பதிவாகின. வாழ்வின் புதிய யதார்த்தங்கள் வெளிப்பட்டன. பேசப்படாத வாழ்க்கை பேசப்பட்டது. புதிய அறைகள் திறக்கப்பட்டன. தனிநபர் உளவியலைக் கையாள்கையில் நவீனத்துவ உளவியல் அணுகுமுறையைத் தாண்டிச் செல்லும் முயற்சி மேற்கொள்ளப்பட்டது. சமூகப் பரப்பிலும் தனிநபர் உளவியலிலும் தொன்மங்களின் இடமும் பங்கும் தேடலுக்கு உள்ளாகின. தொன்மங்கள் புதிய பாத்திரங்களாகவே மாறின. புராணிகப் படிமங்கள் இயல்பாகக் கதைப் பரப்புக்குள் வந்தன.

90களில் உருவான இந்தப் போக்குகளின் பிரதிநிதிகளாகக் கோணங்கி, ஜெயமோகன், சாரு நிவேதிதா, எஸ். ராமகிருஷ்ணன், இமையம் ஆகியோரைக் குறிப்பிடலாம். கோணங்கியின் இரு நாவல்களும் புத்தாயிரத்தில் வெளியானவை என்றாலும் யதார்த்த வாதத்தை மறுக்கும் போக்கு, படிம மொழி, தொன்மங்களால் நிரம்பிய கதைப் பரப்பு, கதையற்ற புனைவு, பிரதியின் மீதான எழுத்தாளரின் ஆளுகையை மறுக்கும் தன்னியல்பான எழுத்துப் போக்கு, சிக்கல்களின் ஊடாட்டம் ஆகிய கூறுகளின் அசல் உதாரணமாக இருப்பவர் என்னும் முறையில் கோணங்கியின் இடம் முக்கியத்துவம் வாய்ந்தது.

ஜெயமோகனும் ராமகிருஷ்ணனும் பேசுபொருளிலும் கூறல் முறையிலும் யதார்த்தத்துடனான தங்கள் உறவை வெட்டி அறுத்துக்கொள்ளாமல் கதைப் பரப்பில் நடமாடுகிறார்கள். 90களின் இறுதியில் வெளியான ஜெயமோகனின் விஷ்ணுபுரம் மரபையும் வரலாற்றையும் புனைவுகளில் கையாளும் விதத்தை மாற்றியது. கதையாடலிலும் நாவல் கட்டமைப்பிலும் பெரும் உடைப்பை ஏற்படுத்தியது. பெரிய நாவல்களுக்கான கனவைத் தமிழில் புதுப்பித்தது. அவருடைய நாவல்கள் புனைவின் எல்லைகளை விரிவுபடுத்தி, வரையறைகளை மாற்றிவருகின்றன. அதே சமயத்தில் யதார்த்தவாத எழுத்தின் தேவையை இவரது நாவல்கள் முற்றாக மறுக்கவில்லை.

ராமகிருஷ்ணனின் உபபாண்டவம் மகாபாரதம் என்னும் மாபெரும் இதிகாசத்தை முற்றிலும் புதிய முறையில் சமகாலப் புனைவுப் பரப்புக்குள் கொண்டுவந்தது. கூறுமுறையிலும் கையாண்ட முறையிலும் அலாதியான தன்மைகளைக் கொண்டிருந்த அந்த நாவல், புராண, இதிகாசப் பிரதிகளை முற்றிலும் மாறுபட்ட முறையில் வாசிக்க வழிவகுத்தது. ‘விஷ்ணு புர’த்தைப் போலவே இந்த நாவலும் தமிழ்ப் புனைகதைப் பரப்பில் புராணங்களுக்கான இடத்தை உறுதிசெய்தது. புத்தாயிரத்தில் வெளியான இவரது நெடுங்குருதி, யாமம் முதலான நாவல்கள் தொன்மக் கூறுகளையும் யதார்த்த வாழ்வையும் இணைத்தபடி இயங்குகின்றன. தொன்மங்களைக் கதைப் பரப்புக்குள் இயல்பாகக் கொண்டுவரும் ராமகிருஷ்ணன் அந்த வகையில் தனித்து நிற்கும் படைப்பாளி.

மையமற்ற எழுத்து, தொகுப்புத் தன்மையிலான கதையாடல், பேசாப்பொருள்களின் இயல்பான இருப்பு ஆகியவற்றின் மூலம் பின்நவீனத்துவ அம்சங்கள் கொண்ட படைப்புகளை உருவாக்கி வரும் சாரு நிவேதிதாவும் இந்த மாற்றத்தின் முக்கியமான

கண்ணி. 90களின் இறுதியில் வெளியான இவரது 'ஸீரோ டிகிரி' பின்நவீனத்துவ எழுத்தின் முக்கியமான அடையாளம். தனது கதையாடலிலும் கூறுமுறையிலும் யதார்த்தச் சட்டகத்தைத் தவிர்ப்பவர் அல்ல இவரென்பதையும் இங்கு குறிப்பிட வேண்டும்.

இவர்கள் அனைவரிடமிருந்தும் வேறுபட்ட இமையம், யதார்த்தவாதச் சட்டகத்துக்குள் நின்றபடி அதில் புதிய அடுக்கு களையும் பேசுபொருள்களையும் வாழ்நிலைப் பதிவுகளையும் சாத்தியப்படுத்திவருகிறார். இமையத்தின் எழுத்து முறை அவருடைய முன்னோடிகளைப் போலவே இருந்தாலும் அவர் எழுதும் விஷயங்கள் முற்றிலும் மாறுபட்ட தளங்களிலிருந்தும் அடுக்குகளி லிருந்தும் உருவாகுபவை. அவ்வகையில் பின்நவீனத்துவ அலையில் இணைந்தும் விலகியும் இயங்குபவை இவரது ஆக்கங்கள்.

நவீனத்துவ முன்னோடிகளை முற்றாக மறுக்காமல் தனக்கான புதிய கதையாடல்களைக் கண்டுகொண்ட படைப்பாளிகளில் முக்கிய இடம் தேவிபாரதிக்கு உண்டு. புத்தாயிரத்தில்தான் இவர் தன்னுடைய நாவல்களை எழுதினார் என்றாலும் 90களின் தொடங்கிய மாற்றத்தின் பகுதியாகவே இவரது புனைவுகளைக் காண வேண்டும். யதார்த்தத்தின் அபத்தத்தை அல்லது அபத்தத்தின் யதார்த்தத்தை அவலச் சுவையுடன் தீவிரமாகப் பிரதிபலிப்பவை இவரது ஆக்கங்கள். புனைவின் தேவைக்கேற்ப யதார்த்தச் சட்டகத்தின் எல்லைகள் இவரிடத்தில் நெகிழ்ந்துகொடுக்கின்றன.

மாறியதும் மாறாததும்

புதிய வகை எழுத்து குறித்த கருத்து வெளிப்பாடுகள் யதார்த்த வகை எழுத்தின் மீது கடும் தாக்குதலைத் தொடுத்தாலும் யதார்த்த வகை எழுத்து பல வகை மாற்றங்களுக்கிடையிலும் தன் இருப்பைத் தக்கவைத்துக்கொண்டுள்ளது. இதற்கான உதாரணமாக சாரு, ஜெயமோகன், ராமகிருஷ்ணன் ஆகியோரின் ஆக்கங்களைக் குறிப்பிடலாம். யதார்த்தத்தை மறுதலிக்காமலேயே அதன் சாத்தியப்பாடுகளை அதிகரிக்கச்செய்தவர் இமையம்.

நாவல் பரப்பில் க.நா.சு.விலிருந்து தொடங்கிய நவீனத்துவ அலை பல விதமான மாற்றங்களுக்கு உள்ளாகிவந்தாலும் அதன் அடிப்படையான சில கூறுகள் இன்னமும் உயிர்ப்புடன் உள்ளன. யதார்த்த வகை எழுத்து காலாவதியாகிவிட்டது என்னும் தீர்ப்பு காலத்தின் முன் கரைந்துபோனது. யதார்த்த வகை எழுத்து காலத்துக்கேற்பத் தன்னைப் புதுப்பித்துக்கொண்டு பல்வேறு கூறுகளையும் உள்ளடக்கியவாறு பயணிக்கிறது.

சிலர் அறிவித்தபடி யதார்த்தவாதம் செத்துவிடவில்லை என்றாலும் அது அதே வடிவில் இன்று இல்லை என்பதையும் பார்க்க வேண்டும். பெரும்பாலான படைப்புகள் யதார்த்த வாதத்தின் ஆகிவந்த எல்லைகளுக்குள் பயணிக்கவில்லை. தமிழ்ப் புனைகதைப் பரப்பு, வடிவம், கூறுமுறை, பேசுபொருள் ஆகியவற்றில் தொடர்ந்து தன்னை நெகிழ்த்திக்கொண்டே வருகிறது. அந்த வகையில், 90களின் விவாதங்கள் அவற்றின் மலினமான அதிரடித்தன்மையின் நியாயமான வீழ்ச்சியைத் தாண்டித் தம் பங்களிப்பைச் செலுத்தியிருப்பதன் சான்றாக இன்றைய நாவல் போக்குகள் இருக்கின்றன.

அந்திமழை, 2018

22

கோவேறு கழுதைகள் – 25
தனித்து நிற்கும் சாதனை

இருபத்தைந்து ஆண்டுகளுக்குப் பிறகு இமையத்தின் 'கோவேறு கழுதைகள்' நாவலைப் படிக்கும்போது ஒரு விஷயம் பளிச்சென்று புலப்படுகிறது. 25 ஆண்டுகளுக்குப் பிறகும் நாவல் உயிர்ப்புடன் இருக்கிறது என்பதுதான் அது.

உயிர்ப்புடன் இருப்பது நாவல் மட்டுமல்ல. நாவல் வெளிவந்த காலத்தில் இதுபோல இன்னொரு நாவல் இல்லை என்று கூறப்பட்டது. மூத்த எழுத்தாளரும் இலக்கியப் பிரதிகள் குறித்த கூர்மையான விமர்சனங்களை முன்வைத்தவருமான சுந்தர ராமசாமி இந்த நாவலை முன்னுதாரணமற்ற நாவல் எனக் குறிப்பிட்டார். அன்று பெரும் விவாதத்துக்கும் எதிர்ப்புக்கும் உள்ளான அந்தக் கூற்று, 25 ஆண்டுகளுக்குப் பின்னாலும் உயிர்ப்புடன் இருக்கிறது. இந்தக் கூற்றுக்கு எதிரான விமர்சனங்கள் இன்று தம் மதிப்பை இழந்துவிட்டன.

முன்னுதாரணமற்ற நாவல் என்று சுந்தர ராமசாமி சொன்ன வாக்கியத்தைச் சற்றே நீட்டித்துப் பின்னுதாரணமும் அற்ற நாவல் என்று கூறலாம். 25 ஆண்டுகள் கழித்து நாவலை மீண்டும் படிக்கையில் இப்படித்தான் தோன்றுகிறது.

விளிம்பு நிலை மக்களின், ஒடுக்கப்பட்டவர்களின் வாழ்வைச் சொன்ன படைப்புகள் பல கோவேறு கழுதைகள் எழுதப்படுவதற்கு முன்பும் பின்பும் வந்திருக்கின்றன. தொண்ணூறுகளில் பெரும்

உத்வேகத்துடன் உருவாகிவந்த தலித் இலக்கியப் போக்கு இதுபோன்ற படைப்புகளைத் தந்திருக்கிறது. அதற்கு முன்பும் பலர் ஒடுக்கப்பட்டோரின் வாழ்வை எழுதியிருக்கிறார்கள். அத்தகைய எழுத்துகளிலிருந்து இமையத்தின் 'கோவேறு கழுதைகள்', எப்படி வேறுபடுகிறது?

விளிம்பு நிலை மக்கள், ஒடுக்கப்பட்டோர் வாழ்வைச் சொல்வதில் இரண்டு விதங்கள் உள்ளன. ஒன்று அவர்களை உள்ளிருந்து பார்க்கும் கோணத்தில் எழுதுவது. நேரடி அனுபவம், மிக நெருக்கமாக வாழ்ந்ததில் பெற்ற அனுபவத்தின் அடிப்படையில், வாழ்வைப் பதிவுசெய்வது. இன்னொன்று, வெளியிலிருந்து பார்த்து, தகவல்களைத் திரட்டி, தொகுத்து எழுதும் கோணம்.

இரண்டாவது கோணத்தில் ஒடுக்கப்பட்டோர் வாழ்வைச் சொன்ன பல படைப்புகள் தமிழில் வந்திருக்கின்றன. அவற்றில் பல குறிப்பிடத்தக்க படைப்புகளாகவும் உள்ளன. ஆனால், இத்தகைய கோணம் பெரும்பாலும் அந்த மக்களின் வாழ்வை ஊடுருவிச் செல்வதில்லை. சருமத்தையும் சதைக் கோளத்தையும் எலும்புக்கூட்டையும் தாண்டிக் குருதியில் நனைந்து ஆன்மாவைத் தொடுவதில்லை. உள்ளிருந்து பார்க்கும் கோணம் அதைச் சாத்தியப்படுத்துகிறது. அனுபவத்தின் அசல் தன்மை தரும் அனுகூலம் இது. இந்தக் கோணத்தையும் அது தரும் சாதகங்களையும் இமையம் போன்ற சிலரது எழுத்துகளில் மட்டும் காண்கிறோம். கோவேறு கழுதைகள் இதற்கான சிறந்த உதாரணம்.

'கோவேறு கழுதைகள்' நாவலில் வரும் ஆரோக்கியம், சவுரி, சகாயம், மேரி ஆகியோரை நாம் நேரில் கண்டு பழகிய உணர்வை நாவல் தருகிறது என்றால் அதற்குக் காரணம் இந்தக் கோணம்தான். காலனியும், காலனிக்கு ஒதுக்குப்புறத்தில் இருக்கும் சக்கிலியக் குடியும் பற வண்ணார் குடியும் நமக்கு இவ்வளவு உயிர்ப்புடன் அறிமுகமாவதற்குக் காரணம் இந்தக் கோணம்தான். கூன் விழுந்த முதுகில் அழுக்குத் துணி மூட்டையைச் சுமந்தபடி சவுரி நடந்து செல்லும் காட்சி நம் கண்ணெதிரில் நடப்பதாகத் தோற்றம் கொள்கிறது. "இந்த வண்ணாத்தி மவள மறந்துடாதிங்க சாமி" என்ற குரல் நம் காதில் ஒலிக்கிறது. ஊரென்றும் காலனியென்றும் அதற்கும் அப்பால் ஒதுக்கப்பட்டிருக்கும் வீடென்றும் பிரிந்து கிடக்கும் நமது வாழ்விடங்களின் காட்சிகள் அழிக்க முடியாதபடி மனதில் தங்கிவிடுகின்றன. காலனியில் சாவு விழும் போது என்னவெல்லாம் நடக்கும் என்பதைக் காட்டும் வாழ்வியல் சித்திரங்கள் சலனப் படம்போலக் கண் முன் நிழலாடுகின்றன. அவர்களுடைய மொழி, தொழில்கள், பழக்கவழக்கங்கள், உணவு முறைகள், உறவு முறைகள், வாழ்வின் ஒரு பகுதியாகிவிட்ட

சுரண்டல்கள், மாடுபோல மனிதர்கள் உழைக்கும் தொரப்பாடு, கையேந்திப் பெறும் ராச்சோறு என அந்த முழு வாழ்க்கையும் கண் முன் சுழல்கிறது.

நாவலைப் படிக்கும் பலருக்கு ஒருபோதும் அனுபவத்திற்கு வந்திராத இந்தச் சலனங்கள் வாழ்ந்து பெற்ற அனுபவங்களாக, நேரடியாகப் பார்த்தறிந்த உண்மைகளாகத் தோற்றம் கொள்கின்றன. இந்த மாயத்தை நிகழ்த்துவது இமையத்துக்கு வாய்த்த கோணம். இந்தக் கோணம்தான் ஒடுக்கப்பட்டோர் வாழ்வைச் சொல்வதில் மிக முக்கியமான வேறுபாட்டை ஏற்படுத்துகிறது. விளிம்பு நிலை வாழ்வின் இலக்கியப் பதிவுகளின் போக்கில் மாபெரும் உடைப்பை ஏற்படுத்துகிறது.

○

எல்லாப் படைப்புகளும் ஒரு விதத்தில் ஆவணங்கள்தாம். ஆனால், எல்லா ஆவணங்களும் படைப்புகள் அல்ல. ஒடுக்கப் பட்டோர் வாழ்வை அனுதாபத்தின் உந்துதலாலும் அரசியல் செயல்திட்டங்களுடனும் பதிவுசெய்த படைப்புகள் பல இருக்கின்றன. இத்தகைய படைப்புகளில் பெரும்பாலானவை ஆவணம் என்பதற்கு மேல் கலையாக உருப்பெறவில்லை. வாழ்வின் பதிவுகள் என்பது வேறு, வாழ்வின் படைப்பூக்கம் மிகுந்த பதிவு என்பது வேறு. இரண்டாவது வகையைச் சேர்ந்ததாக இருப்பதுதான் கோவேறு கழுதைகள் நாவலின் இலக்கிய மதிப்பைத் தீர்மானிக்கிறது.

கோணம் ஒருபுறம் இருக்க, பதிவின் படைப்பூக்கம் இதை முக்கியமான கலைப் படைப்பாக ஆக்குகிறது. ஒடுக்கப் பட்டோரின் வாழ்வைச் சொன்ன பல நாவல்கள் கலைப் படைப்பாக உருப்பெறவில்லை. எழுதுபவரின் அரசியல் பார்வை யதார்த்தத்தை வடிவமைக்கும் விபத்துக்குப் பெரும்பாலான படைப்புகள் ஆளாகியிருக்கின்றன. யதார்த்தத்தின் வீரியத்துக்கும் அதன் உண்மைத்தன்மைக்கும் முகம் கொடுக்காமல், அரசியல் நிலைப்பாடுகள் சார்ந்து யதார்த்தத்துக்கு வடிவம் கொடுக்கும் அணுகுமுறை யதார்த்தத்தைச் சிதைத்திருக்கிறது. எழுதுபவரின் விருப்பு, வெறுப்புகளைப் பொறுத்து வாழ்நிலைகள், யதார்த்தங் களின் நிறம் மாறுகிறது. பிரச்சினையைச் சொல்வதோடு, தீர்வையும் சொல்வதற்கான விழைவினால் வாழ்நிலைப் பதிவுகள் உருமாறுகின்றன. காப்பாற்றியாக வேண்டிய மதிப்பீடுகளும் சமூகத்தை மாற்றுவதற்கான உத்வேகமும் பல திருப்பங்களைத் திணிக்கின்றன. இதுபோன்ற பிறழ் புனைவு உத்திகளால் யதார்த்தம் சிதைக்கப்படுவதன் சாட்சியங்களாக நம் முன் பல நாவல்கள் உள்ளன.

நல்ல நோக்கத்துடன் எழுதப்பட்ட பல பிரதிகள் முன்முடிவுகளும் அரசியல் நிலைப்பாடுகளும் இணைந்து சொல்லும் அழகான பொய்களாக, அரை உண்மைகளாக நம் முன் உள்ளன. கலையம்சம் கூடாத, கலாபூர்வமான மெனெக்கெடல் இல்லாத நாவல்கள் என இவற்றைச் சொன்னாலும் அவற்றின் அடிப்படைப் பிரச்சினை, யதார்த்தத்துக்கும் அவற்றுக்கும் இடையே உள்ள பலவீனமான உறவுதான்.

வெளியிலிருந்து பார்க்கும் கோணமும் அரசியல் நிலைப்பாடுகள், நோக்கங்கள் சார்ந்த அணுகுமுறையும் சேர்ந்து யதார்த்தவாதக் கதை மரபையே கேலிக்குரியதாக்கிவிட்ட காலகட்டத்தில் யதார்த்தவாத எழுத்தின் வீரியத்தை உணர்த்திய நாவல் என்றும், தமிழ் யதார்த்தவாதக் கதை மரபுக்குப் புத்துயிர் அளித்த படைப்புகளில் ஒன்று என்றும் 'கோவேறு கழுதைகள்' –நாவலைச் சொல்லலாம்.

○

ஊரிலிருந்து ஒதுக்கிவைக்கப்பட்டுள்ள காலனிக்கும் அப்பால், காலனிவாசிகளாலும் ஒடுக்கப்படும் வண்ணார்களான ஆரோக்கியம், சவுரி தம்பதியினரின் வாழ்வின் சில பக்கங்கள்தான் 'கோவேறு கழுதைகள்' நாவலின் கதைக் களம். அவர்களுடைய அன்றாட வாழ்க்கையின் அசைவுகளை நாவலில் காணும்போது மனம் கசிகிறது. ஆனால், அவர்களுக்கு அது மிகவும் இயல்பாகி விட்ட அன்றாட வாழ்க்கை. காலனியில் ஒரு சாவு. அந்தச் சாவுக்கான சடங்குகளில் பெரும்பகுதி வேலைகளைச் செய்வது வண்ணார்களான சவுரியும் ஆரோக்கியமும். எல்லா வேலைகளையும் முடித்த பிறகு அவர்களுக்குக் கிடைக்கும் சம்பளமும் சோறும் அதிர்ச்சியூட்டும் அளவுக்குச் சொற்பமாக இருக்கின்றன. பணிவுக்குப் பேர்போன, அடங்கிப்போதலே வாழ்முறையாகக் கொண்ட ஆரோக்கியம் – சவுரி தம்பதியாலும் இதைத் தாங்கிக்கொள்ள முடியவில்லை. எதிர்ப்புக் குரல் எழுப்புகிறார்கள். அதற்கு எந்தப் பலனும் கிடைப்பதில்லை. அலட்சியமே அவர்கள் பெறும் எதிர்வினை. மனம் வெறுத்து வீடு திரும்புகிறார்கள். ஆனால், அடுத்த நாள் அதே தெருவில் அதே வீடுகளுக்குச் சென்று அழுக்குத் துணிகளை வாங்கி வந்து துவைக்கிறார்கள். இரவில் அதே வீடுகளுக்குப் போய் மிச்சம் மீதி உள்ள சோற்றை வாங்கிவந்து சாப்பிட்டுப் படுக்கிறார்கள். அவர்களுடைய கோபத்துக்கு எந்த மரியாதையும் கிடையாது. அவர்கள் கோபித்துக்கொண்டு எங்கேயும் போக முடியாது. அழுக்குத் துணியும் எச்சில் சோறும்தான் அவர்களுடைய அன்றாட வாழ்க்கை. இந்த வாழ்நிலைதான் அவர்களை

எல்லா நிலைகளிலும் அலட்சியப்படுத்துவதற்கான வாய்ப்பை அவர்களுக்கு மேலே உள்ள பிரிவினருக்கு வழங்குகிறது.

பதறவைக்கும் இந்த யதார்த்தம் அவர்களுக்கு இயல்பாகிப் போனதும், இதிலிருந்து தப்பிச் செல்ல வேண்டும் என்னும் உணர்வுகூட இல்லாத அளவுக்கு இந்த இயல்புத்தன்மை அவர்கள் வாழ்வாகவே மாறியிருப்பதுமான அவலம்தான் நாவலின் அடிநாதம். நவீனத்துவத்தின் நிழல்கூட அவர்கள் மீது படுவதில்லை. வளர்ச்சி, முன்னேற்றம், சமத்துவம், உரிமை என்பதெல்லாம் அவர்கள் கேள்விப்பட்டிராத சொற்கள். இரவு வயிறாரச் சாப்பிட்டுப் படுப்பது, அடுத்த நாள் காலையில் சாப்பிடுவதற்கு மிச்சம் இருப்பது, கூலியை உரிமையாக வாங்க முடியாமல்போவது, கையேந்திப் பெற்ற சொற்ப உணவு தானியங்களை நெருக்கடி காலங்களுக்காகச் சேமித்துவைப்பது, எப்போதாவது அந்தோணியார் கோவிலுக்குச் செல்வதற்கான செலவுக்குக் கையில் கொஞ்சம் ரொக்கம். இவைதான் அவர்களுடைய அதிகபட்ச லட்சியம். இந்த உலையிலிருந்து வெளியேற வேண்டும் என்று அடுத்த தலைமுறைக்குத் தோன்றுகிறது. அந்த எண்ணமே தவறு என்று எண்ணும் அளவுக்கு ஆரோக்கியத்தின் உளவியல் அடிமைச் சேவகத்தில் ஊறியிருக்கிறது. அடிமைத்தனத்தின் இழிவே இயல்பாகிப்போன வாழ்வை இதைவிடவும் வலுவாகச் சொன்ன தமிழ் நாவல் வேறு இல்லை.

❍

அவலமே யதார்த்தமான வாழ்விலும் இளைப்பாறல்களுக்கான வாய்ப்புகள் கிடைக்கத்தான் செய்கின்றன. காதல், காமம், பாசம், மண் மீதான ஒட்டுதல், இறையுணர்வு ஆகியவற்றின் வடிவில் இளைப்பறுதலின் தருணங்களும் நாவலில் இடம்பெறுகின்றன. அவலத்தின் மறுபக்கத்தைக் காட்டுவதற்கான ஆசிரியரின் மெனெக்கெடல் எதுவுமின்றி, உச்சி வெயில் தணிந்து மாலையில் மென் காற்றின் குளிர்ச்சி உடலைத் தழுவுவதுபோல இந்தச் சலனங்கள் இயல்பாக உருக்கொள்கின்றன. நாவலில் துருத்திக் கொண்டிருக்கும் சில அம்சங்களும் வாழ்நிலைப் பதிவுகள் சார்ந்த செயற்கையான இணைப்பாக அல்லாமல், கதை சொல்லும் திறனின் கச்சாத்தன்மையாகவே அடையாளப்படுத்தக்கூடியவையாக இருக்கின்றன. உதாரணமாக மேரி பாலியல் வல்லுறவுக்கு ஆளாக்கப்படுவதன் சித்திரிப்பு.

வாழ்வின் அவல யதார்த்தத்தைச் சொல்லும் இந்த நாவல், சூழலிலிருந்து விடுபட யத்தனிக்கும் திமிறலிலிருந்தே அடிமைச் சேவகத்துக்கான மாற்று பிறக்கும் என்பதையும், யதார்த்தத்தின்

வழி நின்று கோடி காட்டுகிறது. விடுதலை குறித்த கனவுகூட இல்லாத வாழ்வில் ஊறிய ஆரோக்கியம் – சவுரி இணையரின் அடுத்த தலைமுறையினர் விடுதலை பற்றி யோசிக்கவும் பெற்றோரை மீறி அதற்கான முயற்சிகளை முன்னெடுக்கவும் முனைகிறார்கள். சமூக அமைப்பினால் தங்கள் மீது சுமத்தப்பட்ட வாழ்க்கையை இயல்பானதாக எடுத்துக்கொள்ளத் தயாராக இல்லாத தலைமுறையின் உதயத்தைக் கோடி காட்டுவதோடு நாவல் முடிகிறது. ஆசிரியரின் விருப்பம் சார்ந்து யதார்த்தத்தைத் திரித்து இந்த மாற்றம் நாவலில் திணிக்கப்படவில்லை. காலமாற்றத்தின் இயல்பான பிரதிபலிப்பாகவே வெளிப்படுகிறது.

○

தாழ்த்தப்பட்ட மக்களிடையே இருக்கும் உள்முரண்களைப் பேசுவதன் மூலம் தாழ்த்தப்பட்டோருக்கு துரோகம் இழைத்து விட்டதாக நாவல் வெளியான சமயத்தில் விமர்சனம் எழுந்தது. அடிமைப் பறையனாக இருந்த அழகன், தனக்குக் கீழே இருக்கும் வண்ணார்களைக் கிட்டத்தட்ட அடிமைகளாகவேதான் நடத்து கிறான். அதில் அவனுக்கு எந்த உறுத்தலும் ஏற்படுவதில்லை. ஆண்டான் – அடிமை அமைப்பு சமூகத்தில் எல்லா மட்டங்களிலும் தனது இருப்பை நிலைநிறுத்திக்கொண்டிருப்பதை நாவலின் போக்கில் துல்லியமாக உணர முடிகிறது. இந்த அமைப்பு மனிதர்களின் நடத்தையைத் தீர்மானிக்கிறது. சுரண்டுவதையும் சுரண்டப்படுவதையும் இயல்பானதாக உணரவைக்கிறது. இந்த இயல்பாக்கமே இந்த அமைப்பு நீடித்திருப்பதற்கான எரிபொருள். இந்த இயல்பாக்கத்தைக் கேள்விக்கு உட்படுத்தாமல், இதைக் கலைத்துப்போடாமல் மாற்றம் சாத்தியமல்ல. இதில் யாரையும் தனியாகக் குற்றம்சாட்ட இயலாது.

சுரண்டலின் இயல்பு நாவலில் காட்டப்படுகிறது. வாழ்க்கை அதன் போக்கில் காட்சிப்படுத்தப்படுகிறது. வாசகரின் அனுபவப் பரப்பிற்குள் வந்துவிடும் இந்தச் சலனங்கள் வாசிப்பவரின் பிரக்ஞையில் கலந்துவிடுகின்றன. சமூக அடுக்குகளின் நிலை குறித்த பார்வைகளை விசாலப்படுத்துகின்றன. மனசாட்சியில் அதிர்வுகளை ஏற்படுத்துகின்றன. சுரண்டலின் வகைகளை முழக்கங்கள் இன்றி, உணர்ச்சிப் பிசுக்கு இன்றி, குறுக்கீடு இன்றிக் காட்சிப்படுத்தும் இந்தப் பதிவு தனக்கான பார்வையை உருவாக்கிக்கொள்ள வாசகரை அனுமதிக்கிறது.

சுரண்டலின் உள்முரண்களைப் பேச வேண்டுமா கூடாதா என்பது அரசியல் சார்ந்த கேள்வி. கலை சார்ந்த கேள்வி அல்ல. ஒரு படைப்பாளி தன் அனுபவத்துக்கு உட்பட்ட யதார்த்தத்தை, தனக்கு முக்கியம் எனப்படும் உண்மையை, தனக்கு வசப்பட்ட வாழ்க்கையை நேர்மையாகவும் கலைத்

திறனுக்கு ஏற்பவும் படைப்பாக்க வேண்டும். இதில் அரசியல் நிலைப்பாடோ, சமூக அதிகாரங்கள் சார்ந்த கணக்குகளோ, படிமக் கனவுகளோ குறுக்கே வரக் கூடாது. ஒரு எழுத்து கலாபூர்வமான படைப்பாக மாறுவதற்கான அடிப்படையான நிபந்தனை இதுதான். இந்த நிபந்தனையை இமையத்தின் 'கோவேறு கழுதைகள்' நாவல் முழுமையாக நிறைவேற்றியிருக்கிறது. நாவல் காட்டும் யதார்த்தத்தை ஜீரணிக்க இயலாதவர்களால் அதை மறுக்கவும் முடியவில்லை. இவர்கள்தாம் நாவல் தாழ்த்தப்பட்ட மக்களுக்குத் துரோகம் இழைத்துவிட்டதாகச் சொல்கிறார்கள். சாதிய அதிகாரம் சகல மட்டங்களிலும் ஊடுருவியிருப்பதன் விளைவாக உருவான முரண்களும் உள் முரண்களும் சமூகத்தின் எல்லா அடுக்குகளிலும் காணக் கிடைக்கும் என்பதே யதார்த்தம். இமையம் தன் அனுபவத்துக்கு வசப்பட்ட யதார்த்தத்தை எந்த அரசியல் நிலைப்பாட்டின் கறையும் படியாதவண்ணம் நேர்மையாக அணுகியிருக்கிறார். அந்த நேர்மைதான் இந்த நாவலைக் கலையம்சம் கூடியதாக ஆக்கியிருக்கிறது.

காலத்தின் பதிவு, யதார்த்தம் ஆகியவற்றைத் தாண்டி இந்த நாவல் அதன் பாத்திர வார்ப்புக்காக முக்கியமாகச் சொல்லப்பட வேண்டும். ஆரோக்கியத்தின் பாத்திரம் தமிழ் நாவல்களில் உருப்பெற்றுள்ள மறக்க முடியாத பாத்திரங்களில் ஒன்று. ஆரோக்கியம் என்னும் ஒற்றைப் பாத்திரத்தைப் புரிந்து கொள்வதினூடே இந்தச் சமூக அமைப்பின் குறுக்குவெட்டுத் தோற்றத்தை நாம் பார்த்துவிட முடியும். ஆரோக்கியத்தின் மன அமைப்பு, மதிப்பீடுகள், உறவுகளை அவள் பேணும் விதம், நிகழ்வுகளுக்கு எதிர்வினையாற்றும் விதம், துன்பங்களை எதிர்கொள்ளும் விதம் ஆகியவை காவிய நாயகியாக அவளை ஆக்குகின்றன. சூழல் தன் மீது எத்தனை ஆயுதங்களை எறிந்தாலும் அவள் மனதில் யார் மீதும் வெறுப்பு இல்லை. நாள் தவறாமல் கசப்பையே அவளுக்குத் தரும் வாழ்க்கையிடம் அவளுக்குச் சொல்ல அன்பான சொற்கள் இருக்கின்றன. மானுட இயல்பின் உன்னத நிலையாக இதைக் காணலாம். அடிமைத்தனத்தின் உச்சமாகவும் காணலாம். எப்படிப் பார்த்தாலும் ஆரோக்கியத்தை உங்களால் மறக்க முடியாது. அவளுடைய ஆளுமையின் ஒவ்வொரு பரிமாணமும் வாசகருக்குள் பல விதமான அதிர்வுகளை ஏற்படுத்த வல்லது.

ஆரோக்கியத்தின் வாழ்க்கை காவியங்களில் காணப்படும் பாத்திரங்களுக்கு நிகரான வாழ்க்கை. காவிய நாயகர்களின் ஆளுமைகளில் காணப்படும் நுட்பங்களும் சிக்கல்களும் ஊடுபாவுகளும் முரண்களும் ஆரோக்கியத்தின் ஆளுமையிலும்

காணப்படுகின்றன. சற்றும் மிகைப்படுத்தப்படாமலேயே, யதார்த்தச் சட்டகத்துக்குள்ளாகவே, இந்தக் காவியத் தன்மை உருப்பெறுகிறது. பல ஆண்டுகள் கழித்துப் பார்க்கும்போதும் ஆரோக்கியத்தின் இயல்பு நம்மை நெகிழவைக்கத் தவறுவதில்லை. கழிவிரக்கத்தைக் கோரும் நெகிழ்ச்சி அல்ல இது.

நாவலின் போக்கில் வெளிப்படும் பல சித்திரங்கள் வாசக மனத்தில் அழியாமல் பதிவாகின்றன. சாவுச் சடங்குகள், ராச்சோறுக்கான அன்றாடப் பயணம், தொரப்பாட்டில் செலுத்தப்படும் அபாரமான உழைப்பு, நாவலின் கடைசியில் ஆரோக்கியமும் அவள் குடும்பமும் மேற்கொள்ளும் பயணம் ஆகியவை காட்சி ஊடகத்துக்குரிய தன்மையுடன் உருப்பெறுகின்றன. இமையத்தின் கதையாடல் நாவலின் ஒவ்வொரு கட்டத்திலும் மானுட வாழ்வின் பக்கம் நிற்கிறது. கதையாடலின் மேற்பரப்பு அன்றாட வாழ்வின் படுதாவாக ஆடிக்கொண்டிருக்கையில் அடிப்பரப்பு, அன்றாடங்களைத் தாண்டிய தளங்களில் சஞ்சரிப்பது நாவலுக்குச் செவ்வியல் தன்மையைத் தந்துவிடுகிறது.

முன்முடிவுகளோ நிலைப்பாடுகளோ யதார்த்தத்தைச் சிதைக்க அனுமதிக்காத சித்திரிப்பு, மனிதர்களையும் சம்பவங்களையும் நிலப்பரப்பையும் முன்வைப்பதில் கூடும் துல்லியம், அனுபவங்களுக்கு நேர்மையாக இருக்கும் தன்மை, கலையம்சத்தையோ ஆழத்தையோ கூட்டுவதற்காக எதையும் வலிந்து திணிக்காத போக்கு, வெளிப்படும் வாழ்வின் சலனங் களினூடே ஆசிரியரின் குறுக்கீடற்ற தன்மை ஆகியவை இந்த நாவலுக்குத் தமிழ் நாவல்களில் முக்கிய இடத்தைப் பெற்றுத்தருகின்றன. இந்தத் தன்மைகளே 25 ஆண்டுகள் கழிந்த பிறகும் இந்த நாவலின் முக்கியத்துவத்தை உறுதிப்படுத்துகின்றன. பிரதியின் முக்கியத்துவத்தை உணர்ந்து ஒரு படைப்பாளியின் முதல் நாவலைச் சிறப்பான முறையில் வெளியிட்ட க்ரியா பதிப்பகத்தின் பங்களிப்பும் இங்கு நினைவுகூரத்தக்கது.

‘கோவேறு கழுதைகள்’ நாவலுக்குப் பிறகு, உள்ளிருந்து பார்க்கும் கோணத்திலும் கலாபூர்வமான தன்மையுடனும் விளிம்பு நிலை சார்ந்த நாவல்கள் வந்திருக்கின்றன. ஆனால், ஆவணம் என்னும் தளத்தைத் தாண்டிய இலக்கியம் சார்ந்த வாழ்க்கைப் பதிவு என்ற முறையிலும், நுட்பங்களும் எண்ணற்ற ஊடுபாவுகளும் நிறைந்த கலாபூர்வமான பிரதி என்ற முறையிலும் கோவேறு கழுதைகள் இன்றளவிலும் தனித்து நிற்கிறது.

தடம், **டிசம்பர் 2018.**

23

கதவுகளைத் திறக்கும் கதைகள்

சிந்தனைகளிலிருந்தோ, கொள்கை, கோட்பாடு களிலிருந்தோ உருவாகுபவை அல்ல இமையத்தின் கதைகள். வாழ்விலிருந்து மட்டுமே உருவாகுபவை. அதனாலேயே நிஜத்தின் அசாத்தியமான வலுவைக் கொண்டிருப்பவை.

'நன்மாறன் கோட்டைக் கதை' என்னும் தொகுப்பில் உள்ள ஒன்பது கதைகளும் ஒன்பது தனிக் கட்டுரைகளைக் கோருபவை. அந்த அளவுக்கு அடர்த்தியும் நுட்பமும் ஆழமும் கொண்டவை. யதார்த்தத்தின் வலு இக்கதைகளின் விவரணை களிலும் வார்ப்புகளிலும் தேர்ந்த உரையாடல்களிலும் தன் இருப்பை வெளிப்படுத்திக்கொள்கிறது. இமையத்தின் கலையுணர்வு இந்த யதார்த்தங்களை மறக்க முடியாத படைப்புகளாக மாற்றுகிறது.

இமையம் காட்டும் யதார்த்தம் பன்முகம் கொண்டது. சாதி உணர்வு, பெண்களின் நிலை, அரசியல் கட்சிகளின் இன்றைய போக்குகள், வாழ்க்கை மாற்றங்கள், பல்வேறு வாழ்நிலைகள், உணர்ச்சிச் சுழிப்புகள், உணர்வுச் சிக்கல்கள், உறவின் தத்தளிப்புகள், வெவ்வேறு தருணங்களுக்கு மனித மனங்கள் ஆற்றும் எதிர்வினைகள், மாறுபட்ட எதிர்வினைகளுக்கான காரணங்கள் எனப் பல்வேறு தளங்களைத் தன்னுள் கொண்டது இமையத்தின் புனைவுலகம். ஒவ்வொரு கதையும் நம் பிரக்ஞையின் தளத்தில் புதிய வாசலைத் திறக்கக்கூடியது. புதிய

நிதரிசனங்கள், புதிய கோணங்கள், துல்லியமான சித்தரிப்புகள், சொல்லாமல் உணர்த்தப்படும் உண்மைகள் ஆகியவை மூலம் இந்தத் திறப்புகள் சாத்தியமாகின்றன.

இமையம் காட்டும் மனிதர்களில் சிலரை நாம் பார்த்திருப் போம். சிலரைப் பார்த்திருக்க மாட்டோம். இவர்களைப் பற்றி இமையம் எதுவுமே சொல்வதில்லை. அவர்களுடைய செயல்பாடுகளையும் பேச்சுக்களையும் நம் முன்வைக்கிறார். அவர்கள் நமக்கு மிகவும் தெரிந்தவர்களாக மாறிவிடுகிறார்கள். இமையத்தின் படைப்பாற்றலுக்கு இதுவே ஒரு சான்று.

யாரைப் பற்றியும் எந்த முடிவையும் இமையம் முன்வைப்ப தில்லை. கீழ்ச்சாதிப் பிணத்தைத் தூக்கிச் செல்ல நேர்ந்ததை ஆகப் பெரிய அவமானமாகக் கருதும் காவலர், எத்தனையோ கசப்புகளை மீறிக் கட்சியின் மீது அசைக்க முடியாத விசுவாசம் கொண்ட பெரியவர், தன் கணவனைப் பழிவாங்குவதற்காகத் தன் மீதே களங்கத்தின் சுமையை ஏற்றிக்கொள்ளும் பெண், பருவம் கடந்த வயதிலும் காதலுக்காகத் தன்னை ஒப்புக்கொடுக்கும் பெண், சாதி வெறிக்குத் தன் கனவனைப் பலி கொடுத்த பெண், கட்சி எல்லைகளைத் தாண்டிய சாதி விசுவாசம் கொண்ட கட்சிக்காரர்கள் ஆகியோரை நாம் இக்கதைகளில் நேரடியாகச் சந்திக்கலாம். இவர்களை நமக்கு நெருக்கமாக ஆக்கிவிட்டு இமையம் ஒதுங்கிக்கொள்கிறார். முன்முடிவுகள், தீர்ப்புகள் ஆகியவற்றின் சுமைகள் அற்ற இந்த மனிதர்களைப் பாத்திரங்கள் என்று சொல்வதற்குக்கூடத் தயக்கமாக இருக்கிறது.

வாழ்நிலைகளை, வாழ்வின் சலனங்களைச் சித்திரிக்கும் பிராது மனு, ஆலடி பஸ் ஆகிய கதைகளிலும் இதே தன்மையைக் காண முடியும். ஆசிரியக் குறுக்கீடுகளோ அடையாளங்களோ அற்ற இத்தகைய சித்திரிப்புதான் இக்கதைகளைக் கலைப் படைப்புகளாக ஆக்குகின்றன.

சமூக யதார்த்தங்கள், வாழ்நிலைகள், உறவுகள், வாழ்வின் சலனங்கள், உளவியல் கூறுகள் ஆகியவை இக்கதைகளின் அடிச்சரடுகள். சாதி ஆணவம், சாதி வெறி, சாதியால் ஏற்படும் அவமானம் ஆகியவற்றை உணர்ச்சிப் பிசுக்கு இன்றிக் காட்டுகிறார் இமையம். வாழ்வின் சிக்கலான தருணங்களை எதிர்கொள்வதில் ஆணுக்கும் பெண்ணுக்கும் இடையில் உள்ள வித்தியாசங்களைப் புரியவைக்கிறார். பெண் மனம் வெளிப்படும் விதம் அற்புதமாக உள்ளது. பொது வெளிகளில் ஏற்பட்டுவரும் மாற்றங்களும் அழுத்தம் மிகுந்த சமகாலச் சூழலும் தத்ரூபமாக வெளிப்படுகின்றன.

‘நன்மாறன் கோட்டைக் கதை’, ‘நம்மாளு’, ‘போலீசு’ ஆகிய கதைகள் சாதியுணர்வின் இன்றைய முகத்தை மிகத் துல்லியமாகக் காட்டுகின்றன. ‘கட்சிக்காரன் கதை’ இன்றைய அரசியலின் நிஜ முகத்தை உணர்த்துகிறது. அரை நூற்றாண்டுக்கும் மேற்பட்ட திராவிட இயக்க அரசியல் வென்றெடுத்த அம்சங்கள் பல இருந்தாலும் அவை பரிதாபகரமாகத் தோற்ற இரண்டு புள்ளிகளை (சாதி அபிமானம், பொருளுக்கான பேராசை) இக்கதைகள் பதைக்கவைக்கும் விதத்தில் அடையாளம் காட்டுகின்றன. இந்தத் தோல்விகளுக்குப் பின்னால் உள்ள யதார்த்தங்கள் நம் மனசாட்சியை உலுக்குகின்றன.

சமகால வாழ்வின் கலாபூர்வமான பதிவுகளான இக்கதைகள் வாசகருக்கும் சமகால யதார்த்தங்களுக்கும் இடையிலான திரை களை விலக்கிக் காட்டுகின்றன. இந்த தரிசனங்கள் நம் சூழலைப் பற்றி மட்டுமின்றி நம்மைப் பற்றியும் நமக்கு மேலதிகமாக உணர்த்துகின்றன. இதுவே இந்தக் கதைகளின் சிறப்பு.

***புதிய தலைமுறை*, பிப்ரவரி 2019.**

24

தீவிர இலக்கிய உலகின் அரசியல் அற்ற அரசியல்

மானுடச் செயல்பாடுகளில் அரசியல் இல்லாதது எதுவுமே இல்லை என்று சொல்லப்படுவதுண்டு. நேரடியான கட்சி அரசியல் ஈடுபாட்டில் தொடங்கி, விருப்பங்கள், அதிருப்தி, வெறுப்புகள், நம்பிக்கைகள், ஒவ்வாமைகள், ரசனைகள், தேர்வுகள், வாழ்க்கை முறைகள், அன்பு, காமம், பல விதமான பண்பாட்டுக் கூறுகள் என மனித வாழ்வின் சகல அம்சங்களிலும் நேரடியாகவோ அல்லது மறைமுகமாகவோ அரசியல் இருக்கிறது என்பது இன்று பொதுவாக உணரப்பட்டு, ஏற்றுக்கொள்ளப்பட்ட ஒரு கருத்து. பாலினத் தேர்வு முதல் இந்தக் கட்டுரை கையால் எழுதப்படுகிறதா அல்லது கணினியில் தட்டச்சு செய்யப்படுகிறதா என்பதுவரை எல்லாமே அரசியல் தான்.

நவீன தமிழ் இலக்கிய முன்னோடிகள் பலரைப் பற்றி முன்வைக்கப்படும் ஒரு விமர்சனத்தை (குற்றச்சாட்டு என்றும் சொல்லலாம்) இந்தப் பின்னணியில் ஆராய வேண்டியிருக்கிறது. அவர் களில் பலர் சமகால அரசியல் பிரக்ஞையைத் தம் படைப்புகளில் வெளிப்படுத்தியதில்லை என்பது தான் அந்த விமர்சனம். உதாரணமாக, இந்திய சுதந்திரப் போராட்டம் நடைபெற்றுக்கொண்டிருந்த போது, எழுதிக்கொண்டிருந்த புதுமைப்பித்தன், க.நா. சுப்பிரமணியன், ந. பிச்சமூர்த்தி முதலான படைப்பாளிகள் சுதந்திரப் போராட்டத்தைப் பற்றியோ, காலனி ஆதிக்கம் பற்றியோ எழுதியதில்லை

என்னும் அடிப்படையில் அவர்கள் விமர்சிக்கப்படுவதுண்டு. மக்களுக்காகவே எழுதுவதாகச் சொல்லிக்கொள்ளும் எழுத்தாளர்கள் சிலர், சமகால அரசியல் போக்குகளினின்றும் தங்களைத் துண்டித்துக்கொண்ட மேட்டுக்குடித்தனமாகவே இதை விமர்சிக்கிறார்கள். அரசியல் என்பது நேரடி அரசியலாக இருக்க வேண்டியதில்லை என்னும் புரிந்துணர்வு சூழலின் பரவலாக நிலைபெற்ற பின்பும் இந்த விமர்சனம் அவ்வப்போது முன்வைக்கப்படுவதைக் காண முடிகிறது.

தம்முடைய கலையை நேரடி அரசியலைப் பற்றி வெளிப்படையாக எழுதுவதற்குப் பயன்படுத்துவதில்லை என்னும் நவீன தமிழ் இலக்கிய முன்னோடிகளின் நிலைப்பாடு மிக முக்கியமான அரசியல் நிலைப்பாடு. கலை என்பது என்ன என்பதை வரையறுக்கவும், விவாதிக்கவுமான அடிப்படைகளை உருவாக்கிய நிலைப்பாடுதான் இது. அரசியல் நிகழ்வுகளையும், சமூகச் சிக்கல்களையும் கதைக் கருவாகப் பயன்படுத்திக் கொள்ளும் போக்கினின்று விலகி நின்ற இவர்கள் இதே விஷயங்களை அவற்றின் ஊற்றுக்கண்கள் சார்ந்து ஆழமாகவும் நுட்பமாகவும் கையாளத் தலைப்பட்டனர். நிகழ்வுகளின் நேரடிப் பிரதிபலிப்பிலிருந்து விலகியதாகக் கலை இருக்க வேண்டும் என்னும் பார்வை இதில் அழுத்தமாக வெளிப்பட்டது. நேரடிப் பிரதிபலிப்பு என்பது கலையின் முக்கியமான கடமை என்னும் அரசியல் பார்வைக்கு நேர் எதிரான பார்வைதான் இது.

இந்தப் பார்வை கலையை அரசியலிலிருந்து விலக்கவில்லை. அரசியலை நேரடியாகப் பிரதிபலிப்பது கலையின் வேலை அல்ல என்று சொன்னது. பிரச்சாரம், போதனை ஆகியவை கலையின் வேலை அல்ல என்று சொன்னது.

இங்கே அரசியல் என்பதைச் சமூகப் பிரச்சினைகளை உள்ளடக்கிய சமகாலப் பொதுவெளி விவகாரங்கள் என்பதாகப் புரிந்துகொள்ள வேண்டும். இந்தப் பொருளில் பார்க்கும்போது புதுமைப்பித்தன் முதலானவர்கள் தம் படைப்புகளில் அரசியலைக் கையாண்டிருக்கிறார்கள். சில சமயம் நேரடியாகவும் கையாண் டிருக்கிறார்கள். ஆனால், அன்றாட அரசியலை நேரடியாகப் பிரதிபலிக்கும் வேலைக்குத் தங்கள் கலையை அவர்கள் பயன்படுத்தவில்லை. அந்த வகையில் கலையின் பணி என்பது குறித்து வரையறுக்கும் அரசியலையும் அவர்கள் செவ்வனே செய்திருக்கிறார்கள்.

அன்றாட நிகழ்வுகளைக் கண்ணாடி போலப் பிரதிபலிக்கும் தட்டையான பிரதிகளுக்கும், உள்ளார்ந்த நீரோட்டமாக அவற்றைப் படைப்புகளில் உள்வாங்கிப் பல திசைகளிலும்

அதைப் பாயவிடும் பன்முகத்தன்மை கொண்ட பிரதிகளுக்குமான வேறுபாட்டைப் புரிந்துகொள்ள இந்த வரையறை உதவும். கலைக்கும் பிரச்சாரத்துக்குமான வேறுபாடு என்று சுருக்கமாக இதைச் சொல்லலாம். இந்த வரையறை தர்க்க ரீதியான விவாதங் களின் மூலமாக நிறுவப்பட்டதைக் காட்டிலும் வலுவான படைப்புகள் மூலமே பெரிதும் நிறுவப்பட்டது என்பதையும் இங்கு குறிப்பிட வேண்டும்.

கொடுமைக்கார முதலாளி, நன்மைகளின் வடிவமாய் ஏழைத் தொழிலாளி, வெள்ளந்தியான கிராமத்து மனிதர்கள், லட்சிய உணர்வுகொண்ட நேர்மையான இளைஞன், அறவழி நின்று அவனைக் காதலிக்கும் இளம் பெண், சுயநல அரசியல்வாதிகள், ஒட்டுண்ணிகள், அயோக்கியத் தரகர்கள், அப்பாவிகள், அயோக்கியர்கள், கூலிப் பிரச்சினை, குடிநீர்ப் பிரச்சினை எனத் தெளிவாக வரையறுக்கப்பட்ட வகைமாதிரிப் பாத்திரங்களும், நிகழ்வுகளும் தமிழ்ப் புனைவுப் பரப்பில் கொட்டிக் கிடக்கின்றன. இவை எல்லாமே 'அரசியல்' கதைகளாகப் பொதுப்புத்தியில் பதிவாகியிருக்கின்றன. இத்தகைய மனிதர்களும், யதார்த்தங்களும் கலாப்பூர்வமாகப் பிரதிபலிக்கப்படும் படைப்புகள் அரசியல் அற்ற படைப்புகளாகக் கருதப்படுகின்றன.

புதுமைப்பித்தன் முதலானவர்களும், அவர்களுக்குப் பின் வந்த அசோகமித்திரன், சுந்தர ராமசாமி, ஜெயகாந்தன் முதலானவர்களும் நேரடி அரசியலை அவ்வளவாகப் பிரதிபலிக்க வில்லை. தேசியம், திராவிடம், தமிழ் அடையாளம், மொழி, சாதி, வர்க்கம், சமயம், பெண்களின் நிலை எனப் பல்வேறு கூறுகளைச் சார்ந்து இந்திய / தமிழ்ப் பொதுவெளி அதிர்ந்துகொண்டிருந்த காலம் அது (இன்றும் அதன் அதிர்வுகள் தொடர்கின்றன என்பது வேறு விஷயம்). எனினும், இவர்கள் அவற்றை நேரடியாகத் தம் படைப்புகளுக்குள் கொண்டுவரவில்லை. கொண்டுவந்த சில சந்தர்ப்பங்களிலும் அரசியல் களத்து எதிரொலிகளைப் போல அல்லாமல் நுட்பமாகவும் ஆழமாகவும் கையாண்டனர். இன, மொழி, சாதி, வர்க்கப் பிரச்சினைகளை அவர்கள் நேரடியாகக் கையாளாத போதிலும் அவர்களது கதைக் களங்களும் கதை மாந்தர்களும் இந்த மண்ணில் காலூன்றி நின்றவை என்பதால் இவற்றின் மூலம் இந்தப் பிரச்சினைகள் வெளிப்படவே செய்தன. படைப்பாளியின் வலிந்த முயற்சி இன்றி இயல்பாக அவை வெளிப்பட்டன.

புதுமைப்பித்தனின் சுப்பையா பிள்ளைகளும் முருகதாசர்களும் வாழ்ந்த விதத்தைச் சற்று நெருக்கமாக நோக்கும்போது அந்தக் காலகட்டத்தின் பல கூறுகளை நாம் உணர்கிறோம். கூலிப்

பிரச்சினை, வள ஆதாரங்களின் பங்கீடு, தொழிலாளர் – முதலாளி உறவு முறை, சாதியப் படிநிலைகள் ஆகியவை கோஷங்களாகவோ, நிகழ்வுகளாகவோ வெளிப்படாமல் அந்த மனிதர்கள், அவர்களது சூழல்கள், வாழ்நிலைகள், உணர்வுகள் ஆகியவற்றின் மூலம் அந்தக் காலத்தின் சமூக யதார்த்தக் கூறுகளை நாம் புரிந்துகொள்கிறோம். சரசுவின் கதையைப் பார்க்கும்போதும், (சுப்பையா) பிள்ளைகளின் மனைவியரைக் காணும்போதும், அகலிகையின் குரலிலும் பெண் நிலையின் பிரதிபலிப்புகள் அழுத்தமாக வெளிப்படுகின்றன. வறுமை ஒரு பாத்திரமாக மாறி நம் முகத்தில் மோதுவதில்லை. பாத்திரங்களின் வாழ்முறைகளினூடே அது வெளிப்பட்டு நம் மனசாட்சியைத் தொடுகிறது. போலித்தனங்களும் மனிதாபிமானமும் செயற்கை யாக அழுத்தம் பெறுவதில்லை. நாமே நேரடியாக அனுபவிப்பது போல அவை இயல்பாக வெளிப்படுகின்றன. தத்துவ விசாரங் களும் கலகக் குரலும் துருத்திக்கொண்டு ஒலிப்பதில்லை. அனுபவப் பரப்பின் அதிர்வுகளாய் அவை கதா வீணையில் மீட்டப்படுகின்றன. இவற்றைத் தாண்டி நவீனத்துவ வாழ்வை எதிர்கொள்வதில் உள்ள சிக்கல்கள், பழமைக்கும் புதியதற்கும் இடையிலான போராட்டங்கள், மானுட வாழ்வின் உன்னதங்கள், போலித்தனங்கள், சல்லித்தனங்கள், பிழைப்புவாதங்கள், சுரண்டல்கள் ஆகியவையும் பல்வேறு வடிவங்களில் இயல்பாகத் தம்மை வெளிப்படுத்திக்கொள்கின்றன.

சமகால வாழ்வின் பெரும்பாலான கூறுகளின் மீதான கடுமையான அதிருப்தியையும், கூர்மையான விமர்சனத்தையும் புதுமைப்பித்தனில் நாம் காண முடிகிறது. இந்த அதிருப்தியும், விமர்சனமும்தான் புதுமைப்பித்தனின் அரசியல். பொதுவெளியின் அனைத்து அம்சங்கள் மீதான அவநம்பிக்கை, போலித்தனங்கள் மீதான கசப்பு, உள் முரண்பாடுகளை ஒதுக்கிவிட்டுப் பொதுக் குரலுடன் இணைந்துகொள்ள மறுக்கும் பிடிவாதம், தத்துவ விசாரம் மேற்கொள்ளும்போதே கோட்பாடுகளின் மீதும் உபதேசங் களின் மீதும் கொள்ளும் ஆழ்ந்த ஐயம், நடைமுறை வாழ்வின் மீது இருக்கும் பிடிப்பு, சடங்குகள் மீதான சலிப்பும் பரிகாசமும் எனப் பல்வேறாக வெளிப்படுகிறது புதுமைப்பித்தனின் அரசியல். அது சாதாரண நிலையில் அல்லாத வலுவான அரசியல் எனவும் வாசிக்கத் தெரிந்தவர்களால் உணர முடியும்.

புதுமைப்பித்தனின் அரசியலைப் புரிந்துகொண்டால் பெரும்பாலான நவீனத் தமிழ் இலக்கியவாதிகளின் ஆக்கங்களில் இருக்கும் அரசியலைப் புரிந்துகொள்வது எளிதாக இருக்கும். அவருடைய சமகாலத்தவராகிய க.நா.சு.வின் எழுத்துகளைப்

பார்க்கையில் நவீன அரசியல் வெளிப்பாட்டின் வேறொரு பரிமாணம் வெளிப்படுவதை உணரலாம். க.நா.சு.விடம் சமகால அரசியல் அவருடைய பார்வைக்கேற்ப வேறு வகையில் வெளிப் படுகிறது. சமகாலப் பொதுவெளியின் மீது அவருக்கும் பெரிதாக நம்பிக்கை இல்லை. விமர்சனம் இருக்கிறது. அதிருப்தி இருக்கிறது. ஆனால் புதுமைப்பித்தனுக்கு இருக்கும் கசப்பும் நிராகரிப்பும் இவரிடம் இல்லை. வேதாந்தியின் மனநிலையோடு உலகை அணுகும் தத்துவவாதியின் பிரதிபலிப்பாக இவரது படைப்புகள் அமைகின்றன.

மொழியிலும், கதைப் போக்கிலும் காணப்படும் நிதானமே க.நா.சு.வின் அணுகுமுறையை உணர்த்துகின்றன. மகிழ்ச்சியோ, துயரமோ அற்ற கடைவாய்ப் புன்சிரிப்பும், உடனடி எதிர்வினை யில் நம்பிக்கையற்ற நிதானமும் சமகால வாழ்வின் கூறுகள் குறித்த க.நா.சு.வின் எதிரொலிகள் என்று சொல்லலாம். ஒவ்வொரு பிரச்சினைக்கும் ஒவ்வொரு தீர்வு அல்லது எல்லாப் பிரச்சினைகளுக்கும் ஒரே தீர்வு என்ற தெளிவான, தட்டையான வரையறைகளைக் கண்டு புன்முறுவல் பூக்கும் அமைதிதான் க.நா.சு.வின் அரசியல். ஒருவிதத்தில் இதை இருபதாம் நூற்றாண் டின் வேதாந்தியின் அரசியல் என்று சொல்லலாம்.

பு.பி., க.நா.சு. ஆகியோரின் சமகாலத்தவரான கு.ப. ராஜ கோபாலனின் படைப்புலகில் வெளிப்படும் அரசியல் வேறொரு பரிமாணத்தைக் காட்டுகிறது. இவரது புனைவுலகில் புற உலகம் பெருமளவில் பின்புலமாக மாறி, மன அரங்கம் மையமாகிறது. உறவு நிலைகள், உறவின் சிக்கல்கள், உளவியல் கூறுகள், மாறிவரும் காலத்தில் முளைவிடும் முரண்களின் தனிமனித வெளிப்பாடுகள் என்பவையாக கு.ப.ரா.வின் உலகம் விரிகிறது. இவரும் தேசியம், திராவிடம், பெண் உரிமை, சாதி, வர்க்கம் முதலானவற்றை நேரடியாகப் பேசவில்லை. ஆனால், இந்தக் கூறுகளின் வெளிப்பாடுகள் கதைப் போக்குகளினூடே காணக் கிடைக்கின்றன. வரலாற்று மாந்தர்களை வைத்து இவர் எழுதிய கதைகளில் அதிகார வேட்கைகளும், பாலியல் கூறுகளும், சமய முரண்களும் வெளிப்பட்டாலும் அவையும் உளவியல் கூறுகளையே பெரும்பாலும் மையம் கொண்டுள்ளன.

புதுமைப்பித்தன், கு.ப.ரா., க.நா.சு. ஆகிய இம்மூவரின் இந்தப் போக்குகளை நவீனத் தமிழ் இலக்கியத்தின் ஆதாரமான போக்குகளாக, அதன் பயணத்தைத் தீர்மானித்த போக்குகளாகக் கொள்ளலாம். இவர்களுக்குப் பிறகு வந்த எழுத்தாளர்களில் பெரும்பாலானவர்கள் இந்த மூன்று போக்குகளை –

அவநம்பிக்கையும் விமர்சனமும், வேதாந்தியின் பார்வை, உறவுகளும் உளவியலும் – பிரதிபலித்து அவற்றைத் தங்கள் பாணியில் முன்னெடுத்துச் சென்றார்கள்.

சுந்தர ராமசாமி, கு.அழகிரிசாமி, ஜெயகாந்தன் முதலானோரிடம் புதுமைப்பித்தனின் தாக்கம் அதிகம். அசோகமித்திரன், சார்வாகன் முதலானோரிடம் க.நா.சு.வின் தாக்கம் அதிகம். தி. ஜானகிராமன், வண்ணதாசன் முதலானோரிடம் கு.ப.ராவின் தாக்கம் அதிகம்.

இங்கே 'அதிகம்' என்னும் சொல் முக்கியமானது. யாரும் யாருக்கும் நேரடி வாரிசோ, யாருடைய நீட்சியோ (மட்டும்) அல்ல. இவர்களுடைய பொதுவான போக்கு அதை அடியொற்றியதாக இருந்தது என்பதை அடையாளம் காண இந்த ஒப்பீடு பயன்படலாம். புதுமைப்பித்தனின் தொடர்ச்சியாகக் கருதத்தக்க சுந்தர ராமசாமியிடமிருந்தோ அல்லது ஜெயகாந்தனிடமிருந்தோ புதுமைப்பித்தனுக்குத் தொடர்பில்லாத சில படைப்புகளை எடுத்துக் காட்டிவிட முடியும். 'தாமரை இலை மீது ததும்பும் நீர்' போன்ற தன்மையில் சமகால வாழ்வைப் பிரதிபலிக்கும் அசோகமித்திரனிடம் க.நா.சு.வின் வேதாந்த விலகலை அழுத்தமாகக் காண முடியும். இந்தப் போக்கினின்று விலகும் படைப்புகளைக் காண முடியும். கு.ப.ரா.வின் பாதையில் பயணித்த ஜானகிராமனுக்கும் இது பொருந்தும்.

இவர்கள் உள்ளிட்ட நவீனத் தமிழ் இலக்கியத்தின் முக்கியமான படைப்பாளிகள் அனைவரும் தமது முன்னோடிகளின் பாணியிலேயே அரசியலை அணுகியிருக்கிறார்கள். அதாவது, நேரடியாக அரசியலைப் பிரதிபலிக்காமல் உள்ளார்ந்த நிலையில் அதன் போக்குகளைக் கையாள்கிறார்கள். கதைப் பொருள்களுக்கான இவர்களது தேர்வுகளும், பிரச்சினைகளை அணுகும் விதமும், அரசியல் கோஷங்களின் தளத்திலிருந்தும், ஆயத்தத் தீர்வுகளிலிருந்தும் தெளிவாக விலகி நிற்பவை. இந்தத் தளத்தையும், இந்தத் தீர்வுகளையும் அமைதியாக நிராகரிப்பதே இவர்களுடைய அரசியல் என்று சொல்லலாம்.

யதார்த்தத்தின் சிக்கல்களையும், முரண்களையும் அவற்றின் ஊற்றுக்கண்களை நோக்கி நகர்த்திச் செல்லும் அரசியலை இவர்கள் முன்வைக்கின்றனர். கோஷங்களையும், எளிய தீர்வுகளையும் நம்ப மறுக்கும் அரசியலை முன்வைக்கின்றனர். பொதுப் பிரச்சினைகள் எனக் கருதப்படுபவற்றுக்கு இணையாகத் தனிமனித அகச் சிக்கல்களுக்கும் முக்கியத்துவம் உண்டு என்பதைக் காட்டி அரசியல் அடிப்படைகளைக் கேள்விக்குட்படுத்துகின்றனர். கூலிப் பிரச்சினை, சுரண்டல்கள், ஏற்றத்தாழ்வுகள், லஞ்ச ஊழல்

ஆகியவற்றைப் போலவே உளவியல் சிக்கல்களும் கலாபூர்வமான தத்தளிப்புகளும், உறவு முரண்களும் முக்கியமானவை என்று பொதுவெளி அரசியலில் பேசப்படாதவற்றைப் பேசும் அரசியலை முன்னெடுக்கிறார்கள். வறுமையைப் பற்றிப் பேசும்போது சூத்திரங்களின் எல்லைகளுக்குள் நின்று பேசுவதில்லை. பெண் உரிமை, பெண் வாழ்வு என்பவற்றை மேலோட்டமான புரிதல்களி லிருந்து விடுவிக்கின்றன இவர்களுடைய சித்திரிப்புகள்.

ஜெயகாந்தன் போன்ற சிலர் தமது சில படைப்புகளில் நேரடி அரசியலைத் தொட்டாலும், வகைமாதிரி பிம்பங்களைச் சில சமயம் பிரதிபலித்தாலும் பொதுவெளி அரசியலின் சூத்திரங் களுக்குட்பட்டு அதைச் செய்வதில்லை. இவ்வாறாக, நவீனத் தமிழ் இலக்கியவாதிகள் (மேலோட்டமான) அரசியலற்ற அரசியலை ஆழமாகப் பேசுகிறார்கள்.

புதுமைப்பித்தன் காலத்துக்குப் பின் வந்த தீவிரத் தமிழிலக்கிய ஆளுமைகளின் புனைவுகளில் வெளிப்படும் அரசியல் குறித்த ஒரு சில உதாரணங்களைக் கூறி இந்தக் கட்டுரையை முடிக்கலாம்.

இந்தியப் பிரிவினையின் போது ஹைதராபாத்தில் நிலவிய மத வெறுப்பின் பின்னணியில் எழுதப்பட்ட அசோகமித்திரனின் '18வது அட்சக் கோ'ட்டில் 38 இடத்தில்கூட உணர்ச்சிவசப்படும் தன்மையையோ, பொதுவெளி அரசியலின் தேய்வழக்குச் சொல்லாடல்கலையோ பார்க்க முடியாது. ஆனால், அத்தகைய தன்மைகளைக் கொண்ட 'அரசியல்' கதையாடல்களைக் காட்டிலும் பல மடங்கு வலுவாக அது மானுட அறம் பற்றியும், மத நல்லிணக்கம் பற்றியும் நமக்கு உணர்த்திவிடுகிறது. தனி மனித வாழ்வினூடே சமூக யதார்த்தங்களைத் துல்லியமாக உணர்த்திவிடுகிறது. தண்ணீர்ப் பிரச்சினை, வறுமை, வஞ்சனை, துரோகம் முதலானவற்றைக் கையாளும் கதைகளிலும் இதே கூறுகளை அசோகமித்திரனிடம் காண முடியும்.

அசோகமித்திரனின் நாவல்கள் பெரும்பாலும் குறிப்பிட்ட பின்புலம், காலகட்டம், அல்லது பிரச்சினையை மையப் படுத்துபவை. அவரது சிறுகதைகள் பெரும்பாலும் அன்றாட வாழ்வின் மிகச் சாதாரணமான சலனங்களை மையமாகக் கொண்டவை. சாதாரணத் தருணங்களை அசாதாரணமாகக் கலை ஆக்கங்களாக மாற்றியவர் அசோகமித்திரன். சிறுகதைகளிலும் பொது வெளிப் பிரச்சினைகள் பிரதிபலிக்கப்பட்டாலும் பிரச்சினைகள் அங்கு மையம் கொள்வதில்லை. அதாவது பிரச்சினையின் தன்மை, விளைவுகள் ஆகியவற்றில் அவர் கவனம் குவிவதில்லை. பெரிதும் தனிநபர் உளவியல் / உணர்வுகள் சார்ந்தே அவரது சிறுகதைகள் தோற்றம்கொள்கின்றன.

புற வயமான பிரச்சினைகளை அல்லாமல் தனிநபர்களின் மீது கவனம் செலுத்துவதே முக்கியமான அரசியல் நிலைப்பாடு தான். அசோகமித்திரன் பிரதிநிதித்துவப்படுத்தும் அல்லது மையப்படுத்தும் தனிநபர்களின் தன்மையும் கவனிக்கத்தக்கது. ஒரு நிகழ்வில் ஒருவர் எதிர்மறையாகப் பாதிக்கப்படுவார். இன்னொருவர் பலன் பெறுவார் என வைத்துக்கொள்வோம். அசோகமித்திரனின் கதை எதிர்மறையாகப் பாதிப்புக்குள்ளானவரைப் பற்றியதாக இருக்கும். வாழ்வின் முரண்களால் அவதிக்குள்ளாகும் மாந்தர்கள் பக்கமே அவரது கலைநோக்கு திரும்பும்.

ஏமாற்றத்துக்கு உள்ளானவர்கள், ஆதங்கத்தைச் சுமந்து திரிபவர்கள், வஞ்சிக்கப்பட்டவர்கள், கடுமையான துயரிலும் பொறுப்பையும் நெறிமுறைகளையும் இழந்துவிடாதவர்கள் ஆகியோரே அவருடைய நாயக நாயகியர். இந்தச் சாய்வும் ஒரு அரசியல் நிலைப்பாடுதான். இவர்களின் ஏமாற்றங்களையும் சுரண்டலையும் கோபமோ வெறுப்போ இன்றிப் பிரதிபலிப்பதும் அரசியல்தான். துயரத்தின் உச்சநிலையில் வெளிப்படும் விரக்திப் புன்னகையும் கையறு நிலையிலும் உயிர் தரித்திருக்கும் விழுமியங் களின் பிரகாசமும் யாரையும் குற்றம்சாட்டாத பொறுமையின் கனமும்கூட அரசியல் நிலைப்பாடுகள்தாம். தட்டையான முழக்கங்கள் சார்ந்த கறுப்பு – வெள்ளை அரசியலைத் தாண்டி அரசியலைப் புரிந்துகொள்பவர்களால் இதையும் புரிந்துகொள்ள முடியும்.

'முற்போக்கு'ச் சூத்திரத்துக்கு உட்பட்ட கதைகளின் மூலம் தன் எழுத்துப் பயணத்தைத் தொடங்கிய சுந்தர ராமசாமி, அத்தகைய 'அரசியல்' கதைகளை விரைவிலேயே துறந்துவிட்டார். புதுமைப்பித்தனின் கலை நோக்கும், விமர்சன நோக்கும் அவரது படைப்புகளின் ஆதாரங்களாக மாறின. புதுமைப்பித்தனின் தீவிரத்தையும், கூர்மையையும் வரித்துக்கொண்ட இவர், அவருடைய அவநம்பிக்கையையும், விரக்தியையும் தவிர்த்துவிடுகிறார். சமகால வாழ்வைக் கால மாற்றத்தின் பின்னணியில் வைத்துத் தனிநபர்களை முன்வைத்துப் பிரதிபலிக்கிறார். சமூகப் பிரச்சினைகளைக் கையாளும்போது அவற்றைப் புறத் தோற்றத்தினின்றும் விலக்கி, நுட்பத்தின் தளத்திற்குக் கொண்டுசெல்கிறார்.

பொதுவெளி அரசியலை நேரடியாகப் பிரதிபலித்த 'ஒரு புளிய மரத்தின் கதை' நாவல் அரசியல் களத்தை ஆழ உழுது, மறைந்து கிடக்கும் பல உண்மைகளை வெளிப்படுத்தியது. இந்தியப் பொதுவாழ்வில் மாபெரும் மாற்றங்கள் நிகழ்ந்த காலகட்டத்தின் சாரமான கூறுகளை நுட்பமாகவும், வலுவாகவும்

பிரதிபலித்தது. கோஷங்களோ, ஆயத்தத் தீர்வுகளோ, வகைமாதிரி பிம்பங்களோ அற்ற கதையாடலின் மூலம் இதைச் செய்தது. இத்தகைய அம்சங்களைத் தவிர்த்துவிட்டு ஊற்றுக்கண்களை நாடிச் செல்லும் கலைப் பிரக்ஞைதான் இந்தப் பார்வையின் அரசியல்.

'கோவில் காளையும் உழவு மாடும்' கதையை வகைமாதிரி 'முற்போக்கு'க் கலைஞர் யாரேனும் எழுதியிருந்தால் 'கோவில் காளை'யை அவர் கடுமையாகச் சாடியிருப்பார். 'உழவு மாட்டை' உன்னதப்படுத்தியிருப்பார். இவை இரண்டும் எப்படிக் குறியீடாகின்றன, இந்தக் குறியீடுகளின் சாரம் என்ன, சமூக வாழ்வில் இவற்றின் பங்கு என்ன, இவை இரண்டும் ஏன், எப்படி ஒன்றையொன்று முழுமை செய்துகொள்கின்றன என்பன வற்றை சுந்தர ராமசாமியின் கதை நமக்கு உணர்த்துகிறது. பொதுவெளி அரசியலின் மேலோட்டமான புரிதல், உணர்ச்சி ஆவேசம், ஆயத்தத் தீர்வு ஆகியவற்றை விளக்கி ஆழங்களை நாடும் அரசியல் இது.

அசோகமித்திரனைப் போலவே மிகுதியும் தனிநபர் சார்ந்தே தன் கதைகளைக் கட்டமைக்கும் சுந்தர ராமசாமி, 'பல்லக்குத் தூக்கிகள்', 'பட்டுவாடா', 'காகங்கள்' போன்ற கதைகளில் பொது வெளி அரசியலின் கூறுகளை நுட்பமாகவும் வலுவாகவும் வெளிப் படுத்தியிருக்கிறார். முற்போக்கு சூத்திரங்களுக்குள் சிக்காத இந்தச் சித்திரிப்புகள் ஆழமான அரசியலைப் பேசுபவை. இவை அப்படி முன்வைக்கப்பட்ட விதமும் அரசியல் நிலைப்பாடுதான்.

ஜெயகாந்தன் காட்டும் சமூக யதார்த்தங்கள், வாழ்நிலைகள், அழகிரிசாமி கையாளும் வறுமை உள்ளிட்ட பிரச்சினைகள், ஜி. நாகராஜன் காட்டும் வாழ்வின் பரிமாணங்கள், வண்ணநிலவன் பதிவுசெய்யும் மாற்றங்கள், தி. ஜானகிராமன் கையாளும் உளவியல் சிக்கல்கள், கி. ராஜநாராயணன் சித்திரிக்கும் மனிதர்களும் மண்ணும் என நவீன இலக்கியவாதிகள் அனைவருமே நேரடி அரசியலைத் தவிர்த்தல் என்னும் அரசியலைத் தெளிவாகவே வெளிப்படுத்துகிறார்கள்.

ஜி. நாகராஜன் தன் கதை மாந்தர்களைத் தேர்வுசெய்யும் போதே தனக்கான அர்சியலை முன்வைத்துவிடுகிறார். யதார்த்தத்தின் அழுத்தமும் விமர்சனபூர்வமான எள்ளலும் கலந்த அவருடைய கதைகூறல் முறையிலும் அவருக்கான அரசியலை உணரலாம்.

மௌனி, லா.ச. ராமாமிர்தம், நகுலன் போன்றவர்கள் இந்தப் போக்குகளினின்றும் பெருமளவில் விலகியவர்கள். அவர்களுடைய

கலையின் அரசியல் (தனித்)தனியாக விவாதிக்கப்பட வேண்டியது. இவர்களும் பொதுவெளி அரசியலின் நேரடிப் பிரதிபலிப்புகளை முற்றாகத் தவிர்த்தவர்கள் என்பதை மட்டும் இங்கே சொல்ல வேண்டும்.

அம்பை, சூடாமணி, பூமணி, வண்ணநிலவன், வண்ணதாசன், பிரபஞ்சன், தோப்பில் முகம்மது மீரான், கோணங்கி, சுரேஷ் குமார இந்திரஜித், திலீப்குமார், ஜெயமோகன், தேவிபாரதி, எஸ். ராமகிருஷ்ணன், சாரு நிவேதிதா, பெருமாள்முருகன், யுவன் சந்திரசேகர், பா. வெங்கடேசன், இமையம், ஜே.பி. சாணக்யா, அழகிய பெரியவன், காலபைரவன், கீரனூர் ஜாகீர் ராஜா முதலான படைப்பாளிகளும் அரசியல்வாதிகளின் கோஷங்களையோ, பிரகடன அரசியல் எழுத்துக்களின் கூறுகளையோ பிரதிபலிப்பவர்கள் அல்லர். சமகால அரசியலின் புற அடையாளங்களை, பொதுவெளிச் சொல்லாடல்களை, வெகுஜன முழக்கங்களைத் தவிர்த்தல் என்னும் அரசியலை –புதுமைப்பித்தன் முதலானோரைப் போலவே –இவர்களும் கைக்கொள்கிறார்கள். இவர்கள் ஒவ்வொருவருடைய படைப்பு களையும் முன்வைத்து இந்த அரசியல் வெளிப்பாட்டை விளங்கிக் கொள்ளலாம்.

கிட்டத்தட்ட இவர்கள் அனைவருமே புதுமைப்பித்தன் முதலானவர்களின் ‘அரசியல்’ போக்கின் வழித்தோன்றல்கள் என்பதை உணரலாம். ஒவ்வொருவரும் தனக்கே உரிய விதத்தில் அதை வெளிப்படுத்துவதையும் அறியலாம்.

உதாரணமாக, பெருமாள்முருகனின் ‘பீக்கதைகள்’ என்னும் தொகுப்பு கழிவு என்பதற்குத் தமிழ்ப் பொதுவெளியில், புனைவுப் பரப்பில் இருந்துவரும் மதிப்பீடுகளைக் கேள்விக்குள் ளாக்குகிறது. பீக்கதைகளை எழுத முனைந்ததே ஒரு அரசியல் தான். அந்தக் கதைகளைப் பொது வெளி அரசியல் தளத்து முழக்கத்தின் மொழியில் எழுதாதமல் கலாபூர்வமான புனைவு களாகத் தந்திருப்பது மேலும் நுட்பமான அரசியல். கதை என்னும் கலையைத் துண்டுப் பிரசுரங்களாகவோ தேர்தல் அறிக்கைகளாகவோ பயன்படுத்தும் போக்குக்கு மாறான அரசியல்.

புதுமைப்பித்தன், க.நா.சு., கு.ப.ரா. ஆகியோரின் போக்குகள் பொதுவான வகைமையைச் சுட்டுபவை. இவை கறாரான வரையறைகள் அல்ல. இவர்களுக்குப் பின் வந்தவர்கள் இவற்றில் ஏதேனும் ஒரு கூறினை மட்டும் பிரதிபலிப்பவர்கள் அல்லர். ஒருவரிடமே ஒன்றுக்கு மேற்பட்ட கூறுகளும் பிரதிபலிப்பதுண்டு.

ஜெயமோகன், எஸ். ராமகிருஷ்ணன் முதலானோரிடம் இந்த மூன்று கூறுகளும் வெவ்வேறு விதங்களில் பிரதிபலிக்கின்றன. தேவிபாரதி, இமையம், ஜே.பி. சாணக்யா ஆகியோரிடம் புதுமைப்பித்தன், கு.ப.ரா.வின் போக்குகளை அதிகமாகக் காணலாம். யுவன் சந்திரசேகர் போன்றவர்கள் க.நா.சு., கு.ப.ரா.வின் போக்குகளைப் பிரதிபலிக்கிறார்.

இவர்களுடைய கதைகளை நுட்பமாகப் படிக்கும் வாசகர்களின் அரசியல் பிரக்ஞை கூர்மையடையும். மேலோட்டமான அரசியல் பார்வைகளையும், தீர்வுகளையும் விட்டு விலகும். சமூக யதார்த்தங்களின் ஊற்றுக்கண்களைத் தேடத் துவங்கும். இந்த அணுகுமுறை வலுவாகவும், பரவலாகவும் ஆகும்போது அது பொதுவெளி அரசியல் களத்திலும், தனி நபர் வாழ்விலும் மாற்றத்தை ஏற்படுத்தும். அவ்வகையில் வலுவானதும், ஆழமானதுமான அரசியலாக அது விளங்கும். அத்தகைய அரசியலை முன்வைப்பவையே நவீன தமிழிலக்கியப் படைப்புகள்.

இந்தக் கண்ணோட்டத்தோடு அணுகும் போது இந்தப் படைப்புகளின் சாரத்தையும், அரசியலையும் நன்கு உள்வாங்கிக் கொள்ள முடியும். நவீன இலக்கியத்தின் வலுவான அரசியலையும் புரிந்துகொள்ள முடியும்.

○

முற்போக்கு இலக்கியம், மக்கள் இலக்கியம், கோட்பாடு சார்ந்த இலக்கியம் என்றெல்லாம் சொல்லப்படும் எழுத்துக்கள் முன்வைக்கும் அரசியல் நேரடியானது. புனைவிலக்கியம் என்னும் கலையை அரசியல் ஆயுதமாகப் பயன்படுத்தும் இந்தப் போக்கில் உள்ள சிக்கல் என்னவென்றால், பொது மேடைகளில் பேசப்படும் அரசியலைத் தாண்டி ஆழமான தளங்களுக்குள் இந்த அணுகுமுறையால் செல்ல முடிவதில்லை. பொது மேடைகளிலோ, இயக்க அறிக்கைகளிலோ, துண்டுப் பிரசுரங்களிலோ சட்டமன்ற உரைகளிலோ, செய்தித்தாள் கட்டுரைகளின் வாயிலாகவோ கையாளக்கூடிய அரசியலின் சாத்தியப்பாடுகளின் எல்லைகளுக்குள்ளேயே இத்தகு கதைகள் புழங்குவதுதான் இவற்றின் பிரச்சினை. பிற ஊடகங்கள் அல்லது வெளிப்பாடுகளின் மூலம் சாதிக்கக்கூடியவற்றைச் சாதிக்கக் கலை என்னும் மாபெரும் வலிமை வாய்ந்த சாதனத்தை ஏன் பயன்படுத்த வேண்டும் என்பதுதான் தீவிர இலக்கியப் படைப்பாளிகள் முன்வைக்கும் கேள்வி. இந்தக் கேள்வியே முக்கியமானதொரு அரசியல்தான்.

கலை என்பது முன்முடிவுகளுக்கும் திட்டங்களுக்கும் அப்பாற்பட்டது. கலைஞனின் பிரக்ஞைபூர்வமான இலக்குகளையும் தாண்டிச்செல்லக்கூடியது. முற்போக்கு என்னும் அனுமானத்துடனும் வரையறையுடனும் எழுதப்படும் ஆக்கங்களில் பலவும் தட்டையாக இருப்பதன் காரணம், அக்கதைகள் கலையின் இயல்பான வெளிப்பாட்டையும் விகாசத்தையும் கட்டுப்படுத்துவதுதான்.

எனினும், முற்போக்குத் திட்டங்களை மீறியும் சில ஆக்கங்கள் கலையாகிவிடுவதுண்டு. அந்த ஆக்கங்கள் படைக்கப்படும்போது திட்டங்களை மீறிச் சென்றுவிடுவதுதான் அதற்குக் காரணம். எழுதுபவர் ஏதேனும் ஒரு தருணத்திலாவது கலையின் இயல்பான போக்குக்குத் தன்னை ஒப்புக்கொடுக்கும்போது, தன் முடிவுகளை மறந்துவிட்டுக் கலையின் பயணத்தில் தன்னைக் கரைத்துக் கொள்ளும்போது இது நிகழும். அதுவே கலையின் மாயம்.

(2018)
(எஸ். செந்தில்குமார் தொகுத்த கட்டுரைத் தொகுப்புக்காக
எழுதப்பட்ட கட்டுரை)

25

யார் யாரைப் புறக்கணிக்கிறார்கள்?

நவீனத் தமிழ் இலக்கியவாதிகள் திராவிட இலக்கியவாதிகளைப் புறக்கணிப்பதாக வைரமுத்து தன் சிறுகதைத் தொகுப்பின் முன்னுரையில் குறிப்பிட்டிருக்கிறார். அப்படிப்பட்ட புறக்கணிப்பு நிகழ்ந்ததா என்பதைப் பார்க்கும் முன், வேறொரு விஷயத்தைக் கவனிக்க வேண்டியிருக்கிறது. கிட்டத்தட்ட அரை நூற்றாண்டுக் காலமாக இங்கே திராவிடக் கட்சிகளின் ஆட்சி நடக்கிறது. அரசு அதிகாரம், மாபெரும் கட்சி அமைப்பு, பல்வேறு அமைப்புகள், கல்வி நிறுவனங்களின் மீதான செல்வாக்கு ஆகிய அனைத்தும் அமையப் பெற்றவர்கள் திராவிடக் கட்சிகளின் பிரதிநிதிகள். மாறாக, நவீன இலக்கியவாதிகள் என அறியப்படும் எழுத்தாளர்களோ அண்மைக் காலம்வரை ஆயிரத்துச் சொச்சம் வாசகர்களைத் தாண்டாதவர்கள். இந்நிலையில் யார் யாரைப் புறக்கணிக்க முடியும்?

கடந்த 50 ஆண்டுகளில் அரசு தரும் கலை இலக்கிய விருதுகளில் எத்தனை விருதுகள் நவீனத் தமிழ் எழுத்தாளர்களுக்குக் கொடுக்கப் பட்டிருக்கின்றன என்பதைப் பார்த்தாலே, யார் யாரைப் புறக்கணிக்கிறார்கள் என்பது தெரிந்துவிடும்.

தீவிர எழுத்தாளர்களை விடுங்கள், திராவிட இயக்கச் சிந்தனையாளர்கள், திராவிட இயக்கச் சிந்தனையிலிருந்து உத்வேகம் பெற்ற எழுத்தாளர்கள், வரலாற்றாய்வாளர்கள், சிந்தனையாளர்களை

இவர்கள் அங்கீகரித்திருக்கிறார்களா? திராவிட இயக்கக் கருத்தியல்களையும் வரலாற்றில் அதன் முக்கியத்துவம் பற்றியும் ஆங்கிலத்தில் எழுதி இந்திய, உலக அளவில் அவற்றுக்குக் கவனம் கிடைக்கச் செய்த எம்.எஸ்.எஸ். பாண்டியனை இவர்கள் அங்கீகரித்திருக்கிறார்களா?

திராவிட இயக்க வரலாறு, திராவிட இயக்கத்தின் முக்கியமான ஆளுமைகள் உள்ளிட்ட பல்வேறு அம்சங்களை ஆங்கிலத்திலும் தமிழிலும் தொடர்ந்து எழுதிவரும் வரலாற்றாய்வாளர் ஆ.இரா. வேங்கடாசலபதியை அங்கீகரித்திருக்கிறார்களா? பெரியாரைப் பற்றிய மிக முக்கியமான நூலை எழுதிய வ. கீதா, எஸ்.வி. ராஜதுரை ஆகியோரைப் பாராட்டியிருக்கிறார்களா? 'பெரியாரின் நண்பர்' என்னும் முக்கியமான நூலை எழுதிய பழ அதியமான், திராவிட இயக்கம் தோன்றுவதற்கு வித்திட்ட சேரன்மாதேவி குருகுலம் பற்றிய ஆய்வின் அடிப்படையில் செறிவான ஒரு நூலையும் எழுதியிருக்கிறார். அவரை இவர்களுக்குத் தெரியும் என்பதற்கேனும் ஏதாவது சான்றுகள் இருக்கிறதா? சங்க இலக்கியத்தை ஆங்கிலத்தில் மொழிபெயர்த்த ம.இலெ.தங்கப்பாவுக்குப் பாராட்டோ அங்கீகாரமோ இவர்களிடமிருந்து கிடைத்திருக்கிறதா?

மறுபக்கம், தீவிர எழுத்தாளர்களும் அவர்கள் அதிகமாக எழுதிவந்த சிற்றிதழ்களும் திராவிட இலக்கியம் குறித்துப் பாராமுகமாக இருந்ததில்லை. திராவிட இலக்கியத்தைப் பொருட்படுத்தி விமர்சித்திருக்கிறார்கள். திராவிட இலக்கியம் பற்றி நேரடியாகப் பேசாதவர்கள் தங்கள் இலக்கியக் கோட்பாடுகளை முன்வைத்துள்ளதைப் பார்க்கும்போது, அவர்கள் ஏன் திராவிட இலக்கியத்தைப் பற்றிப் பேசவில்லை எனப் புரிந்துவிடும்.

புதுமைப்பித்தன், க.நா. சுப்பிரமணியன், சி.சு. செல்லப்பா, வெங்கட் சாமிநாதன், சுந்தர ராமசாமி, ஞானக்கூத்தன், அசோக மித்திரன், தமிழவன், கோவை ஞானி, பிரேம்–ரமேஷ், சாரு நிவேதிதா, ஜெயமோகன், பிரபஞ்சன் எனச் சிலர் இலக்கியம் குறித்த செறிவான பார்வைகளை முன்வைத்திருக்கிறார்கள். இந்த விமர்சனங்களைப் படிக்கும்போது, திராவிட இலக்கிய ஆக்கங்களை இவர்கள் ஏன் மேலான இலக்கியமாக மதிப்பிடுவதில்லை என்பது வெளிப்படுகிறது. இவர்கள் முன்வைக்கும் அளவுகோல்கள் நேரடியாகவும் மறைமுகமாகவும் இதைத் தெளிவுபடுத்திவிடுகின்றன.

ஆனால், திராவிட இலக்கியப் படைப்பாளிகளும் விமர்சகர்களும் தீவிர இலக்கியப் பரப்பைச் சேர்ந்தவர்களைப்

பற்றிப் பொருட்படுத்தத்தக்கதாக எதுவும் கூறியதில்லை. புதுமைப்பித்தன், மௌனி, லா.ச. ராமாமிர்தம், அசோகமித்திரன், வண்ணநிலவன் முதலான எழுத்தாளர்களைப் பற்றி மவுனம் சாதிக்கிறார்கள். திராவிட முகாமினர், இவர்களைப் படிக்கிறார் களா என்பதை அறியவும் எந்தத் தரவுகளும் இல்லை.

ஓர் உதாரணம் பாருங்கள்: 1990களின் முற்பகுதியில் *சுப.மங்களா* இதழுக்கு அளித்த பேட்டியில் திராவிட முன்னேற்றக் கழகத் தலைவர் மு. கருணாநிதி, நவீன இலக்கியம் குறித்த கேள்விக்கு இவ்வாறு பதிலளிக்கிறார்:

> "ஸ்ட்ரீட் கார்னர்லே சீதாவைப் பார்த்தவுடனே ராமுவுக்கு பாடி முழுவதும் 'ஜிவ்' என்று ஒரு ஃபீலிங்! ஹலோ ராமூ! என்று ஹேண்ட் பேக்கைச் சுழற்றியபடி சீதா ஒரு ரன்னிங் ரேஸ்! அவளது புளூ கலர் கண்கள், அதுக்கு மேட்ச்சா நைலான் சாரி, அதுக்கு மேட்ச்சா ஜாக்கெட் –அப்படியே ராமு அவளை ஒரு ஸ்டண்ட் ஹீரோ மாதிரி தூக்கி காரின் பேக் சீட்டிலே போட்டான்.' அய்யா! இதுதான் நவீன இலக்கியமென்றால், அதனுடன் எனக்குத் தொடர்பு கிடையாது என்பது உண்மைதான்."

முழுக்க முழுக்கக் கேளிக்கையை இலக்காகக் கொண்ட எழுத்தையே 'நவீன எழுத்து' என்று கருணாநிதி புரிந்து கொண்டிருக்கிறார் என்பதை இந்தப் பதில் தெளிவுபடுத்து கிறது. புதுமைப்பித்தனையோ, மௌனியையோ, கு.ரா.வையோ, ஜி. நாகராஜனையோ அவரால் மேற்கோள் காட்ட இயலவில்லை என்பதைக் கவனிக்க வேண்டும். திராவிட இலக்கியமும் நவீன இலக்கியம்தான் என்றும் அவர் சொல்லவில்லை.

தீவிர எழுத்தாளர்கள் திராவிட இலக்கியத்தைப் புறக்கணிப்பதாகப் புகார் சொல்லப்படுகிறது. உண்மையில் நிலவரம் இதற்கு நேர் எதிரானது. தமிழுக்குத் திராவிட இயக்கம் ஆற்றிய ஆக்கப்பூர்வமான பங்களிப்பை பிரமிள் போன்ற சிலர் பதிவுசெய்திருக்கிறார்கள். அண்ணாவின் நூற்றாண்டின்போது அவரது தேர்ந்தெடுக்கப்பட்ட சிறுகதைகளை பெருமாள்முருகன் தொகுத்திருந்தார் (காலச்சுவடு பதிப்பக வெளியீடு).

திராவிட இயக்கச் சிந்தனைகள், ஆளுமைகள், வரலாறுகள் முதலான பல்வேறு நூல்களை இதே நவீன இலக்கிய வட்டத்தைச் சேர்ந்த பதிப்பகங்கள் வெளியிட்டிருக்கின்றன. ஆனால், புதுமைப்பித்தன், மௌனி, லா.ச.ரா., ஜானகிராமன், அம்பை, சா. கந்தசாமி பற்றியெல்லாம் திராவிட இயக்கத்தினர் முக்கியத்துவம் அளித்துப் பேசியதே இல்லை. வைரமுத்து

இப்போதுதான் புதுமைப்பித்தன் முதலானவர்களைப் பாராட்டு கிறார். தொண்ணூறுகளில் தலித்துகளும் பெண்களும் பெரிய எண்ணிக்கையில் எழுதத் தொடங்கினார்கள். இவர்களுக்குக் களமாக அமைந்தவை சிற்றிதழ்களும் அவை சார்ந்த பதிப்பகங் களும்தான். ஒடுக்கப்பட்டவர்களின் இலக்கியப் பதிவுகளைப் பொருட்படுத்தி, திராவிட இயக்கத்தினர் பெரிதாகப் பேசிய தில்லை.

உலக இலக்கியங்களைத் தமிழுக்குக் கொண்டுவருவதிலும் எழுத்தாளர்கள் மிகத் தீவிரமாக உழைத்துவருகிறார்கள். லியோ டால்ஸ்டாய், எர்னெஸ்ட் ஹெமிங்வே, ஃபியோதர் தாஸ்தாயெவ்ஸ்கி, காப்ரியல் கார்சியா மார்க்வெஸ், பாப்லோ நெரூடா, ஃப்ரன்ஸ் கஃப்கா, ஆல்பர் காம்யூ, ஓரான் பாமுக், இடாலோ கால்வினோ முதலான படைப்பாளிகளின் ஆக்கங்கள் நூற்றுக்கணக்கில் தமிழுக்கு வந்திருப்பதற்குக் காரணம், இவர்களுடைய அர்ப்பணிப்பு மிகுந்த உழைப்புதான். எட்டுத் திக்கிலுமிருந்தும் கலைச் செல்வங்களைக் கொணர்ந்திங்கு சேர்த்துவரும் இவர்களின் தொண்டினைத் தமிழின் பெருமை பேசும் திராவிட இயக்க அறிஞர்களோ எழுத்தாளர்களோ பாராட்டியிருக்கிறார்களா?

மேலான இலக்கியம் எது என்பதற்கான திட்டவட்ட மான வரையறை எதுவும் இல்லை. எனினும் நோபல், புக்கர், ஞானபீடம் முதலான அமைப்புகளின் அங்கீகாரம் பெற்ற ஆக்கங்களை வைத்து, மேலான இலக்கியத்துக்கான சில வரையறைகளையேனும் நாம் தொகுத்துக்கொள்ளலாம். அத்தகைய வரையறைகளின் அடிப்படையில் இந்திய அளவிலோ உலக அளவிலோ முன்னிறுத்தக்கூடிய எழுத்துக்களை புதுமைப் பித்தன், அசோகமித்திரன், வண்ணநிலவன் முதலானவர்கள் படைத்திருக்கிறார்கள்.

தமிழின் பெருமையைப் பேசுவதற்கான வாய்ப்பைத் தவற விடாத திராவிட இயக்கச் சிந்தனையாளர்களும் எழுத்தாளர்களும் உலகத்தரம் வாய்ந்த நவீன தீவிர இலக்கியப் படைப்பாளிகளை இனியேனும் அக்கறையுடன் படித்து அவர்களை தேசிய அளவிலும் உலக அளவிலும் முன்னிறுத்தலாம். அவர்களுடைய அரசியல் பார்வைக்கு மிகப் பொருத்தமானதாகவே அது இருக்கும்.

***தி இந்து*, அக்டோபர் 2015**

26

வைரமுத்து சொல்ல வேண்டிய பதில்கள்!

ஆண்டாள் பற்றி வைரமுத்து மேற்கோள் காட்டிய கருத்தை ஒட்டிப் பல வாதப்பிரதிவாதங்கள் நிகழ்ந்துவருகின்றன. இந்தப் பிரச்சினையை இரண்டு வழிகளில் அணுக வேண்டும். ஒன்று, வைரமுத்துவின் எழுத்து. இன்னொன்று, அதற்கான எதிர்வினைகள். முதலில் வைரமுத்துவைப் பார்ப்போம்.

"அமெரிக்காவின் இண்டியானா பல்கலைக் கழகம் சுபாஷ் சந்திர மாலிக்கை ஆசிரியராகக் கொண்டு வெளியிட்ட Indian Movements: Some Aspects of Dissent Protest and Reform என்ற நூலில் ஆண்டாள் குறித்து இப்படி ஒரு குறிப்பு எழுதப்பட்டிருக்கிறது:

Andal was herself a devadasi who lived and died in the Srirangam Temple. பக்தர்கள் இதை ஏற்றுக்கொள்ள மாட்டார்கள். ஆனால், ஆணாதிக்க எதிர்ப்பாளர் களும், சமய சமூக மறுப்பாளர்களும் இதை எண்ணிப் பார்ப்பார்கள்" என்று எழுதியிருக்கிறார் வைரமுத்து.

வைரமுத்து குறிப்பிடும் நூல் இண்டியானா பல்கலைக்கழகம் வெளியிட்டதல்ல. சிம்லா Institute of Advanced Studies சார்பில் 1978இல் வெளியானது. இந்த நூலின் ஆசிரியர் சுபாஷ் சந்திர மாலிக் அல்ல. அவர் இந்நூலின் எடிட்டர். இதழியல் துறையில் எடிட்டர் என்பதை ஆசிரியர் என மொழிபெயர்க்கலாம். ஆனால், பதிப்புத் துறையில்

எடிட்டர் என்பதை ஆசிரியர் என மொழிபெயர்க்கலாகாது. தொகுப்பாசிரியர் என்று சொல்லலாம்.

வைரமுத்து மேற்கோள்காட்டும் வரியின் கருத்துக்கும் இந்தப் பிழைக்கும் தொடர்பில்லை என்பதால் இதை விட்டுவிட்டு, மேற்கோள் காட்டப்படும் வரியை விவாதத்துக்கு எடுத்துக் கொள்வோம். தேவதாசி மரபு என்பது தமிழகத்தில் 15ஆம் நூற்றாண்டுக்குப் பிறகே, நாயக்கர்கள் காலத்தில்தான் புழக்கத்துக்கு வருகிறது. குறிப்பாக, 18, 19ஆம் நூற்றாண்டுகளில்தான் இது வலுவான மரபாக நிலைபெறுகிறது. இதற்குப் பல சான்றுகள் உள்ளன. யூனிவர்சிட்டி ஆஃப் சிகாகோ பிரஸ் வெளியிட்டுள்ள, தவேஷ் சோனெஜி *(Davesh Soneji)* என்பவர் எழுதிய *University of Chicago Press Unfinished Gestures: Devadasis, Memory, and Modernity in South India,* நூலில் இந்த அம்சம் தெளிவாகக் குறிப்பிடப் பட்டுள்ளது. தேவதாசி மரபின் தொடக்கம், வளர்ச்சிப் போக்குகள், மாற்றங்கள் ஆகியவற்றை ஆதாரபூர்வமாகவும் விரிவாகவும் பேசும் இந்த நூல், கோயில் சார்ந்த தேவதாசி மரபு 18, 19ஆம் நூற்றாண்டுகளில் நிலைபெறுகிறது என்பதை நிறுவுகிறது.

எனினும், 10ஆம் நூற்றாண்டில் தேவதாசி மரபு இருந்திருக்கக் கூடும் என்பதற்கான சான்றுகளும் கிடைக்கின்றன. ஆனால், ஆண்டாள் வாழ்ந்தது 8ஆம் நூற்றாண்டு. அந்தக் காலகட்டத்தில் தேவதாசி என்னும் மரபோ, சொல்லோ புழங்கியதற்கான சான்று என எதுவும் இல்லை. அப்படி இருக்க, ஆண்டாள் தேவதாசியாக வாழ்ந்திருக்கலாம் என்னும் வரியை வைரமுத்து மேற்கோள் காட்டுவது வரலாற்று ரீதியான பிழை. கட்டுரை பேசும் பொருளின் பின்புலத்தில் இந்தக் கருத்துக்கான தேவையும் பொருத்தமும் என்ன என்பதை நிறுவ வேண்டும்.

இந்த வரியை மேற்கோள் காட்டும் வைரமுத்து, பக்தி உள்ளவர்கள் இதை ஏற்க மாட்டார்கள் என்றும் சொல்கிறார். அப்படியானால், இந்தச் சொல் எத்தகைய பொருள் கொள்ளப் படும் என்பது அவருக்குத் தெரிந்தே இருக்கிறது என்பது தெளிவாகிறது. அப்படியானால், இந்தச் சொல்லை அவர் பயன் படுத்திய நோக்கம் என்ன என்னும் கேள்வி எழத்தான் செய்யும். சர்ச்சைக்குரிய விஷயங்களைத் தொடும்போது ஆதாரபூர்வமாகப் பேச வேண்டும், அல்லது அதில் தன்னுடைய நிலை என்ன என்பதைத் தெளிவுபடுத்திவிட வேண்டும். வைரமுத்து இரண்டையும் செய்யவில்லை.

நாயக்கர்கள் காலத்தில் நிலைபெற்ற ஒரு மரபு காலத்தால் முந்தைய ஆண்டாளின் அடையாளமாக ஏன் சொல்லப்படுகிறது

என்னும் கேள்வியை நாம் எழுப்பிக்கொள்ள வேண்டும். ஒருவேளை ஆண்டாளின் காலத்தில் தேவதாசி மரபு இருந்திருந்தாலும் ஆண்டாளைத் தேவதாசி எனச் சொல்ல இடம் இருக்கிறதா என்னும் கேள்வியையும் நாம் எழுப்பிக்கொள்ளலாம். அறிவுலகில் விவாதத்துக்கு அப்பாற்பட்ட, கேள்விக்கு அப்பாற்பட்ட விஷயம் என்று எதுவுமே இருக்க முடியாது என்பதால் இந்தக் கேள்வியை விவாதத்துக்கு எடுத்துக்கொள்வதில் எந்தப் பிரச்சினையும் இல்லை.

கடவுளுக்குத் தன்னை ஒப்புக்கொடுப்பதாக ஆண்டாள் பல இடங்களில் சொல்கிறார். பெண்களைக் கடவுளுக்கு ஒப்புக்கொடுத்தல், கோயிலுக்கு நேர்ந்துவிடுதல் ஆகியவை தேவதாசி மரபின் தன்மைகள். இந்த ஒற்றுமை கருதி இந்த முடிவு எட்டப்பட்டிருக்கலாம். ஆனால், இந்த ஒற்றுமை மேலோட்டமானது. வைணவ மரபில் கடவுளுக்கு ஒப்புக்கொடுத்தல், அர்ப்பணமாகுதல் என்பது ஜீவாத்மாக்கள் அனைவருக்குமான மோட்ச கதியாகச் சொல்லப்பட்டிருக்கிறது. பரமாத்மாவான விஷ்ணுவைப் புருஷன் என்றும் ஜீவாத்மாக்களான மக்களைப் பெண்கள் எனவும் வைணவ பக்தி மரபு உருவகிக்கிறது. பரமாத்மாவை (ஆண்) அடைவதே ஜீவாத்மாவின் (பெண்) லட்சியம் என்பது இதன் குறியீட்டுப் பொருள். தன்னைப் பெண்ணாகவும் விஷ்ணு அல்லது பரந்தாமன் அல்லது கண்ணனை ஆணாகவும் வரித்து எழுதும் கவிதைக்கு நாயக –நாயகி பாவம் என்று பெயர். ஆண்டாளின் பாடல்களில் வெளிப்படுவது இந்தப் பாவம்தான். மீராவின் பாடல்களிலும் பிற்காலத்தில் பாரதியாரின் பாடல்களிலும் இதே பாவம் வெளிப்படுகிறது.

தேவதாசி மரபு என்பது கடவுளுக்கு அர்ப்பணமாகி இறைமையுடன் இரண்டறக் கலக்கும் பக்தி மார்க்கமல்ல. கோயிலைச் சார்ந்து, கடவுளுக்குக் கலாபூர்வமாகச் சேவைசெய்து வாழ்வதே தேவதாசி மரபின் அடிநாதம். அதாவது, நாயக நாயகி பாவம் மோட்சத்துக்கான சாதனம். தேவதாசிகள் கோயிலுக்கு அர்ப்பணிக்கப்படுவது கலை சார்ந்த வாழ்முறை. இரண்டும் அடிப்படையிலேயே வேறானவை.

ஆண்டாள், கோயிலுக்கு நேர்ந்துவிடப்படும் வாழ்க்கையை வாழ்ந்ததற்கான சான்று எதுவும் இல்லை. அப்படி இருந்தால் அதை முன்வைக்க வேண்டியது வைரமுத்துவின் கடமை. சான்று என எதையும் குறிப்பிடாமல் ஒற்றை வரி மேற்கோளைக் காட்டிவிட்டுப் போவது ஏன் என்பதை விளக்க வேண்டிய பொறுப்பு அவருக்கு இருக்கிறது.

தேவதாசி மரபுக்கும் ஆண்டாள் முதலான வைணவ மரபுக் கவிகள் முன்னெடுக்கும் பக்தி மார்க்கத்துக்கும் இடையில் உள்ள வேற்றுமையை வைரமுத்து அறிந்திருப்பார் என்ற எதிர்பார்ப்பு இயல்பானது. இவை இரண்டையும் மேலோட்டமான முறையில் ஒன்றாகக் காணும் ஒரு வரியை மேற்கோள் காட்டிவிட்டு, இதைப் பக்தர்கள் ஏற்க மாட்டார்கள் என்று நமுட்டுச் சிரிப்புடன் அதைக் கடந்து செல்லும் அணுகுமுறைக்கு அறிவுலகில் எந்த மதிப்பும் இல்லை.

வைரமுத்து சார்பில் இன்னொரு வாதம் முன்வைக்கப்படுகிறது. தேவதாசி என்னும் சொல் அதன் மூலப்பொருளில் மிக உயர்ந்த தன்மையையே கொண்டிருக்கிறது. அப்படி இருக்க, இந்தச் சொல் ஆண்டாளை இழிவுபடுத்துகிறது என்று எப்படிச் சொல்ல முடியும் என்பதே அந்த வாதம். மெத்தச் சரி. தேவதாசி மரபு என்பது தன்னளவில் இழிமரபல்ல. தேவதாசி என்னும் சொல்லும் அதன் ஆதாரமான பொருளில் இழிசொல் அல்ல. ஆண்டாள் தேவதாசி என்று நிரூபிக்கப்பட்டால், அதில் அவருக்கு எந்த இழிவும் இல்லை. ஆனால், பக்தி மார்க்கம் சார்ந்து கடவுளுக்கு அர்ப்பணமாதல் என்னும் உன்னதப் பொருளில் அந்தச் சொல்லை வைரமுத்து பயன்படுத்தவில்லை என்பது அவர் அதற்கான விளக்கம் எதையும் முன்வைக்கவில்லை என்பதிலிருந்தே தெரிகிறது.

தேவதாசி மரபு தோன்றியபோது கலை சார்ந்து எவ்வளவு உன்னதமான நோக்கத்தை அது கொண்டிருந்தாலும் காலப் போக்கில் அது இழிவழக்கமாகச் சிறுமைப்படுத்தப்பட்டது. நிலவுடமைச் சமூகத்தில் வசதி படைத்த ஆண்களின் பாலியல் வேட்கைக்கான வடிகாலாக அந்த மரபு உருமாறியது. தேவதாசிப் பெண்கள் இவ்வாறு பாலியல் ரீதியாகச் சுரண்டப்படுவதைத் தடுக்கும் நோக்குடன் தேவதாசி ஒழிப்புச் சட்டம் 1940களின் இறுதியில் கொண்டுவரப்பட்டபோது வீணை தனம்மாள் போன்ற மகத்தான கலைஞர்கள் பலர் அந்த முயற்சியை எதிர்த்தனர். பாலியல் சுரண்டலைக் களைவது அவசியம். அதற்காக, கலைகளைப் பேணி வளர்க்கும் தேவதாசி மரபையே அழிக்க வேண்டாம் என அவர்கள் கோரினர். இதைப் பால சரஸ்வதியின் வாழ்க்கை வரலாற்று நூலில் டக்ளஸ் நைட் ஜூனியர் விரிவாகப் பதிவுசெய்திருக்கிறார்.

எனினும், தேவதாசிப் பெண்கள் அப்போது அனுபவித்துவந்த பாலியல் ரீதியான கொடுமை, அவர்கள்மீது படிந்திருந்த பாலியல்சார் களங்கம், சமூகத்தில் அவர்களைப் பற்றி இருந்த இழிவான கருத்து ஆகியவற்றைக் கருத்தில்கொண்டு அந்தச்

சட்டம் நிறைவேற்றப்பட்டது. தேவதாசி மரபும் அந்தச் சொல்லும் தம்மளவில் தூய்மையானவை என்றாலும் நடைமுறையில் அவை இழிந்த பொருளையும் மதிப்பையும் கொண்டிருந்ததால் அந்த மரபு ஒழிக்கப்பட்டது. அந்தச் சொல்லும் வெறுத்து ஒதுக்கப்பட்டது. தேவதாசி மரபில் வந்தவர் என யாரையாவது இப்போது சுட்டினால் அது அவரை இழிவுபடுத்தி அவமானப் படுத்துவதாகவே கருதப்படுகிறது. பொதுப் புத்தியில் தேவதாசி என்பது பாலியல் சுரண்டலுக்கு உள்ளான அல்லது பாலியல் தொழிலில் ஈடுபடும் பெண்ணையே குறிக்கிறது.

கவிதை மரபு, மொழி ஆகியவற்றில் தேர்ச்சி பெற்றிருப்பதுடன், அரசியல் சார்ந்த விழிப்புணர்வும் கொண்ட வைரமுத்துவுக்கு இதெல்லாம் தெரியாமல் இருக்காது. இந்நிலையில் கடவுளுக்கு ஒப்பாகக் கருதப்படும் ஆண்டாள் போன்றதோர் ஆளுமையைப் பற்றிப் பேசுகையில் இந்தச் சொல்லைப் பயன்படுத்துவதில் உள்ள விபரீதமும் அவருக்குத் தெரிந்திருக்க வேண்டும். பாட்டாளி மக்கள் கட்சித் தலைவர் மருத்துவர் ராமதாஸ் கூறியதுபோல, இத்தகைய ஒரு சொல்லைப் பயன்படுத்துவதற்கு முன்பு அவர் "10000 முறை யோசித்திருக்க வேண்டும்." பொது வெளியில் இயங்குபவர்களுக்கு இருக்க வேண்டிய பொறுப்புணர்ச்சி அது.

அதிமுக தலைவர்களைப் பற்றிய தனது விமர்சனத்தில் *impotent* என்னும் சொல்லை ஆடிட்டர் எஸ். குருமூர்த்தி பயன்படுத்தியபோது இதேபோன்ற எதிர்ப்பு எழுந்தது. அந்தச் சொல்லுக்கு திறனற்ற என்றுதான் பொருள் என குருமூர்த்தியும் அவரை ஆதரித்தவர்களும் கூறினார்கள். ஆனால், அந்தச் சொல்லுக்குத் ஆண்மையற்றவர் என்னும் சொல் பொதுப்புத்தியில் உறைந்திருக்கும் நிலையில் அது குறித்த கவனம் இல்லாமல் அந்தச் சொல்லைப் பயன்படுத்தக் கூடாது என்று பலரும் எதிர்வினை ஆற்றினார்கள். அதே தர்க்கம் வைரமுத்துவுக்கும் பொருந்தும். தவறான பொருள் கொடுக்கக்கூடிய எந்த ஒரு சொல்லையும் பொது வெளியில் மிகக் கவனமாகப் பயன்படுத்த வேண்டும். வைரமுத்து இந்த விஷயத்திலும் சறுக்கியிருக்கிறார்.

பிற்கால மரபைக் குறிக்கும் ஒரு சொல்லை முற்காலத்திய நிகழ்வொன்றின் மீது போதிய ஆதாரமின்றிப் போடுவது வரலாறு, ஆய்வு சார்ந்த பெரும் பிழை. சமகாலச் சூழலில் அந்தச் சொல்லுக்கு இருக்கும் பொருள் குறித்த கவனம் இன்றிப் பயன்படுத்துவது சமூகப் பொறுப்பு சார்ந்த பிழையும்கூட.

வருத்தம் தெரிவிக்கும் வைரமுத்து தனது செயலில் உள்ள இந்த இரு பிழைகளையும் உணர்ந்து வருத்தம் தெரிவிக்கிறாரா

என்பதே முக்கியம். தன் மனசாட்சியைத் தொட்டுப் பார்த்து இந்தக் கேள்விக்கு அவர் பதில் சொல்லட்டும்.

வைரமுத்துவின் கூற்றைப் பற்றிய விவாதம் ஒருபுறம் இருக்க, அந்தக் கூற்றுக்கான எதிர்வினைகள் விபரீதமான பரிமாணத்தை எடுத்துள்ளன. வைரமுத்துவின் கூற்றுக்கு ஆண்டாளின் பாடல்கள், வரலாற்றுத் தரவுகள் சார்ந்து சிலர் எதிர்வினை ஆற்றிவருகிறார்கள். ஆண்டாளைத் தெய்வமாகக் கருதுவதாகச் சொல்லிக்கொள்ளும் சிலர் கீழ்த்தரமாக எதிர்வினை ஆற்றியிருக்கிறார்கள். வைரமுத்துவின் வம்சத்தைப் பழிப்பதிலிருந்து அவர் தலையை வெட்ட வேண்டும் என்பதுவரை ஆபாசமும் வன்முறையும் தாண்டவமாடுகின்றன. சொல்லப் பட்டது என்ன, அதன் பின்புலம் என்ன, அதற்கான வரலாற்று, சமூக நியாய அநியாயங்கள் என்ன என்பதையெல்லாம் யோசிக்காமல் பலரும் கொதிப்படைகிறார்கள். தேவதாசி மரபைக் காப்பாற்ற வேண்டும் என்று போராடியவர்களின் வழித்தோன்றல்கள் சிலர், இன்று அதே தேவதாசி என்னும் சொல்லைக் கேட்டுக் கொதிப்படையும் போலித்தனத்தையும் பார்த்துவருகிறோம்.

இந்த எதிர்வினைகள் இவர்களுடைய தரத்தையும் இவர்கள் பிரதிநிதித்துவப்படுத்தும் அரசியலின் விபரீதத்தையும் அம்பலப்படுத்துகின்றன. கடவுள் உள்பட எதையும் கேள்வி கேட்கும், விவாதிக்கும் மரபு இந்தியாவில் உள்ளது. இந்த விவாத மரபின் சாரத்தை உள்வாங்காதவர்களே விவாதத்துக்குப் பதில் கூக்குரல் எழுப்புவார்கள். எதையும் கேள்விக்கும் விவாதத்துக்கும் உட்படுத்துவது அறிவுலக தருமம். கேள்வி கேட்காதே, விவாதிக்காதே என்று கூறுவது பாசிச அதருமம். இந்த அதருமத்தின் பிரதிநிதிகள் தமது முகங்களை மீண்டும் ஒருமுறை அப்பட்டமாக வெளிக்காட்டிக்கொள்கிறார்கள்.

இந்தக் கூக்குரல்களுக்கு மத்தியில் அறிவார்த்தமான விவாதங்களை அமுங்கிவிடாமல் காப்பாற்ற வேண்டிய கடமை அறிவுலகத்தைச் சேர்ந்தவர்களுக்கு உள்ளது.

மின்னம்பலம், ஜனவரி 2018

27

சலபதியின் பன்முக ஆளுமை: வெளிப்பட்ட கூறுகளும் வெளிப்படாத கூறுகளும்

கால் நூற்றாண்டுக்கும் மேலாக ஆய்வுசார் எழுத்துப் பணியில் ஈடுபட்டுவரும் ஓர் ஆளுமையிடம் பன்முகப் பரிமாணங்கள் இருப்பதில் வியப்பேதும் இல்லை. பண்பாட்டு வரலாறு, இதழியல் தடங்கள், ஆளுமைச் சித்திரங்கள், அச்சு நூல்களின் வளர்ச்சிப் போக்கு, அரசியல், இலக்கியம் முதலான தளங்களில் செயல்பட்டுவரும் ஆ.இரா. வேங்கடாசலபதியிடம் எழுத்தில் வெளிப்படாத பரிமாணங்கள் பல உள்ளன. அப்படி வெளிப்படாத சில பரிமாணங்களையும் வெளிப்பட்டவற்றில் அதிகம் கவனம் பெறாத ஓரிரு அம்சங்களையும் பற்றிப் பேச விரும்புகிறேன்.

சலபதியின் எழுத்தில் நகைச்சுவை இருக்கிறது என்று யாரேனும் சொன்னால் எனக்கு அவர் மீது கடும் கோபம் அல்லது அபரிமிதமான பரிதாபம் ஏற்படும். காரணம், சலபதி என்னும் ஆளுமையிடம் காணப்படும் நகைச்சுவையில் நூற்றிலொரு பங்குகூட அவர் எழுத்தில் வெளிப்படுவதில்லை.

சலபதி தன் நகைச்சுவையை எழுத்தில் அவ்வளவாக வெளிப்படுத்துவதில்லை என்பது எனக்கு அவர் மீது இருக்கும் பெரிய புகார்களில் ஒன்று. அவர் எழுத்தைப் படிப்பவர்கள் சில சமயம் அவருக்குச் சிரிக்கவே தெரியாதோ என்று நினைக்கு மளவுக்கு அது இஸ்திரி மடிப்புக் கலையாத சீருடைபோல இருக்கும். ஆனால், உண்மையில்

அவர் நன்றாகச் சிரிப்பார், மிக நன்றாகச் சிரிக்கவைப்பார். மனித இயல்புகளிலும் எழுத்துப் பிரதிகளிலும் திரைப்படம் முதலான ஊடகங்களிலும் பிறர் கண்களுக்குப் படாத பல அங்கத அம்சங்களை அவர் ரசிப்பார், நண்பர்களிடம் சிரிக்கச் சிரிக்கப் பகிர்ந்துகொள்வார்.

*1994*ஆம் ஆண்டு என நினைக்கிறேன். பாம்பன்விளையில் சுந்தர ராமசாமி ஒழுங்குசெய்திருந்த சந்திப்பில் சலபதி, யுவன் சந்திரசேகர், ஜெயமோகன், கண்ணன், சுரேஷ்குமார இந்திரஜித், மனுஷ்யபுத்திரன், தண்டபாணி முதலான பலரும் கலந்துகொண்டிருந்தோம். வழக்கம்போலவே அமர்வுகளுக்கு இடையிலான உரையாடல்கள் கலகலப்பாகவும் காரசாரமாகவும் போய்க்கொண்டிருந்தன. உணவு மேசையில் சலபதியும் ஜெயமோகனும் பேசிக்கொண்டிருந்தார்கள். அப்போது சலபதி சொன்னார்: “இப்ப நீங்க இங்க உக்காந்து பேசிக்கிட்டிருக்கீங்க. உங்க வீட்டுல உங்க டூப் உக்காந்து ஏதாவது எழுதிக்கிட்டிருப்பாரு இல்லயா?”

இதுபோலப் பல தெறிப்புகள் அவரிடமிருந்து வெளிப்பட்டவாறே இருக்கும். கூர்மையான அவதானிப்பு, அபாரமான சித்திரிப்புத் திறனுடன் வெளிப்படும் கலை என்று சலபதியின் நகைச்சுவையை வரையறுக்கலாம். அவருடைய அங்கதங்கள் சில சமயம் ஒரு வாக்கியம் அல்லது ஓரிரு சொற்களில் வெளிப்படும். சில சமயம் அது சற்றே விரிவான சித்திரமாக உருப்பெறும். கிட்டத்தட்ட ஒரு குட்டிக் கதைக்கு இணையாக இருக்கும். ஒரு நிகழ்வைத் தன் பாணியில் மொழிவழியே காட்சிப்படுத்துவார். கதை முடியும்போதுதான் அவர் சொல்லவரும் விஷயமே வேறு என்பது புரியும். கச்சிதமான சிறுகதைக்கு ஒப்பான இறுதி வரிகளை அவரது அங்கதப் பேச்சுக்களில் காண முடியும். இத்தகைய அங்கதங்களில் பெரும்பாலும் பிரபல புள்ளிகள் சார்ந்தவை என்பதால் உதாரணங்கள் கொடுக்க விடாமல் அவை நாகரிகம் என்னைத் தடுக்கிறது. அவரோடு பழகியவர்கள் ஒவ்வொருவருக்கும் இவ்விஷயத்தில் அவரவர் அனுபவங்கள் இன்னேரம் நினைவுக்கு வந்திருக்கும் என்று நம்புகிறேன்.

அதிகம் கவனிக்கப்படாத நகைச்சுவையை அடையாளம் காண்பதிலும் சலபதியிடம் நுட்பமான பார்வை உள்ளது. காதலிக்க நேரமில்லை படத்தை எத்தனையோ முறை பார்த்து ரசித்துச் சிரித்திருப்போம். தான் அதுகாறும் அலட்சியமாக நினைத்திருந்த ரவிச்சந்திரன் பெரிய பணக்கார வீட்டுப் பிள்ளை என்பது தெரிந்ததும் அதிர்ந்துபோகும் பாலய்யா, “அசோக்கு உங்க மகரா?” என்று கேட்பார். நண்பர்களிடையிலான

உரையாடலின்போது சலபதி இதைச் சொல்லி ரசித்தபோது, அங்கிருந்த பலர் இதைக் கவனித்திருக்கவில்லை என்பதை உணர முடிந்தது. சலபதியின் புலனுணர்வு தகவல்களுக்காக மட்டுமல்ல, இதுபோன்ற நுட்பமான நகைச்சுவைக்காகவும் எப்போதும் விழித்திருக்கும்.

சுந்தர ராமசாமியின் 'ஜே.ஜே.: சில குறிப்புகள்' நாவலில் மேற்கோள்களைக் குறிப்பிடுவதில் விசித்திரமான வகையில் சுதந்திரம் எடுத்துக்கொள்ளும் ஒரு பேச்சாளரைப் பற்றிய குறிப்பு ஒன்று வரும். சில சமயம் குறிப்பிட்ட ஓர் ஆளுமை சொல்லாததையும் அவர் சொன்னதாக மேற்கோள்காட்டிப் பேசிவிடுவார். "சொல்லாவிட்டால் என்ன, சொல்லியிருக்கக் கூடியவர்தானே அவர்" என நாவலில் அதுபற்றி எழுதப்பட்டிருக்கும். இதிலுள்ள அங்கதத்தையும் அதற்குப் பின்னால் இருக்கும் உளவியலையும் சலபதி மிகவும் ரசித்துப் பேசியதைக் கேட்டிருக்கிறேன். உரையாடல்களினூடே இந்த வாக்கியத்தைப் பொருத்தமான விதத்தில் எடுத்தாள்வதையும் கவனித்திருக்கிறேன்.

சலபதியின் நகைச்சுவை உணர்ச்சியில் சிறு பகுதியேனும் அவர் எழுத்திலும் மேடை உரைகளிலும் இடம்பெறாதா என்ற ஏக்கம் எனக்கு அவ்வப்போது ஏற்படுவதுண்டு.

❍

எழுத்தில் அதிகம் வெளிப்படாத இன்னொரு பரிமாணம் பழமொழிகளுடன் அவருக்கு இருக்கும் அலாதியான உறவு. பழமொழிகளைப் பற்றிக் காத்திரமானதொரு நூல் எழுதுமளவுக்கு அவர் நடமாடும் பழமொழிக் களஞ்சியம். அதிகம் பிரபலமாகாத பழமொழிகளும் அவர் பேச்சில் மிகவும் பொருத்தமான இடத்தில் அனாயாசமாக வந்து விழும். "சந்தையில் அடித்ததற்கு சாட்சி எதற்கு?" என்பது அப்படிப்பட்ட பழமொழிகளில் ஒன்று. "அரைக்காசுக்குக் கழிந்த கற்பு ஆயிரம் பொன் கொடுத்தாலும் வராது" என்பதும் அப்படித்தான்.

"'அசிங்கம் காலில் ஒட்டிக்கொண்டிருக்கிறது என்று சொன்னால் அதைத் தோசைக்கும் தொட்டுக்கொள்வேன்' என்று பிடிவாதம் பிடிப்பவர்களிடம் என்ன பேச முடியும்?" என்று சலபதி ஓரிடத்தில் எழுதினார். ஒரு குறை சுட்டிக்காட்டப்படும்போது அதைத் திறந்த மனதுடன் அணுக மனமில்லாதவர்கள் பதற்றத்திலும் வெட்டி வீறாப்பிலும் அந்தக் குறை அதிகமாக வெளிப்படும்படி நடந்துகொள்வதுண்டு. பண்டைய இலக்கியம் சார்ந்த சொதப்பலான ஒரு நூலை எழுதியவர் அதற்கான

விமர்சனங்களை எதிர்கொண்ட விதத்தைச் சொல்லும்போது இந்தப் பழமொழியைப் பயன்படுத்தினார் சலபதி. அந்த மனிதர் தோசைக்கு மட்டுமின்றி ரொட்டிக்கும் அதைத் தொட்டுக் கொண்டார் என்பது வேறு கதை.

சந்தர்ப்பத்துக்குப் பொருத்தமாகச் சரளமாக வந்து விழும் இந்தப் பழமொழிகள் உரையாடலுக்குச் செழுமை சேர்ப்பதுடன் தம்மளவிலும் ரசனைக்குரியதாக இருக்கும். அரங்கத்தில் பகிர்ந்து கொள்ள முடியாத அட்டகாசமான பழமொழிகளும் தக்க தருணத்தில் இயல்பாக வெளிப்படும். நினைத்து நினைத்து ரசிக்கவும் வாய்விட்டுச் சிரிக்கவும் வைக்கும் பழமொழிகளை இவரிடமிருந்து கேட்கும் வாய்ப்பு எனக்குக் கிடைத்திருக்கிறது.

◯

படைப்பிலக்கியம், திரைப்படம், கிரிக்கெட் ஆகியவற்றில் இவருக்கு இருக்கும் ஆழ்ந்த அறிவும் ரசனையும் தனித்துவமான பார்வைகளும் இவரது எழுத்தில் அதிகம் வெளிப்பட்டதில்லை. இவை மூன்றையும் குறித்து நூல்கள் எழுத அவருக்கு நேரம் கிடைக்காமல் போனாலும் ஒரு சில கட்டுரைகளையேனும் அவர் எழுதுவது வாசக நோக்கில் முக்கியமான பணியாக இருக்கும்.

குறிப்பாகப் படைப்பிலக்கியத்தில் சலபதியின் ஆழ்ந்த ஈடுபாடு குறித்துப் பலருக்கும் தெரியாது. புதுமைப்பித்தனின் ஆக்கங்களைத் தேடித் தொகுத்ததற்குப் பின்னால் இருப்பது ஆய்வாளருக்கே உரிய தீவிரமும் உழைப்பும் நேர்மையும் என்பது வெளிப்படை. ஆனால், புதுமைப்பித்தனின் படைப்புகள் மீது அவருக்கு இருக்கும் கட்டற்ற காதல்தான் இந்தத் தேடலுக்கு அடிப்படை. சுந்தர ராமசாமியுடன் தொடக்கத்தில் அவருக்கு ஏற்பட்ட நெருக்கத்துக்குக் காரணமே அவர் புதுமைப்பித்தனின் ஆராதகர் என்பதுதான் என்பதும் பலருக்கும் தெரியாத தகவலாக இருக்கக்கூடும்.

படைப்பிலக்கியம் குறித்து அவர் கட்டாயம் எழுத வேண்டும் என்னும் கோரிக்கையை இந்தத் தருணத்தில் முன்வைக்கிறேன். விமர்சனமாகவோ அலசலாகவோ அல்லாமல் தன் வாசிப்பு அனுபவத்தை அவர் பகிர்ந்துகொண்டாலே அது இளம் வாசகர்களுக்குப் பெரிதும் பயனுள்ளதாக இருக்கும். மிகவும் குறிப்பாகச் சொல்லப்போனால், ஆங்கிலத்தில் அவர் வாசித்த முக்கியமான இலக்கியப் படைப்புகளைப் பற்றிப் பத்துக் கட்டுரைகளையேனும் அவர் எழுத வேண்டும். அந்தப் பதிவுகள் அந்தப் படைப்புகள் பற்றித் தமிழ்ச் சூழலில் புழங்கிவரும் சில கற்பனைகளையேனும்

சிதற அடிக்கக்கூடும். சலபதி படித்துவிட்டு எழுதக்கூடியவர் என்பதும் மிகவும் ஆழமாகப் படித்துவிட்டு எழுதக்கூடியவர் என்பதும்தான் அதற்குக் காரணங்கள்.

○

அதிகம் வெளிப்படாத பரிமாணங்கள் இவ்வாறு இருக்க, வெளிப்பட்டு, அதிகம் கவனம்பெறாத பரிமாணங்களைப் பார்ப்போம்.

விஸ்தாரமான விருந்து என்பது பிரதான உணவு என்று சொல்லப்படும் பண்டங்களைத் தாண்டியும் பல சுவையான சிறு சிறு அம்சங்களை உள்ளடக்கியது. சலபதியின் ஆய்வுக் கட்டுரைகள் அத்தகைய விருந்தைப் போன்றவை. ஒரு பொருள் குறித்து விரிவான ஆய்வின் அடிப்படையில் பெரியதொரு கட்டுரையை எழுதிக்கொண்டு போகும்போது இடையிடையே உபரித் தகவல்களைத் தூவிக்கொண்டே செல்லுவார். அந்தத் தகவல்கள் முன்வைக்கப்படும் விதம், கையில் கிடைத்ததைக் கிடைத்த இடத்தில் போட்டுவிட்டுச் செல்லும் போக்காக இருக்காது. கட்டுரையின் மையச் சரடுக்கு நேரடியாகத் தொடர்பற்றதாக இல்லாததுபோலத் தோற்றமளித்தாலும், கட்டுரைப் பொருள் மேலும் துல்லியமாகத் துலங்க இந்தச் சிறு கூறுகள் உதவும்.

இந்தக் கூறுகள் பலதரப்பட்டவை. கூடுதல் தகவல்கள், கூர்மையான விமர்சனங்கள், நுட்பமான அங்கதங்கள், சொல்லாமல் சொல்லும் செய்திகள், சிக்கனமான ஆளுமைச் சித்திரங்கள், சூழல் வர்ணிப்புகள், உள்ளார்ந்த உணர்ச்சிகள், அரிதான சில சொற்கள், ரசமான சொலவடைகள் எனப் பொடிகளும் சுவையான பல பண்டங்களும் கொண்ட கட்டுரைகளை இவர் எழுதுகிறார். கட்டுரையின் கருப்பொருளைப் போலவே, அதில் வெளிப்படும் அரிய தகவல்களைப் போலவே இவை ஒவ்வொன்றும் முக்கியமானவை. தம்மளவில் தனித்த அடையாளம் கொண்ட இந்தக் கூறுகள் கட்டுரையின் ஒட்டுமொத்த அனுபவத்துக்குக் கூடுதல் பரிமாணங்களையும் வலிமையையும் சேர்க்கின்றன. கட்டுரைகளைப் படைப்பிலக்கியத்துக்கு நிகராக ஆக்குபவை இந்தக் கூறுகள் என்று சொன்னால் அதில் மிகை இருக்காது.

சில உதாரணங்களைப் பார்ப்போம்

எல்லீசன் என்றொரு அறிஞன் என்னும் கட்டுரையில் எல்லீசனைப் பற்றி எழுதிய தாமஸ் டிரவுட்மேனைப் பற்றிச்

சலபதி குறிப்பிடுகிறார். இந்த இடத்தில் தாமஸ் டிரவுட்மேன் பற்றிய சில அரிய தகவல்களைத் தரும் சலபதி, அவரது ஆளுமைச் சித்திரத்தையும் சுருக்கமாக வரைந்துகாட்டுகிறார். அறிவுலகில் எதுவும் தனித்து நிற்பதல்ல. ஒரு பொருளையோ கோட்பாட்டையோ, ஆளுமையையோ அறிய முற்படும்போது அதனோடு தொடர்புகொண்ட பல்வேறு கூறுகளும் சேர்ந்துதான் அது குறித்த விரிவான சித்திரத்தையும் தெளிவையும் அளிக்க இயலும். இருந்துவிட்டுப்போகட்டுமே என்ற போக்கில் எந்தத் தகவலையும் சலபதியிடம் காண முடியாது. டிரவுட்மேனைப் புரிந்துகொள்வது என்பது எல்லீசனையும் அவர் வாழ்ந்த காலத்தையும் புரிந்துகொள்வதற்கு இன்றியமையாதது என்பதா ஆலேயே அவரைப் பற்றிய தகவல்கள் இடம்பெறுகின்றன. அதே சமயம் டிரவுட்மேன் காந்தியின் மூலம் இந்தியாவைப் பற்றிய அறிமுகத்தைப் பெற்றது, இந்தியாவைப் பற்றி அவர் வாசித்த The Wonder That Was என்னும் நூல், அந்நூலை வியத்தகு இந்தியா என்னும் பெயரில் இலங்கை அரசு தமிழில் வெளியிட்டது போன்ற தகவல்கள் எல்லீசனைத் தாண்டியும் முக்கியத்துவம் பெறுகின்றன.

சலபதி தரும் தகவல்கள் வெறும் தகவல்கள் அல்ல. அவை ஒருபுறம் மையப் பொருளை வலுப்படுத்துவதோடு, வேறு தளங்களுக்கு விரிந்து செல்லக்கூடிய தன்மையைப் பெற்று, வரலாறு குறித்த நமது பார்வையை விரிவுபடுத்தக்கூடியவை. டிரவுட்மேன் பற்றிய தகவல்கள் மட்டுமல்ல. எல்லீஸ் இறந்த பின் பல மாதங்களுக்கு அவருடைய அரிய நூல் தொகுப்புகள் 'அடுப்பெரிக்கவும் கோழி வறுக்கவும்' பயன்பட்டதையும் சலபதி பதிவுசெய்கிறார். தமிழ்ச் சூழலில் ஒருபுறம் வளமான அறிவுத் தேடல் இருந்தாலும் அறிவுசார் அலட்சியமே அதன் பொதுப் பண்பாக இருந்துவரும் அவலத்தையும் இதன் மூலம் பதிவுசெய்கிறார்.

○

வரலாற்றுப் பதிவுகளினூடே பொருத்தமான விதத்தில் இடம்பெறும் விமர்சன வீச்சு என்பது சலபதியின் எழுத்தில் இன்னொரு முக்கியக் கூறு. ஜி.யூ. போப் குறித்த கட்டுரையில், போப்பின் கல்லறையில் 'நான் ஒரு தமிழ் மாணவன்' என்னும் வாசகம் பொறிக்கப்பட்டிருப்பதாகத் தமிழுலகில் நிலவிவரும் நம்பிக்கையைப் பற்றிப் பேசும் சலபதி, உண்மை என்ன என்பதைத் தெளிவாக நிறுவுகிறார். ஆனால், இந்த உண்மை ஐம்பது ஆண்டுகளுக்கு முன்பே பதிவான நிலையிலும் இன்றளவிலும் மேற்படிக் கற்பனை தமிழுலகின் நம்பிக்கையாகப் பதிந்து

போயிருப்பதையும் சுட்டிக்காட்டுகிறார். இதை அவர் முன்வைக்கும் விதத்தில் பெருமிதம் சார்ந்த கற்பனைகளில் தமிழ் மனம் சாய்வுகொள்ளும் பழக்கத்தை நாசூக்காக இடித்துரைக்கிறார். கவனமாகத் தேர்ந்தெடுக்கப்பட்ட சிக்கனமான சொற்களில் இதை உணர்த்திவிட்டு மேலே செல்கிறார். “உண்மைகளால் ஐதீகங்களை வெல்ல முடியாது போலும்” என்னும் முத்தாய்ப்பு இந்தக் குறிப்பிட்ட பிரச்சினையைத் தாண்டியும் தன் விமர்சன வீச்சைச் செலுத்துவதைக் காணலாம்.

போப்பின் கல்லறைப் பராமரிப்பு பற்றி மீ.ப. சோமுவின் எழுத்தைக் குறிப்பிட்டுவிட்டு, யதார்த்த நிலவரத்தையும் சொல்லும் சலபதி, இக்கல்லறை பற்றிய தமிழ் மனங்களின் கற்பனையை ஒரே வாக்கியத்தில் சிதற அடிக்கிறார். “மிகைப்படுத்தி நாடகப் பாங்காக எழுதினால்தானே தமிழ் எழுத்தாளன்” என்று போகிறபோக்கில் இடிக்கவும் அவர் தவறவில்லை. போப்பைப் பற்றிய கட்டுரையில் போப்பைப் பற்றி மட்டுமின்றித் தமிழ் உளவியலின் நோய்க்கூறுகள் சிலவற்றையும் ஆதாரபூர்வமாக அம்பலப்படுத்துகிறார். இத்தகைய அம்சங்கள் கட்டுரையின் மதிப்பைப் பெரிதும் கூட்டுகின்றன.

இராமானுஜாச்சாரியர் என்பவர் மகாபாரதத்தைத் தமிழுக்குக் கொண்டுவருவது என்னும் மாபெரும் பிரயத்னத்தைத் தொடங்கிப் பெரு முயற்சிக்குப் பிறகு அதில் ஒரு சில எட்டுக்களை எடுத்துவைத்திருந்த நிலையில் சிலர் அவருக்குப் போட்டியாக அதே செயலில் இறங்க முனைகிறார்கள். துப்பறியும் கதைக்கொப்பான விறுவிறுப்புடன் இராமானுஜாச்சாரியரின் பகீரதப் பிரயத்தனத்தின் வரலாற்றைச் சொல்லும் சலபதி, இடையிடையே தனது ‘பொடி’களைத் தூவத் தவறவில்லை. “தமிழுலகம் அல்லவா? இதற்கிடையில் போட்டியும் தொடங்கி விட்டது” என்று எழுதுகிறார். இராமாநுஜாச்சாரியரின் அசாத்திய மான முயற்சியையும் அதற்குக் கிடைத்த எதிர்வினைகளையும் விளைவுகளையும் அன்றைய சூழலின் பின்னணியில் வைத்துப் பார்க்கும்போது இந்த வாக்கியத்தின் பொருள் நன்கு விளங்கும். இந்த வாக்கியம் இல்லாமலேயே “போட்டி தொடங்கிவிட்டது” என எழுதுவதுடன் நிறுத்திக்கொண்டிருக்கலாம். ஆனால், “தமிழுலகம் அல்லவா” என எழுதுகிறார். அதுதான் சலபதி.

அண்மையில் வெளியான ‘தமிழ்க் கலைக்களஞ்சியத்தின் கதை’ என்னும் நூலில் ஓரிடத்தில் திமுகவின் பொதுச் செயலாளர் க.அன்பழகனைப் பற்றிக் குறிப்பிடும்போது பேராசிரியர் என்னும் சொல்லை ஒற்றை மேற்கோள் குறிகளுக்குள் தருகிறார். ஒற்றை மேற்கோள் குறி ஒரு பிரதியில் எதற்காகப் பயன்படு

கிறது என்பது அனைவருக்கும் தெரியும். தலைப்பு, வேற்று மொழிச் சொல், அடைமொழி, பரிகாசம் எனப் பல்வேறு பொருள்களைக் குறிப்புணர்த்தும் ஒற்றை மேற்கோள் குறிக்குள் இடம்பெறும் எந்தச் சொல்லையும் அதன் நேரடிப் பொருளில் எடுத்துக்கொள்ள முடியாது என்பது இந்த நிறுத்தக் குறியின் பயனை அறிந்தவர்களுக்குத் தெரியும். சில சமயம் இரட்டை மேற்கோள் குறிக்குப் பதிலீடாக ஒற்றை மேற்கோள் குறி பயன் படுத்தப்பட்டாலும் பேராசிரியர், தலைவர், கவிஞர் முதலான பட்டம், பதவி, புகழுரைகளுக்கு ஒற்றை மேற்கோள் தரும்போது அது மேற்கோள் காட்டப்படும் பயன்பாட்டில் அடங்காது.

பேராசிரியர் என்றே கட்சி வட்டாரங்களில் குறிப்பிடப்படும் அன்பழகனை ஒற்றை மேற்கோளுக்குட்பட்ட பேராசிரியராக எழுதுவதில் வெளிப்படுவது வெறும் குசும்பு அல்ல. எந்த விளக்கமும் இல்லாமல் இதைச் செய்யும் சலபதி, இதை நாம் புரிந்துகொள்வதற்கான குறிப்பையும் கட்டுரையின் போக்கில் தந்துவிட்டுச் செல்கிறார்.

'அபிதான சிந்தாமணி' என்னும் நூலைப் பற்றிக் கூறுகையில் 'நம் நாட்டு மக்களோ அறிவுத் துறையில் ஈடுபாடின்றி, புராணத் துறையிலேயே புகுந்து கிடந்ததால் களஞ்சியத்தின் அவசியத்தைக் கூட உணர்ந்தபாடில்லை' எனக் கூறியிருக்கிறார் அன்பழகன்.

இதைச் சொல்லும் சலபதி, அடுத்த வரியிலேயே, அண்ணா ஆர்வத்துடன் படித்த நூல் இது என்பதையும் தெ.பொ. மீனாட்சி சுந்தரனாரின் அறிவுப் பசியை இந்த நூலே கிளறிவிட்டது என்பதையும் குறிப்பிடுகிறார். இவை எல்லாவற்றையும் சேர்த்துப் படிக்கும்போது அந்த ஒற்றை மேற்கோளின் பொருட்செறிவு அதிகரித்துவிடுவதை உணரலாம்.

வரலாறு என்பது தட்டையான ஆவணம் அல்ல, விமர்சன பூர்வமான படைப்பு என்பதைக் காட்டும் இடையீடுகள் இவை. உணவுப் பண்டங்களில் முந்திரிப் பருப்பு, மிளகு, கறிவேப்பிலை ஆகியவைபோலத் தனியாகத் தெரியாமல் உப்பையும் சர்க்கரையையும்போலப் பண்டத்தினுள் கரைந்து நிற்பதே இந்த இடையீடுகளின் இயல்பும் அழகும்.

○

தமிழில் எழுதப்படும் வரலாற்று நூல்களைப் பொதுவாக இரு வகைகளாகப் பிரிக்கலாம். ஒன்று தகவல்களை விசுவாசமாகவும் இயந்திர கதியிலும் அடுக்கித் தருவது. கூடுதல் தகவல்களோ, பின்புல விவரிப்புகளோ, விமர்சனப் பார்வையோ அற்ற தட்டையான இத்தகைய பதிவுகள் வரலாற்று நூல்களை

அலுப்பூட்டும் அனுபவங்களாக்கிவிடுவதுடன் ஒற்றைப் பரிமாணத் தன்மையுடையதாகவும் சுருக்கிவிடுகின்றன.

இன்னொரு விதம் வரலாற்றைச் சுவாரஸ்யமாகச் சொல்கிறேன் பேர்வழி என்று கதைபோலச் சொல்ல முற்பட்டுக் கதையாகவே சொல்லிவிடுவது. தன்னுடைய முன்முடிவுகளையும் பார்வைகளையும் விவஸ்தையில்லாமல் திணிப்பது. மசாலாத் திரைப்படங்களுக்கொப்பான கதையாடலாக வரலாற்றை மாற்றும் இத்தகைய பதிவுகள் நம்பகத்தன்மை அற்றவை என்பதோடு வரலாற்றைப் பற்றிய மிகத் தவறான புரிந்துணர்வுக்கு இட்டுச்செல்லக்கூடியவை.

சலபதியின் வரலாற்று ஆய்வு முறையும் ஆய்வு முடிவுகளைத் தொகுக்கும் முறையும் சர்வதேசத் தரத்திலானவை. இவர் வரலாற்றை எழுதும் முறை அதன் பன்முகப் பரிமாணங்களை வெளிக்கொணர்வதோடு, படைப்பூக்கமும் கொண்டது. படைப்பூக்கம் என்பது வரலாற்றைச் சாக்காக வைத்துத் தன் விருப்பு வெறுப்புகளை முதன்மைப்படுத்திச் சரடுவிடும் கலை அல்ல என்பதை இங்கே நினைவுபடுத்திக்கொள்ள வேண்டும். படைப்பூக்கத்தின் சுவாரஸ்யம் வெகுஜனப் புனைவுக் கதையாடல் களின் மலினமான சுவாரஸ்யம் அல்ல. நுட்பங்களையும் மேம்பட்ட ரசனையையும் மறைபொருள்களையும் கொண்டிருப்பது.

ஸி.எஸ். சுப்பிரமணியம் பற்றிய கட்டுரையில் அவரது உருவத்தைக் கச்சிதமாக வர்ணிக்கும் சலபதி அதோடு நிற்க வில்லை. "இப்படி ஒரு அடையாளத்தை வைத்துக்கொண்டு தலைமறைவு வாழ்க்கையின் போலீஸ் பிடியிலிருந்து எப்படித்தான் அவர் தப்பினாரோ" என்ற வியப்பையும் வெளிப்படுத்துகிறார். ஆளுமையின் சித்திரம் என்பது தோற்றம், நம்பிக்கைகள், பழக்க வழக்கங்கள், இயல்பாய் அமைந்த சுபாவம் எனப் பலவற்றையும் உள்ளடக்கியதுதான். வரலாற்றைச் சொல்லும்போது கூடுதல் தகவல்கள், சூழல் குறித்த அவதானிப்புகள், சித்தரிப்பினூடே வெளிப்படும் விமர்சனங்கள், பாராட்டுரைகள் ஆகியவை இல்லாவிட்டால் திரட்டித் தரும் தகவல்கள் தட்டையான பதிவுகளாகிவிடும். சலபதியின் படைப்பூக்கம் மிகுந்த கதையாடல் இந்த விபத்தினின்றும் வரலாற்றைக் காப்பாற்றிவிடுகிறது.

ஸி.எஸ்.ஸுடனான சந்திப்புகளைப் பற்றிக் குறிப்பிடும் சலபதி, அவர் கண்களில் ஒரே ஒரு முறை தான் கண்ட நெகிழ்ச்சியையும் மறக்காமல் பதிவுசெய்கிறார். நெகிழ்ச்சியைக் கண்டது அந்த ஒரு தருணத்தில்தான் என்பது வெறும் தகவல் அல்ல. ஸி.எஸ்.ஸைப் புரிந்துகொள்வதற்கு உதவும் முக்கியமான ஒரு தூண்டுதல்.

இராமானுஜாசாரியரின் பகீரதப் பிரயத்தனம் பற்றியும் பாரதி காப்புரிமைப் பிரச்சினை பற்றியும் சலபதி எழுதியதைப் படிப்பவர்களால் வரலாற்றுப் பதிவுகளில் படைப்பூக்கம் என்றால் என்னவென்று புரிந்துகொள்ள முடியும். இராமானுஜாசாரியரைப் பற்றிப் படித்து முடிக்கையில் அந்த மனிதர் மாமனிதராக நம்முள் வளர்ந்து நிற்கிறார். மிகையான வர்ணிப்புகளோ அடைமொழிகளோ இல்லாமல் சலபதியால் இத்தகைய தாக்கத்தை ஏற்படுத்த முடிகிறது.

பாரதியின் காப்புரிமை குறித்த நூலில் அவரது படைப்புகளுக்கான காப்புரிமை குறித்துப் பொதுவெளியில் நிலவிவரும் பல கற்பனைகளை ஆதாரபூர்வமாக உடைக்கும் சலபதி, பாரதி படைப்புகள் பொதுவுடமை ஆக்கப்பட்ட வரலாற்றை ஆதியோடந்தமாக ஒரு கதைபோலச் சொல்கிறார். அந்தக் கதையாடலில் வரலாற்றுப் போக்குகளும் ஆளுமைகளும் சமூகக் கண்ணோட்டங்களும் இலக்கிய மதிப்பீடுகளும் அரசியல் சலனங்களும் பதிவாகின்றன. பாரதியின் படைப்புகளுக்கான உரிமை விஷயத்தில் வில்லன்போலச் சித்தரிக்கப்பட்டுவந்த பாரதியின் தம்பி விஸ்வநாத ஐயரின் ஆளுமையையும் நமக்குப் புரியவைக்கிறார். சலபதி தரும் ஆதாரபூர்வமான பல்வேறு தகவல்களினூடே துலக்கம் பெறும் விஸ்வநாத ஐயரின் சித்திரம் நமக்கு அவர் மீது மரியாதையை ஏற்படுகிறது. ஒருவரது ஆளுமை, அவருடைய ஒட்டுமொத்தப் பங்களிப்பு, அவர் வாழ்ந்த சூழல் ஆகியவற்றின் பின்புலத்தில் பார்க்கும்போது அவரது செயல்கள் குறித்த நமது மதிப்பு மாறும். இப்படிப் பார்க்கப்படும் வாய்ப்பு சலபதியின் மூலமாக விஸ்வநாத ஐயருக்குக் கிடைத்திருக்கிறது. தகவல்களைத் திரட்டி அவற்றைச் சமூக வரலாற்றுப் போக்குகளின் பின்னணியில் முறையாகப் பொருத்திக்காட்டிய படைப்பூக்கமே இதைச் சாத்தியப்படுத்தியிருக்கிறது. இந்தப் படைப்பூக்கமானது சலபதியின் எழுத்துக்களின் மிக முக்கியமானதொரு கூறு.

வரலாற்றாய்வாளர் எரிக் ஹாப்ஸ்பாமின் படைப்புகள் பற்றிச் சலபதி இவ்வாறு எழுதுகிறார்.

> “ஒரு வாண வேடிக்கைக்காரனைப் போல் வெடித்துக்காட்டும் தேர்ந்த தகவல்களின் தெறிப்பு, அதன் மூலம் திரளும் கருதுகோள், கடந்த காலமும் நிகழ்காலமும் இணையும் விந்தை, தனிமனித வரலாற்றை ஊடறுத்துச் செல்லும் பாரிய சமூக வரலாற்றுப் போக்குகளின் அசைவியக்கம் ஆகிய அனைத்தும் இணைந்து ஆர்வமுள்ள வாசகனைக் கொக்கி போட்டு ஈர்க்கும் ஒரு மொழிநடை.”

இது கிட்டத்தட்டச் சலபதியின் படைப்புகளுக்கும் பொருந்தும்.

முத்தாய்ப்புக்கான இந்த வரியை எழுதியதும் இதற்கொப்பான வேறொரு வரி நினைவுக்கு வருகிறது. இடப் பொருத்தம் கருதி அந்த வரியைச் சொல்லி இந்தக் கட்டுரையை முடிக்க விரும்புகிறேன்.

"சுந்தர ராமசாமி எனக்கு அஞ்சலிக் கட்டுரை எழுதுவார் என்றால் நான் இப்போதே சாகத் தயார்" என்று ஒருமுறை தமிழின் முக்கியமான எழுத்தாளர் ஒருவர் என்னிடம் நேர்ப் பேச்சில் குறிப்பிட்டார். சலபதியின் ஆளுமைச் சித்திரங்களைப் படிக்கையில் இந்த வாக்கியம் என் மனதில் அடிக்கடி வந்துபோகும்.

(09.02.2019, சலபதி கருத்தரங்கில் ஆற்றிய உரை)

11

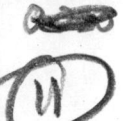